നാടും വീടും വിട്ട് 50 കൊല്ലം

കൊടുങ്ങല്ലൂർ

മുതൽ

കൊളറാഡോ വരെ

മുഹമ്മദ് അഷ്റഫ് പൊന്നാംപടിക്കൽ

INDIA · SINGAPORE · MALAYSIA

1.

ദുബായിൽ നിന്നുള്ള ആദ്യത്തെ കത്ത്

വളരെ ഏറെ വർഷങ്ങൾക്ക് മുൻപാണ്.....

1972 കാലഘട്ടം ......

ദുബായി ദേര ഭാഗത്ത് കാദർ ഹോട്ടലിന്റെ മുൻവശത്ത് പോസ്റ്റോഫീസിന്റെ സൈഡിലായി ജോബ് ടൈപ്പിസ്റ്റുകൾ നിരന്ന് ഇരുന്നിരുന്ന ഒരു സ്ഥലം ഉണ്ടായിരുന്നു. ജോലി ഇല്ലാത്തവരും അത് അന്വേഷിച്ച് നടക്കുന്നവരും പുതുതായി ലോഞ്ച് , പത്തേമാരി വഴി നാട്ടിൽ നിന്നെത്തിയവരും വൈകുന്നേരങ്ങളിൽ അവിടെ തമ്പടിച്ചിരുന്നു.

ഒരുദിവസം ഞാൻ എന്റെ ബന്ധുവും എനിക്ക് വിസ തരപ്പെടുത്തിയ എന്റെ മാമാടെ ജ്യേഷ്ഠനമായ മുഹമ്മദ്ദിക്ക എന്ന ടൈപ്പിസ്റ്റിന്റെ അടുത്ത് നിൽക്കുമ്പോൾ ചിരിച്ചുകൊണ്ട് ഒരാൾ അവിടേക്ക് വന്നു. കറുത്ത് അരോഗദൃഢ ഗാത്രനായ ഒരു ചെറുപ്പക്കാരൻ. മുഷിഞ്ഞ വേഷം. ഷർട്ടിന്റെ പോക്കറ്റിൽ നാട്ടിൽ നിന്നുള്ള രണ്ടോ മൂന്നോ ഇൻലന്റുകൾ.

അയാൾ മുഹമ്മദിക്കയോട് എന്തോ കുശലങ്ങളൊക്കെ പറഞ്ഞു. എന്തോ കാര്യം സാധിക്കാനുണ്ട് പുള്ളിക്ക്.

മുഹമ്മദിക്ക ആ സമയത്തു സ്വല്പം തിരക്കിലായിരുന്നു .

"താൻ ദാ ഇവനെ വിളിച്ചോണ്ട് പോ, ജോലി ഒന്നും ഇല്ല"

എനിക്കൊന്നും മനസ്സിലായില്ല. വന്നയാൾ വാ വാ എന്ന് പറഞ്ഞു എന്റെ കൈ പിടിച്ച വലിക്കുവാൻ തുടങ്ങി. ഞാനാകെ അസ്വസ്ഥനാകുന്നുണ്ടെന്ന് എന്റെ ബന്ധുവിനു മനസ്സിലായി.

"അഷ്റഫേ, കോയ, ഷേക്കിന്റെ വീട്ടിലെ കുക്കാണ്. ഒന്ന് കൂടെ ചെല്ലൂ. പേടിക്കയൊന്നും വേണ്ട".

പേടിക്കേണ്ട എന്ന് കേട്ടുഖകൊണ്ട് കൂടിയാവാം എന്റെ അസ്വസ്ഥത കൂടാനും തുടങ്ങി. ബന്ധുവിന്റെ തുടർന്നുള്ള നിർബന്ധത്തിനു വഴങ്ങി ഞാൻ അയാളുടെ പുറകെ നടന്നു.

"മോനെ നക്ക് ടം‍ണ്ട കോല ന്തങ്കിലും മേണാ" : അയാൾ

"വേണ്ട". : ഞാൻ

"ച്ചുലൈമാനീം"

"ഉം‍ഉം"

മിണ്ടാതെ നടന്നോളിന്ന് ഉള്ളിൽ

പറഞ്ഞു ഞാൻ രണ്ടും കല്പിച്ചു അയാളുടെ കൂടെ നടന്നു.
കുറച്ചങ്ങ് നടന്നു കഴിഞ്ഞപ്പോൾ ഇപ്പോഴത്തെ
നായിഫ് പോലീസ്റ്റേഷനപ്പുറത്തായി വളരെ പഴയതും വൃത്തിഹീനവുമായ ഒരു കൂട്ടസ്സ മുറിയുടെ മുൻപിൽ എത്തി. പൂട്ട് പോലും ഇല്ലാത്ത മുറി. കട്ടിലുകളൊന്നും ഇല്ല. അവിടവിടെ മുഷിഞ്ഞ ഒരോ ഷീറ്റുകൾ മടക്കി വച്ചിരിക്കുന്നു. അക്കാലത്ത് അഞ്ചുപത്ത് പേർ ഒന്നിച്ചു താമസിച്ചിരുന്ന ഒരു പാവം ദുബായ്ക്കാരെന്റെ പാർപ്പിടം അങ്ങനെയൊക്കെ തന്നെയായിരുന്നു
"നിങ്ങൾ ഷെയ്ക്കിന്റെ കൂക്കല്ലേ" :. ഞാൻ അത്ഭുതത്തോടെ ചോദിച്ചു
"അറബീന്റെ കൂസ്നീയാണ് -ചേക്കിന്റല്ല"
അന്ന് ഇന്നത്തെപ്പോലെ പ്ലാസറ്റിക് കവറുകളോ പത്രമാസികകളോ ഇവിടങ്ങളിൽ ഇല്ല.
തന്റെ തലയിണ ഉറയിൽ നിന്നും ഒരു പുതിയ ഇല്ലന്റ് എടുത്ത് അയാൾ എന്റെനേരെയൊന്ന് നോക്കി ചിരിച്ചുകൊണ്ട് ചോദിച്ചു:
"ഇജ് കെട്ടീക്കിണാ"
ഞാൻ ഇല്ലുന്ന് തലയാട്ടി
"മ്മള് നേരത്തേ കെട്ടി" അയാളുടെ മുഖം ഒന്ന്

തിളങ്ങി. പിന്നെയത് മങ്ങി മെല്ലെ മെല്ലെ വിതുമ്പാനും ഇടങ്ങി.
"മേണ്ടായിരുന്നു. ന്നിപ്പോ തോന്നീട്ടെന്ത് കാര്യം. ല്ലേ."
പതുക്കെ ഇൻലാന്റ് അയാൾ എന്റെ നേരെ നീട്ടി. വല്ല അഡ്രസ് എങ്ങാനും എഴുതാനോ മറ്റോ ആയിരിക്കും എന്ന് കരുതി ഞാൻ കൈ നീട്ടി
"ബരട്ടെ ആദ്യം ഇജ്ജ് ഇതങ്ങട് ബായിക്ക്" പോക്കറ്റിൽ നിന്നും മടക്കിയ ഒരു കവർ എടുത്തു നീട്ടിക്കൊണ്ട് അയാൾ ഇടർന്നു.
"ന്നട്ട നമുക്ക് അതിനു മറുപടി എഴ്താം "
ഞാൻ ഞെട്ടി. എനിക്കൊന്നും മനസ്സിലായില്ല .
വളരെ നിസ്സംഗദയോടെ അയാൾ ഇടർന്നു, "ഇജ്ജ് ധൈര്യായിട്ട വായിക്ക്. ഇവിടെ ആരും കേൾക്കാനില്ല"
ഞാൻ അയാളെ വീണ്ടും ഒന്ന് നോക്കി.
ജാള്യതയോടെ അയാൾ ഇടർന്നു:
"മ്മള് കൂളിലൊന്നും പോയിട്ടില്ല. ഓക്ക് എഴ്താനും ബായ്ക്കാനും അറിയും. അഞ്ചാം ക്ലാസ് പാസ്സായവളാണേ!"
ഒന്നും മിണ്ടാനാവാതെ ഞാൻ തരിച്ചിരുന്നു പോയി.
ഇത് വരെ വീട്ടിലേക്ക പോലും കത്തയച്ചിട്ടില്ല, ഞാൻ. ഇസ്റ്റാന്റ് വാങ്ങിക്കാൻ പറ്റാത്തത് തന്നെ കാരണം. ദുബായിൽ എത്തിയ വിവരം നാട്ടിൽ അറിയുന്നത് തന്നെ മാമാടെ കത്ത് വഴിയാണ്.

പഠിക്കുന്ന   കാലത്തു   ഒന്നോ   രണ്ടോ   പ്രേമലേഖനങ്ങൾ   കിട്ടിയതിനു
മറുപടിയെഴുതിയിട്ടുള്ളതല്ലാതെ മറ്റൊരു പരിചയവും എനിക്കീ രംഗത്തില്ല.
എന്റെ മൗനം മനസ്സിലായിട്ടെന്നോണം അയാൾ പോക്കറ്റിൽ നിന്ന് ഒരു അര
റിയാലിന്റെ കോയിൻ എടുത്ത് എന്റെ നേരെ നീട്ടി

xxxxxxxx

2.

ദുബായിൽ നിന്നുള്ള ആദ്യത്തെ കത്ത്

അബ്ദാബി മലയാളി സമാജം ഇപ്പോൾ സ്ഥിതി ചെയ്യുന്നത് ഇവിടെ ടൗണിൽ നിന്നും തെക്ക കിഴക്ക മാറി കുറച്ചകലെ പത്ത കിലോമീറ്ററോളം അകലമുള്ള മുസഫയിലെ തിരക്ക് കുറഞ്ഞ ശാന്തമായ ഒരു സ്ഥലത്താണ്. അതിനു മുൻപ് പാസ്പോർട്ട് റോഡിന്റെ പുറകിലായി ഇസ്ലാമിക് കൾച്ചറൽ സെന്ററിന്റെ (ഐസിസി) തൊട്ടടുത്തുള്ള കൊള്ളാവുന്ന സ്ഥലത്തായിരുന്നു. ഞാൻ അബ്ദാബിയിൽ വരുന്ന കാലത്ത സമാജം ഉണ്ടായിരുന്നത്, ഷെയ്ഖ് ഹംദാൻ റോഡിലുള്ള പഴയ ടെലിവിഷൻ ബിൽഡിങ്ങിന് പുറകിലായി നായർ മെസ്സിനു അടുത്ത തന്നെ ആയിരുന്നു. ഞാൻ സമാജത്തിൽ സ്ഥിരമായി പോകുമായിരുന്നു അവിടെ എനിക്ക് അംഗത്വവും ഉണ്ടായിരുന്നു.സമാജം അക്കാലത്തെ അബ്ദാബി മലയാളികളുടെ ഒരു സർവ്വകലാകേന്ദ്രം കൂടി ആയിരുന്നു.

1985–86 കാലം.

എന്റെ മൂത്തമകൾ, ഞങ്ങൾ സമിമോൾ എന്ന് വിളിക്കുന്ന സമിത ഡാൻസ് പഠിക്കുന്നതിനായി ആഴ്ചയിൽ രണ്ട് പ്രാവശ്യം സമാജത്തിൽ പോകുമായിരുന്നു. ആരെങ്കിലും കൊണ്ടുപോയി ആക്കുകയാണ് പതിവ്. അന്നൊരു ബുധനാഴ്ചയായിരുന്ന ഞാനാണ് മകളെ ഡാൻസ് ക്ലാസ്സിലേക്ക കൊണ്ടുപോയത്. അതിനുശേഷം, നാട്ടിൽ നിന്നും എന്റെ ഒരു സുഹൃത്ത് വശം വീട്ടിൽ നിന്നും കൊടുത്തയച്ച ഒരെഴുത്ത് എടുക്കുവാനായി അടുത്ത് തന്നെയുള്ള മുറിയിൽ പോയി. കത്തും വാങ്ങി തിരിച്ച പോരുമ്പോൾ എന്നോടൊപ്പം പൂഴിമണ്ണ നിറഞ്ഞ ഗല്ലിയിലൂടെ ഒരാൾ ക്ഷീണിച്ച അവശനായി നടന്നിരുന്നത് ഞാൻ അത്രകണ്ട് ശ്രദ്ധിച്ചില്ല.സമാജം വാതിലിന്നരികെ എത്തിയപ്പോൾ അയാൾ എനിക്ക് മുൻപേ അകത്ത കടന്നു, പിന്നെ ഡാൻസ് ക്ലാസ്സുമുറിക്ക നേരേ നടന്നു. ഇതിന് മുൻപൊന്നും അയാളെ അവിടെ കണ്ടിട്ടില്ല. ഡാൻസ് ക്ലാസ്സിലേക്കുള്ള അയാളുടെ ആപോക്ക കണ്ട് എന്റെ കണ്ണുകൾ വെറുതെ അയാളെ പിന്തുടർന്നു.ആ പാവം അവിടെ വാതിലിന്റെ മൂലയിൽ മൂടി വച്ചിരുന്ന പെയിന്റ് ടിന്നും താങ്ങി ഒരു ബീഡിയും വലിച്ച് തിരിച്ച നടക്കുകയാണ്.എന്റെ കണ്ണുകൾ വീണ്ടും അയാളെ വീക്ഷിച്ചു.മുടി മൊത്തം നരച്ചിരിക്കുന്നു. മനസ്സ് പറഞ്ഞു ഇടങ്ങി. കറുത്ത് തടിച്ച ചുണ്ടുകൾക്കിടയിലെ വെളുത്ത തിളങ്ങിയിരുന്ന പല്ലുകൾ

എവിടെ.ബീഡി വലിച്ച് ചുരുങ്ങിപോയ ചുണ്ടുകൾക്കിടയിൽ   കറപിടിച്ച കറുത്ത പല്ലുകൾ.

ഭേ !
മനസ്സു വീണ്ടും എന്നോട് പറയുന്നു:
അതാ അയാൾൾൾൾൾ .....
മനസ്സ് അതിന്റെ മൊബൈൽ ക്യാമറയിൽ:
ക്ലിക്! ക്ലിക്! ക്ലിക്! അങ്ങനെ ആയിരം ക്ലിക്കുകൾ അവിടെ പതിഞ്ഞു.
വിട്ടന്നില്ല. മനസ്സ് എന്നെയുംകൊണ്ടങ്ങ് പറക്കുകയാണ്.
പത്തുപന്ത്രണ്ട്   കൊല്ലങ്ങൾ പുറകിലോട്ട്. ഉള്ളിൽ എവിടൊക്കെയോ ഇടിവാൾ മിന്നുന്നു, ഇടി മുഴങ്ങുന്നു. വല്ലാത്തൊരു സംഘർഷം.
അര റിയാൽ കോയിൻ കീശയിൽ നിന്നെടുത്ത്
എന്റെ നേരെ നീട്ടിയ ആ കൈ. ആ പുഞ്ചിരി.
"ഞാൻ ങ്ങക്ക   കൊറച്ചിട്ടില്ല ട്ടാ. ടൈപ്പിംഗ്കാർക്കും മറ്റെല്ലാവർക്കും ഇതന്നാ ഫീസ്. ന്റെ പണിക്ക ആറ് റിയാൽ മാത്രേ മാസം കിട്ടൂ. അതോൾക് ഹണ്ടി ആയി കിട്ടുമ്പോൾ തന്നെ വിട്ടും. ഓടെ കത്ത് വായിച്ചപ്പ ങ്ങള് കണ്ടില്ലേ, പൈസ കിട്ടീക്കണീന്ന് പിന്നെ ന്റെ ചെലവ് – അതൂ അബ്ടെ ബർണ ഗസ്റ്കളെ കൊണ്ട് നടക്കും – ഭേ !"
ഞാൻ വീണ്ടും ഓർക്കുകയാണ്. എന്റെ ഈ മണ്ണിലെ ആദ്യത്തെ കൈനീട്ടം. എനിക്ക് ഇവിടന്ന കിട്ടിയ ആദ്യത്തെ കൂലി.അതും തൊഴിലിന മുൻപേ   കൂലി എവിടെ   കിട്ടുമെന്ന് പറയൂ, ഒന്ന് പറയൂ.   മനസ്സ് എന്നെയിട്ടങ്ങ വീർപ്പ് മുട്ടിക്കുകയാണ്. ഗത്യന്തരമില്ലാതെ ഞാൻ ആ അര റിയാൽ കോയിൻ വാങ്ങി. ഗതികേട്ടുകൊണ്ട് മാത്രം. ഇപ്പോൾ ആലോചിക്കുമ്പോൾ കണ്ണിൽ നിന്നും ആവി പറക്കുന്നു.കത്തിന മറുപടി എഴുതാൻ ഞാൻ ഇല്ലൻഡ്യൂഎടുത്ത് റെഡിയായി.
"കോയാകാ, ഇന്ന് തിയതി ?"
ഞാൻ നോക്കുന്നതിന മുൻപേ ഉത്തരം വന്നു:
"കത്ത് ഓള്ക് എപ്പ കിട്ടുന്നോ അതന്നെ സമയോം തീതീം."
പിന്നെ ഞാൻ ഒന്നും പറഞ്ഞില്ല
"ങ്ങള് എഴുത്തിക്കോളീൻ" അയാൾ പറഞ്ഞു ഇടങ്ങി:
"ന്റെ ഖൽബിന്റെ മുത്തായ ചക്കരക്കടമേ
മോളെ മൈമോ നകെന്റെ ആയിരം ഉമ്മ ,
ഉമ്മ , ഉമ്മ ."
ഒരു പുരുഷന് ഭാര്യയെ എവിടൊക്കെ ഉമ്മവെക്കാൻ പറ്റമോ അതൊക്കെ അയാൾ എന്നെക്കൊണ്ടെഴുതിച്ചു, അര പേജ് ഉമ്മ കൊട്ടുത്തു കഴിഞ്ഞെന്നു ഞാൻ പറഞ്ഞപ്പോൾ ദേഷ്യം വന്ന അയാൾ അലറി:

"പെണ്ണ് കെട്ടാത്ത പൊട്ടാ നക് ന്തറിയാം. എയ്യ് മോനെ ക്ക പറേണ പോലെ."

എനിക്കും അയാളോട് കലി കേറിത്തുടങ്ങി:
"നിങ്ങക്കറിയുമോ – ആ പാവം സ്ത്രീ കുട്ടിയേംകൊണ്ട് കടലീൽ ചാടാൻ എത്ര പ്രാവശ്യം പോയെന്നു. പടച്ചോനെ ഓർത്തു ഈ പൊന്നുമോനെ ഓർത്തു ഞാൻ അത് ചെയ്യില്ല. – അവർ ഏഴ്യത് ഞാൻ നിങ്ങള്ക്ക് വായിച്ചു തന്നില്ലേ, ദുഷ്ടൻ കാക്കാ."

"ഞാൻ ഇതൊക്കെ ഇപ്പോൾ തന്നെ കീറി കളയും" എന്ന് പറഞ്ഞു എഴുന്നേൽക്കാൻ ഇടങ്ങിയപ്പോൾ കാര്യം പന്തിയല്ലെന്ന് അയാൾക്ക് മനസ്സിലായി.അയാൾ വല്ലാതെ സങ്കടത്തോടെ പറഞ്ഞു:

"അച്ചപ്പെ, നിക്കും ഓൾക്കും ജീവിക്കാനാ ഈ പണി ഞാൻ ഒപ്പിച്ചത്. മോൻ അതിനിടയിൽ അങ്ങ് ണ്ടായിപോയതാ."

എന്ത് പണി കൊയകാ. അക്ഷമനായി ഞാൻ എഴുന്നേറ്റു.

"അതേ " അയാൾ പതുക്കെ പറഞ്ഞു:

"കല്യാണം കൈഞ്ഞേന്റെ പിറ്റേന്റെ
പിറ്റേന്നു ഞാൻ ങ്ങട് പോന്നു, മ്മ്ടെ
വേലായ്യന്റെ ലോഞ്ചിൽ. നാല് കൊല്ലം
കൈഞ്ഞെക്കാണ്. മൊസാൻ മോനിപ്പം
മൂന്നു ബയസും കൈഞ്ഞെക്കന്."

xxxxxxxx

3.

ദുബായിൽ നിന്നുള്ള ആദ്യത്തെ കത്ത്

ആയിരത്തി തൊള്ളായിരത്തി എൺപതുകളുടെ ആദ്യ കാലത്താണെന്നാണ് എന്റെ ഓർമ. ഞാൻ എന്റെ സുഹൃത്തായ ദാസനുമായി ഷാർജ റോളയിൽ നിൽക്കുകയായിരുന്നു. ഞങ്ങൾ ഒരുമിച്ച് കുറച്ച കാലം ഹാം ഡ്രെഡ്ജിങ് എന്ന കമ്പനിയിൽ ജോലി ചെയ്തിട്ടുണ്ട്. ദാസൻ ഷാർജയിലും ഞാൻ അബൂ ദാബിയിലുമായിരുന്നു. ഞങ്ങൾ ജോലിയിൽനിന്നൊക്കെ വിട്ടിട്ട് രണ്ടു മൂന്ന് വർഷം കഴിഞ്ഞിരിക്കുന്നു. അവിചാരിതമായി കണ്ടപ്പോൾ പലതും സംസാരിച്ച എന്ന മാത്രം.

"അഷ്റഫ് സാറേ, ദ അപ്പുറത്ത് ആ മൂലയിൽ ഒരു സാമാന്യം ചെറുതല്ലാത്ത ഒരു ബോർഡ് കാണുന്നു. നമുക്ക് പോയൊന്നു വായിക്കാം."

ആ സ്ഥലത്തു പിന്നീട് ഷാർജ സിനിമ എന്ന തിയേറ്റർ വന്നെന്നാണ് എന്റെ അറിവ് . ഇതിനെല്ലാം വർഷങ്ങൾക്ക് മുൻപ് ഗൾഫിലെ ലോഞ്ച ജീവിത കാലത്ത്, ഈ സ്ഥലത്തു ലക്കി സ്റ്റാർ എന്ന സാമാന്യം വിസ്താരവും സൗകര്യവും ഉള്ള ഒരു ഹോട്ടൽ ആയിരുന്നു. ഒരു കാസർഗോട്കാരനായിരുന്ന

ഉടമസ്ഥൻ – പേര് കാദർ. ഞങ്ങൾ ചെന്ന് ബോർഡ് വായിച്ചു. അതിലെ വാചകങ്ങൾ ഓർമയിൽ നിന്ന് :

"അസ്സലാമു അലൈകും.

പ്രിയ സുഹൃത്തുക്കളെ,

എന്റെ മകളുടെ വിവാഹം ഈ വരുന്ന പത്താം തിയ്യതി ഞായാറാഴ്ച്ചയാണ്.വളരേ വേദനയുണ്ട് ഇങ്ങനെ എഴുതേണ്ടി വന്നതിൽ. കഷ്ടപ്പാട്ടുകൊണ്ടാണ്. വേറെ വഴിയില്ല. ദയവായി എന്നെയൊന്ന സഹായിക്കണം. എന്ന്, നിങ്ങളുടെ സ്വന്തം കാദർ ബായ്."

ഞാൻ ഞെട്ടിപ്പോയി. ഇതെന്ത അത്ഭുതം പടച്ചവനെ എന്നും തോന്നി. ഗൾഫ്കാരന് മാത്രമല്ല ഏതൊരാൾക്കും ഉയർച്ചയും താഴ്ചയും എപ്പോഴും സംഭവിക്കാം. അതാണ് ജീവിതം എന്ന് ഞാൻ സമാധാനിച്ചു.

നമ്മുടെ കോയാക്കനെ കാണുന്നതിനും പരിചയപ്പെടുന്നതിനും അദ്ദേഹത്തിന് കത്തെഴുതി കൊട്ടക്കുന്നതിനും മുൻപ് , ഏതാനും മണിക്കൂറുകൾക്ക മുൻപ് എന്ന് വേണമെങ്കിൽ പറയാം, ഈ പറയപ്പെടുന്ന ലക്കി സ്റ്റാർ ഹോട്ടലിൽ വന്നത് ഞാൻ ഓർത്തു പോയി.
ആദ്യമായി ദുബായ് പോർട്ടിൽ   ഞാൻ കപ്പൽ ഇറങ്ങിയപ്പോൾ എന്നെ സ്വീകരിക്കാൻ വന്നത് എന്റെ നാട്ടുകാരനും സുഹൃത്തും ആയ അസീസ് എന്ന അസീസ് ഭായ് ആയിരുന്നു. ആ അസീസ് തന്നെയാണ് അന്ന് രാവിലെ എന്റെ അടുത്ത് വന്ന വിശേഷങ്ങൾ പറയുന്നതിനിടെ പറയുകയാണ് :
"ഗോർഫക്കാനിൽ   ലോഞ്ച് അടുത്തിട്ടുണ്ട് എന്ന് കേൾക്കുന്നു.   ഷാർജ ലക്കിസ്റ്ററിൽ തമ്പടിക്കാൻ ആണ് സാധ്യത. ഒന്ന് പോയേ പറ്റൂ."
"ഞാനും വരാം അസീസ്സ്ക്കാ. കാണാല്ലോ."

എന്നെ നിരുത്സാഹപെടുത്താൻ അസീസ് പറഞ്ഞു:
"അഷ്റഫെ ഞാൻ ഇത് സ്ഥിരമായി പോകുന്നതാണ്. ലോഞ്ച് എത്തിയെന്ന കേട്ടാൽ പിന്നെ ഉറക്കം വരില്ല. അത് അനുഭവിച്ചാലേ അറിയൂ. മനസ്സിലാവൂ. കണ്ടാൽ കരള് വാടിപ്പോകും. തളർന്ന, ബോധം ഇല്ലാതെ കിടന്നിടത്തു തന്നെ ശർദിച്ചും മയങ്ങിയും ച്ചുരുണ്ടങ്ങനെ കുറെ ദിവസം കിടക്കും."എനിക്കും കാണണം എന്ന നിർബന്ധം കൊണ്ട്
അസീസ് എന്നെക്കൂടി കൂട്ടി ആ സ്ഥലത്തെത്തി.ലോഞ്ച് എത്തിയിട്ടുണ്ട്. കുറേ പേർ അവിടെ തളർന്നു ച്ചുരുണ്ടു കൂടി കിടക്കുന്നുണ്ട്. കാഴ്ച വളരെ പരിതാപകരം. കഴിഞ്ഞ ലോഞ്ചിൽ വന്നവർ അവിടന്ന് പോകാനുള്ള തയ്യാറെട്ടപ്പിൽ. അതാണ് അവിടത്തെ നടപടി ക്രമം. ഇങ്ങനെ ലോഞ്ചിൽ വന്ന് താമസിക്കുന്നവർക്
ഫ്രീ ആയി ബക്ഷണവും മറ്റ സൗകര്യങ്ങളും
കൊട്ടത്തിരുന്ന ഹോട്ടലിന്റെ ഉടമയാണ് മേൽപറഞ്ഞ കത്ത് എഴുതിയ ബോർഡ് വച്ചിരിക്കുന്നത്. മനുഷ്യന്റെ ഈ നിസ്സഹായാവസ്ഥ ഓർത്ത് ഞാൻ വളരെ ദുഃഖിച്ചു പോയി.

ഇതെല്ലാം ഇവിടെ പറയാൻ കാരണം:
ഞാൻ കോയാക്കാടെ കത്ത് എഴുതി കൊണ്ട്
ഇരിക്കുകയായിരുന്നല്ലോ.

താൻ ലോഞ്ചിൽ വന്നതാണെന്ന വിവരം വളരെ ശബ്ദം താഴ്ത്തി അയാൾ എന്നോട് പറയുമ്പോൾ, ഞാൻ അന്ന് രാവിലെ പോയ ലോഞ്ച് അഭയാർത്ഥി ക്യാമ്പ് ഓർത്ത് ഇരുന്നുപോയതാണ്.

അയാൾ എന്റെ പുറത്ത് തട്ടി:

"അച്ചപ്പേ, നീ എഴുത് മോനേ."

"എനിക്ക് പോകണം. നേരം കൊറേ ആയിരിക്കുന്നു."

"കത്തെയ്തി തീരാതെ എങ്ങനാ പോവാ ?"

അയാളും എന്നെ വിട്ടുന്നില്ല.

"നിങ്ങൾ എത്ര ദിവസം കൊണ്ട് ദുബായിൽ എത്തി ?"

എന്റെ ചോദ്യം കേട്ട് അയാൾ വിരലുകൾ കൊണ്ട് എണ്ണി തിട്ടപ്പെടുത്താൻ തുടങ്ങി.

"പത്ത് പതിനാല് ദെവസമെങ്കിലും ലോഞ്ചില്, ഒരു പത്ത് ദിവസെങ്കിലും ലക്കി സ്റ്റാറിലും കെടന്നെക്കണ്. ഒന്നൊാങ്ങാട് ഓർമ ബരണില്ലാ ട്ടാ."

അയാളോട്ടുള്ള കോപമൊക്കെ തണുത്ത് എന്റെ ഉള്ളം മനസ്സും അയിസ് പോലെ ആയിപ്പോയി.

"ഇനി മ്മക്ക് ചക്കരയുമ്മം ഒന്നും ബാണ്ട. ബേറെ എന്തൊക്കെ എയ്ക്കാൻ കെടക്കണ് മോനേ."

xxxxxxxx

4.

ദുബായിൽ നിന്നുള്ള ആദ്യത്തെ കത്ത്

ഞാൻ കൂടുതൽ കാലം ജോലി ചെയ്തിട്ടുള്ളത് ഇന്റർനാഷണൽ കംപ്യൂട്ടേഴ്സ് ലിമിറ്റഡ് (ഐ സി എൽ)എന്ന കമ്പ്യൂട്ടർ സ്ഥാപനത്തിൽ ആണ്. ഏകദേശം ഇരുപത് കൊല്ലത്തിലധികം കാലം. ഔദ്യോഗിക ജീവിതം അവസാനിപ്പിച്ചതും അവിടെ നിന്ന് തന്നെയാണ്.അതിനെല്ലാം മുൻപ് ഒന്നും, രണ്ടും, മൂന്നും കൊല്ലങ്ങൾ വീതം മറ്റ പല കമ്പനികളിലും ജോലി ചെയ്തതായി ഓർക്കുന്നു. അതിൽ എടുത്തു പറയാവുന്ന ഒന്നാണ് ഇന്നത്തെ എത്തിസലാത്, അന്ന് അറിയപ്പെട്ടിരുന്നത്(എഡിടിടി). രണ്ട് കൊല്ലം അവിടെ കൂടി. പിന്നെ എടുത്തു പറയാവുന്നത് ഹാം ഡ്രെഡ്ജിങ്ങ് കമ്പനി ആണ്. മൂന്ന് കൊല്ലത്തോളം അവിടെയും ജോലി ചെയ്തിട്ടുണ്ട്.

ഇപ്പോൾ ഏകദേശം നാല് പതിറ്റാണ്ടായി കമ്പ്യൂട്ടർ ഫീൽഡുമായുള്ള എന്റെ ബന്ധം തുടങ്ങിയിട്ട്. അക്കാലത്ത് എനിക്ക് മാത്രം അല്ല ,പൊതു സമൂഹത്തിൽ തന്നെ കമ്പ്യൂട്ടർ അവഗാഹം ഉള്ളവർ വളരെ വളരെ കുറവായിരുന്നു. ആരോടെങ്കിലും പറഞ്ഞാൽത്തന്നെ വളരെ വിശദമായി വിവരിച്ചു പറഞ്ഞാൽപോലും ഈ ടെക്നോളജിയെ പറ്റി മനസ്സിലാവാത്ത കാലം. ഇന്നത്തെ തലമുറക്ക് ഈ പറയുന്നത് കേട്ടാൽ പരിഹാസവും ചിരിയും വരുന്നതാണ്. സമാജത്തിലെ സംഭവത്തിന് ശേഷം വണ്ടി ഓടിക്കുമ്പോൾ, ഭക്ഷണംകഴിക്കുമ്പോൾ, എന്തുവേണ്ട എന്തു ചെയ്യുമ്പോഴും, ഉറങ്ങുമ്പോൾ പോലും എന്റെ മനസ്സ് കുറച്ച മുൻപേ ക്ലിക് ചെയ്ത ആ രൂപം മാത്രം അങ്ങനെ തെളിഞ്ഞു വരാൻ തുടങ്ങും.

കമ്പ്യൂട്ടർ കമ്പനിയിൽ എന്നോടൊപ്പം ജോലി ചെയ്തിരുന്ന അലക്സ് മക്കിന്നൻ എന്ന സോഫ്റ്റ് വെയർ ഗവേഷകനോട് ഞാൻ തമാശക്ക് ചോദിച്ചു:"അലക്സ്, ഞാൻ ഇന്നലെ വർഷങ്ങൾക്ക ശേഷം കണ്ട ഒരാളടെ ഫോട്ടോ മനസ്സുകൊണ്ട് ക്ലിക് ചെയ്ത് വച്ചിട്ടുണ്ട്. ഈ കമ്പ്യൂട്ടർ സ്ക്രീനിൽ എനിക്ക് എപ്പോഴെങ്കിലും അത് കാണാൻ പറ്റുന്ന ഒരു കാലം വരുമോ."

"നീ കാത്തിരിക്കൂ, അഷ്റഫ്. ഞങ്ങളിൽ വിശ്വസിക്കൂ."

പ്രതീക്ഷ കൈ വിടാതെ അലക്സ് വീണ്ടും:

" താങ്കൾക്ക് ഇപ്പോൾ ലിപികളും അക്കങ്ങളും മാത്രമേ ഈ സ്ക്രീനിൽ കാണാൻ പറ്റൂ. ഒരു അഞ്ചു കൊല്ലം മുമ്പ് ഇതുപോലും പറ്റിയിരുന്നോ അഷ്റഫ് ?"

ഞാൻ കണ്ണടച്ച തലയാട്ടി:

"ഷവർ ഷവർ, നോ അലക്സ് "
" നിങ്ങൾ ടെക്നോളജിയിൽ വിശ്വാസം അർപ്പിക്കൂ. ഞങ്ങൾ ശാസ്ത്രജ്ഞരിൽ വിശ്വസിക്കൂ. വളരെ വൈകാതെ കമ്പ്യൂട്ടറിൽ നിങ്ങൾക്ക് എല്ലാം കാണാം. വെയിറ്റ് , വെയിറ്റ് എല്ലാം നടക്കും. ഷവർ നിന്റെ മനസ്സും കമ്പ്യൂട്ടർ കയ്യടക്കുന്ന ഒരുകാലം ഒട്ടും വിദൂരമല്ല."
അലക്സ് അങ്ങനെ ഇടർന്നുകൊണ്ടേയിരുന്നു.
അന്നയാൾ പറഞ്ഞതോരോന്നും ഇപ്പോൾ നാമെല്ലാം നേരിട്ട് അനുഭവിച്ചു കൊണ്ടിരിക്കയാണല്ലോ. കാൻസർ രോഗം ബാധിച്ച് കഴിഞ്ഞ രണ്ടു കൊല്ലം മുൻപാണ് അലക്സ് മരണപ്പെട്ടത്.
എങ്കിലും, അന്ന് എന്റെ മനസ്സിൽ പതിഞ്ഞ ആ രൂപം മുന്നിലിരിക്കുന്ന സ്ക്രീനിൽ മാത്രമല്ല നോക്കുന്നിടത്തൊക്കെ പ്രതിഫലിക്കാൻ ഇടങ്ങി.
മനുഷ്യന് ഇത്ര പെട്ടന്നൊക്കെ ഇഇപോല്ലുള്ള മാറ്റങ്ങൾ വരുമോ. ഓർത്തോർത്തു ഒരു വിഭ്രാന്തി പോലെ.
"എന്തിനാണ അയാൾ എന്നെ കത്തെഴുതാൻ കൊണ്ടുപോയത്. ഞാൻ എന്നോട് തന്നെ ചോദിച്ചു ഇടങ്ങി.
എങ്കിലും സമാധാനിച്ചു. "പാവം ഗതികേട്ട കൊണ്ടല്ലേ. പഠിക്കാൻ പറ്റാത്തവർ സ്വയം ബാധ്യത ആവുന്നത് ഇങ്ങിനെയൊക്കെ അല്ലേ. അല്ലെങ്കിൽ അങ്ങനെയൊക്കെ എഴുതുവാൻ പറയുമായിരുന്നോ. അല്പം ഒരു പരിചയവും ഇല്ലാത്ത ഇഇവരെ ജീവിതത്തിൽ കണ്ടിട്ടില്ലാത്ത ഒരാളായ എന്നോട്."
പൂട്ടും താഴും ഇല്ലാത്ത ആ ഒറ്റ മുറി കാണിച്ച തരുന്നത് ഒരു സാധാരണ ഗൾഫുകാരന്റെ കെട്ടറപ്പില്ലാത്ത ഇവിടത്തെ ജീവിതം തന്നെയാണ്. ആർക്കും എപ്പോൾ വേണമെങ്കിലും കടന്നു വരാം. ഒന്നും നഷ്ടപ്പെടാൻ ഇല്ല. പോയാൽ അതങ്ങ പോകും. എത്ര വിസ്തൃതമായി ഇറന്നിട്ട മനുഷ്യ മനസ്സുകൾ ! എത്ര നിസ്സാരമായ ജീവിതങ്ങൾ അല്ലേ !
ഈ കൊറോണ, കോവിഡ് കാലവും ഓർമ്മപെടുത്തുന്നത് ഗള്ഫുകാരന് നാട്ടിലും കെട്ടറപ്പില്ല എന്നാണ്.
കോയക്ക പറഞ്ഞോള്ള: "ഞാൻ നിങ്ങളുടെ കത്തെഴുതി തീർത്തിട്ടേ പോകുന്നുള്ളൂ. നേരം വെളുത്താലും നമുക്കെഴുതി തീർക്കാം."
അയാൾക്കപ്പോൾ വളരെ സമാധാനം ആയെന്നു
ആ മുഖം കണ്ടാൽ ഊഹിക്കാവുന്നതാണ്.
"വേണ്ട മോനെ. ഇനി നാളെ എഴുതാം. ഇവിടെ താ മാസക്കാരോക്കെ ബരാനായി."
ഞാൻ ചോദിച്ചു:
"അന്ന് വേലായുധന്റെ ലോഞ്ചിൽ പോരാൻ നിങ്ങൾ എത്ര പൈസ കൊട്ടുത്ത."
എന്തോ സംഭവിച്ച പോലെ വീണ്ടും സ്വരം താഴ്ത്തി ഒരു സ്വകാര്യം പറയുന്നപോലെ:

"പൈസയൊന്നും കൊട്ടക്കാൻ കയ്യിൽ കാശ് ഉണ്ടായിരുന്നില്ല."
"പിന്നെ? ഫ്രീ ആയിട്ടാണോ വന്നത് ?" ഞാൻ
"അല്ല, അച്ചപ്പേ. സൊർണം കൊട്ടക്കേണ്ടി വന്നു."
ഒരു ജാള്യതയോടെ അയാൾ പറഞ്ഞൊപ്പിച്ചു.
"ഓൾടെ ഓരോകയ്യിലും ഓരോ വളയും കഴുത്തിൽ ഒരു മാലയും ഉണ്ടായിരുന്നു.
വേലായ്യൻ, ഓനിക് മാല മതീന്ന് പറഞ്ഞു."
ഞാൻ തളർന്നു എഴുന്നേറ്റു. ഓടണം എന്നുണ്ട്.
പറ്റുന്നില്ല.
"മോനേ, നക്ക് ബലിച്ചണ കോല് വല്ലോം ബാണാ."
" ഏ ? എനിക്ക് മനസ്സിലായില്ല " : ഞാൻ
"അതേയ്, മ്മളൊക്കെ ബൽചണ ചിഗരറ്റ്."

xxxxxxxx

5

ദുബായിൽ നിന്നുള്ള ആദ്യത്തെ കത്ത്

ദുബായിൽ ഞാൻ താമസിക്കുന്ന സ്ഥലത്ത് നിന്നും അത്ര അകലെയല്ലാതെ രണ്ടുമൂന്നു നേഴ്സ്മാർ താമസിച്ചിരുന്നു. പണ്ട് ദേര സിനിമ തിയേറ്റർ ഉണ്ടായിരുന്ന സ്ഥലത്തിന്റെ എതിർവശത്തുള്ള അൽ റിക്വാ ഏരിയായിൽ ആണ് അവരും ഞങ്ങളും താമസിച്ചിരുന്നത്. ദേര സിനിമ ഉണ്ടായിരുന്ന സ്ഥലത്ത് ഇപ്പോൾ വളരെ വലിയ ഒരു മാളം ഷോപ്പിംഗ് കോംപ്ലെക്സും മറ്റം ആണ്. ആ നഴ്സ്മാർക്ക് അവിടെ അടുത്ത് തന്നെയുള്ള അൽ മഖ്തും ഗവൺമെന്റ് ആശുപത്രിയിൽ ആയിരുന്നു ജോലി. ഞാൻ ദുബായിൽ എത്തിയ അന്നുമുതൽ ഇടക്കൊക്കെ അവരെ കാണുമായിരുന്നു. അതിൽ മേരി എന്ന പേരുള്ള നേഴ്സ് ഒരു ദിവസം പറഞ്ഞു.

" ഞങ്ങളുടെ ഡിപാർട്മെന്റ് ഹെഡ് മിസ്സ് ആലിസൻ നല്ലൊരു മദാമ്മയാണ്. നാളെ വന്നൊന്ന് കണ്ട നോക്കൂ."

"ഞാൻ വരാം. താങ്കൂ മേരി."

ബന്ധുക്കളും നാട്ടുകാരും ആയ കുറെ പേര് താമസിച്ചിരുന്ന വലിയ ഒരു മുറിയിൽ നിലത്ത്

ആണ് എനിക്ക് കിടക്കാനുള്ള സ്ഥലം കിട്ടിയത്.

എന്റെ അമ്മായിയുടെ ഭർത്താവായ അബ്ദുള്ള മാമയും സഹോദരന്മാരും അടുത്ത മുറിയിൽ ഉണ്ടായിരുന്നു. കൂടാതെ എന്റെ മറ്റൊരു ബന്ധുവും നാട്ടുകാരനുമായ അസീസ് ഒറ്റക്ക് മറ്റൊരു ചെറിയ മുറിയിലും. എന്റെ കൂടെ എട്ടാം ക്ലാസ്സ് വരെ പഠിച്ചിരുന്ന ഇഖ്ബാൽ, അഴിക്കോട്ടുകാരനായ കുവൈത്ത് ഹോസ്പിറ്റലിൽ ജോലി ഉള്ള അരവിന്ദൻ, പടിഞ്ഞാറു പത്താഴക്കാട് ഭാഗത്തുള്ള മമ്മാലി, വെളുത്ത കടവില്ലുള്ള അലി എന്ന ഷാലിമാർ അലി, കട നടത്തിയിരുന്ന അരവി, മരിച്ചു പോയ പോലീസ് സലാം ഇക്ക എന്നിവരെയും എന്റെ കൂടെ അക്കാലത്ത്

താമസിച്ചിരുന്നതായി ഓർക്കുന്നു. അവരിൽ അധികവും ലോഞ്ചിൽ വന്നവർ ആണ്. എല്ലാവർക്കും ചെറിയ പല വിധ ജോലിയും ഉണ്ടായിരുന്നു. വളരെ കുറഞ്ഞ വരുമാനവും.

ഞാൻ പിറ്റേന്ന് കാലത്ത് തന്നെ ആലിസൻ മദാമ്മയെ കാണാൻ പോയി. അവരുടെ വളരെ നല്ല പെരുമാറ്റവും ബോഡി ലാൻഗ്വേജും എന്റെ ആത്മ വിശ്വാസം വർധിപ്പിച്ചു.

ഇന്റർവ്യൂ തുടങ്ങി.

അവരുടെ ആദ്യ ചോദ്യം:

"താങ്കൾക്ക് ഇംഗ്ലീഷ് അറിയുമോ.?"

"യസ്." : ഞാൻ

"അറിയാവുന്ന മറ്റ ഭാഷകൾ ?"

"മലയാളം, കുറേശേ ഹിന്ദിയും."

"അറബിക് ആണ് ആശുപത്രികളിൽ കൂടുതൽ

അറിഞ്ഞിരിക്കേണ്ടത്." അവർ

"വിദ്യാഭ്യാസ യോഗ്യത എന്തെങ്കിലും ?" ആലിസന്റെ ചോദ്യത്തിന്   എന്റെ മറുപടി :

" ഉണ്ട് മാഡം.ബി . എ ."

"ഏതു ജോലിയാണ് മുൻപ് ചെതിരുന്നത് ?" അവർ വീണ്ടും :

" സോറി. ജോലിയൊന്നും കിട്ടിയില്ല മാഡം."

എന്റെ ആ മറുപടിക്ക ശേഷം അവർ പിന്നെ ഒന്നും ചോദിച്ചില്ല.

എന്നോട് അവിടെ വെയിറ്റ് ചെയ്യവാൻ പറഞ്ഞു. അവർ മറ്റൊരു മുറിയിൽ പോയി വാതിൽ അടച്ചു.

ഒരു പത്തുമിനിറ്റ് കഴിഞ്ഞു തിരിച്ച വന്നപ്പോൾ കൂടെ മേരിയും ഉണ്ടായിരുന്നു.

"മിസ്റ്റർ അഷ്റഫ്, ഒരു അസിസ്റ്റന്റ് നേഴ്സ് ആയി നിങ്ങളെ ഇവിടെ നിയമിച്ചിരിക്കുന്നു. ഇപ്പോൾ മുതൽ തന്നെ ജോലി തുടങ്ങാം. മേരിയുടെ കൂടെ പോകൂ. അവർ പറഞ്ഞും പഠിപ്പിച്ചും തരും. ഒകെ. ഗുഡ് ലക്ക്."

"താങ്ക് യൂ മാഡം." സന്തോഷത്തോടെ ഞാൻ മേരിയെ പിന്തുടർന്നു.

ഞാനും മേരിയും ഒരു മുറിയിൽ എത്തി. അവിടെ പനി പിടിച്ച് ക്ഷീണിച്ച ഒരു അറബിക്കുട്ടി ഉമ്മടെ കൂടെ ഇരിക്കുന്നുണ്ട്. ബുർക്ക ഇട്ടതു കാരണം ഉമ്മടെ മുഖം വ്യക്തമായിരുന്നില്ല. ഒരു മൂലയിൽ ഉള്ള സ്ട്രൾ എടുത്ത് മുറിയുടെ നടുവിലായി ഇടുവാൻ മേരി എന്നോട് പറഞ്ഞു. ഞാൻ അങ്ങിനെ കൃത്യമായി ചെയ്തു. ആ കുട്ടിയെ എടുത്ത് സ്ട്രളിൽ ഇരുത്തുവാൻ പറഞ്ഞു. അതും ചെയ്തു. മേരി എന്റെ കയ്യിൽ ചെറിയ ഒരു

പാക്കറ്റ് തന്നിട്ട പറഞ്ഞു:

"ഇത്‌ ഇറന്ന റെഡിയാവ്‌. ഞാൻ സാനിറ്റൈസ്‌ ചെയ്യാനുള്ള ഫ്ലൂയിഡ്‌ കൊണ്ടുവരാം."എന്ന്‌ പറഞ്ഞു പോയി.

ഞാൻ പാക്കറ്റ്‌ ഇറന്ന നോക്കി. പേനയോളം വലിപ്പമുള്ള ഒരു കറുത്ത സാധനം പ്ലാസ്റ്റിക്‌ കവറിൽ. പുറത്തെടുത്ത്‌ നോക്കി. ബാർബർ

ഷാപ്പിൽ മാത്രം കണ്ടിട്ടുള്ള ഷേവ്‌ ചെയ്യാനും

മറ്റും ഉപയോഗിക്കുന്ന ഒരു കത്തി. ഞാൻ ഇതുകൊണ്ട്‌ എന്ത്‌ ചെയ്യുവാൻ. തെറ്റിപ്പോയതാകാം എന്നൊക്കെ ആലോചിച്ചു നിൽക്കുന്നതിനിടയിൽ മേരി വന്നു.

"റെഡി ആയോ അഷ്റഫ്‌ ." എന്നെ നോക്കി മേരി

"അതേയ്‌, എനിക്കൊന്നും മനസ്സിലായില്ല. ഇത്‌

ബാർബർ ഷോപ്പിലെ കത്തി ആണ്‌. മേരിയ്ക്ക്‌

തെറ്റി പോയോ." ഞാൻ പറഞ്ഞത്‌ കേട്ടപ്പോൾ

മേരിക്ക്‌ പൊട്ടിച്ചിരി വന്നു.

" ഇത്‌ ആശുപത്രികളിലും മറ്റും ഉപയോഗിക്കും.

ദാ , ആ കുട്ടീടെ തലയാകെ ചൊറിയും ചിരങ്ങുമായി പഴുത്തംമ്പിയിരിക്കുവാ. നന്നായി വടിച്ച്‌ വൃത്തിയാക്കിയാലേ എന്തെങ്കിലും ചെയ്യാൻ പറ്റൂ."

ഇത്‌ കേട്ടപ്പോൾ ഒരു വളിച്ച ചിരിയൊക്കെ എന്റെ മുഖത്ത്‌ വന്നു ഇടങ്ങി.

"അതേയ്‌, അറബിപ്പയ്യൻ ആണ്‌. പതുക്കെ സൂക്ഷിച്ച വടിച്ചില്ലങ്കിൽ വല്ല മുറിവോ പഴുത്ത അളിഞ്ഞിരിക്കുന്ന ബാഗത്തുന്നു ചോരയോ, ചലമോ വന്നാൽ കൊഴപ്പാകുമെ."

എന്നുള്ള മുന്നറിയിപ്പൊക്കെ തന്ന്‌ മേരി അവിടം വിട്ടു.

ഞാൻ ആ മുറി ചുറ്റും ഒന്നു നോക്കി. വേറെ വാതിൽ ഇല്ല. സൈഡിൽ കൂടി വാർഡിലേയ്ക്ക്‌

എശ്ശം. നേരെ പോയാൽ ഡോക്ടർമാരുടെ കൺസൽട്ടിങ്ങ്‌ റൂം, ഫാർമസി, മറ്റ പലതുമായി വേറെ വഴികളും കാണുന്നില്ല. ബുർഖയിട്ട്‌ ഇരിക്കുന്ന സ്ത്രീയുടെ മുൻപിലൂടെ മാത്രമേ പുറത്ത്‌ കടക്കാൻ പറ്റൂ.

കയ്യിൽ ഇരിക്കുന്ന കത്തികൊണ്ട്‌ സ്വയം കഴുത്ത്‌ അറക്കാം. അത്‌ അധിക നേരം കയ്യിൽ ഇരുന്നാൽ ചിലപ്പോൾ അങ്ങിനെ ചെയ്യ കൂടായ്തയില്ല. അതുകൊണ്ട അത്‌ അവിടെയുള്ള ഷെൽഫിൽ ഭദ്രമായി വച്ചു. അറബി കുട്ടിക്ക്‌ കുടിക്കുവാൻ തണുത്ത വെള്ളം എടുത്തു കൊടുത്തു. ആരെയും

നോക്കാതെ ബുർഖ ഇട്ട സ്ത്രീയുടെ മുൻപിലൂടെ പുറത്ത് കടന്നു. പിന്നെ ആരോട്ടും മിണ്ടാതെ സ്ഥലം വിട്ടു.

ഞാൻ മുറിയിൽ എത്തുന്നതിനു മുൻപേ മേരി എന്നെ തേടി അവിടെ എത്തി. കിട്ടിയ ജോലി

കൈവിട്ട് കളഞ്ഞെന്നും കണ്ടവരോടെല്ലാം പറഞ്ഞു.

ജോലി എന്താണെന്നോ കൂലി എത്രയാണെന്നോ എന്ന ചിന്തകൾക്ക് പ്രസക്തി ഇല്ലാത്ത കാലം. എന്റെ കൂടെ താമസിക്കുന്നവർ ബാത്ത്റൂം കഴുകുന്നവരും, ഹോട്ടലിൽ പാത്രം കഴുകുന്നവരും ദേര സിനിമയിൽ ഭക്ഷണവും, ചായയും, കോഫിയും, കോളയും, വിതരണം ചെയ്യുന്നവരും, മറ്റുമാണ്. ജീവിക്കാൻ ഒരു ജോലി വേണം.

എന്റെ ആ ഒളിച്ചോട്ടം പലർക്കും ഒരു ഷോക്ക് പോലെ ആയി. പലരും എന്നെ ഒളിഞ്ഞും തെളിഞ്ഞും വിമർശിക്കുവാൻ ഇടങ്ങി .

എന്റെ   നാട്ടുകാരും കൂട്ടുകാരും കുറ്റപ്പെടുത്തി.   ഗതി കെട്ടപ്പോൾ ഞാൻ അവരോടൊക്കെ

പറഞ്ഞു :

"ആയിരം റിയാൽ ശമ്പളം കിട്ടാത്ത ഒരു ജോലിയും എനിക്ക് വേണ്ട. ഞാൻ ചെയ്യില്ല."

"ഇവൻ ഇവിടെ ജോലി ചെയ്യുമെന്ന് തോന്നുന്നില്ല. എവിടെ കിട്ടാൻ ആയിരം റിയാൽ   ശമ്പളം.   അവാസി മുഹമ്മദാലി ഇക്ക, നരേഷ് ബാട്ടിയ, എന്നിവർക്കൊന്നും കിട്ടാത്തത് പുതുതായി വന്ന നിനക്ക് കിട്ടുകയില്ല, അഷ്റഫ് ." ഓരോരുത്തരും പറയാതെ പറഞ്ഞു.

വല്ലാത്തൊരു ദിവസം ആയിരുന്നു അത് . ഉച്ച

ഭക്ഷണം കഴിക്കാൻ പോലും വിശപ്പില്ലായിരുന്നു.

വളരെ വിഷമത്തോടെ ഞാൻ കണ്ണടച്ച കിടന്നു. ക്ഷീണം കൊണ്ട് അറിയാതെ ഉറങ്ങിപ്പോയി. പരിചയം ഉള്ള ശബ്ദം കേട്ടപ്പോൾ ഉണർന്നു നോക്കി:

"അച്ചപ്പേ.? മോനെ. ബാ .....?"

അയാൾ വിളിക്കുന്നു

"ന്താ നക്ക് പറ്റീത്, മൊഖം ബല്ലാണ്ടായീക്കുണ്.

മ്മക്ക് അതങ്ങ് എയ്ക്കി തീർക്കണ്ട മോനേ . ന്റെ മൈമ്മേൻ മോള കാത്ത ഇരിപ്പാവും
ട്ടാ."

അയാൾ തന്റെ കയ്യിലുള്ള കോള എനിക്കായ് വച്ച നീട്ടി

വരണ്ട തൊണ്ടയുമായി കിടന്ന ഞാൻ വളരെ

അവശനായിരുന്നു. അയാൾ കുടിച്ചതിന്റെ ബാക്കി ആയിരുന്നോ എന്നൊന്നും
നോക്കിയില്ല. ഒരു നന്ദി പോല്യം പറയാതെ ആർത്തിയോടെ ആ കോളക്കായി
കൈ നീട്ടി.

Xxxxxxxx

6

ദുബായിൽ നിന്നുള്ള ആദ്യത്തെ കത്ത്

അബ്ദാബിയിലെ എന്റെ ആദ്യത്തെ ജോലി ശൈഖ് ആബിദ് ഹസ്സൻ എന്ന് പേരുള്ള ഒരു പ്ലാന്റെഷൻ കമ്പനിയിൽ ആയിരുന്നു.അബ്ദാബി അലൈൻ റോഡിൽ മരുഭൂമിയിൽ മരങ്ങൾ നട്ടുവളർത്തി പരിപാലിക്കുന്ന കരാറുകൾ അവർക്ക് ആയിരുന്നു. എന്റെ സുഹൃത്തും നാട്ടുകാരനുമായ വി.കെ. ബ്രദേഴ്സിലെ ഒരാളായ അബു പറഞ്ഞിട്ടാണ് എനിക്ക് ആ ജോലി തരപ്പെട്ടത്. അതുവരെ എന്റെ ഇസ്മായിൽ അങ്കിളിന്റെ സഹായത്തിലാണ് കാര്യങ്ങൾ നടന്നിരുന്നത്. യഹ്യാ എന്ന ചെറുപ്പക്കാരൻ ആണ് എന്നോട് സംസരിച്ച് കാര്യങ്ങൾ വിശദീകരിച്ചത്. പുറത്ത് എവിടെയോ പഠനം നടത്തിയത് കൊണ്ടാവാം വിനയവും വിവേകവും അയാളിൽ കൂടുതൽ പ്രകടമായിരുന്നു.

അയാൾ എന്നോട് പറഞ്ഞു:

" ഹലോ മിസ്റ്റർ അഷ്റഫ്, ഇതൊരു പ്ലാന്റെഷൻ

കമ്പനി ആണ്. താങ്കൾ സൈറ്റ് സൂപ്പർവൈസർ

ആയിട്ടാണ് ജോലി ചെയ്യേണ്ടത്. ജോലിക്കാർ അധികവും ഇന്ത്യ പാകിസ്ഥാൻ രാജ്യങ്ങളിലെ

കാട്ടുകളിൽ പ്ലാന്റെഷൻ തൊഴിൽ ചെയ്തിരുന്ന കുലിക്കാർ ആണ്. എല്ലാ കാര്യങ്ങളിലും ശ്രദ്ധ വേണം. പ്രത്യേകിച്ച് ജോലിക്കാർ തമ്മിലുള്ള കൂട്ടത്തല്ല. താങ്കളുടെ മാസ ശമ്പളം എൺപത് ബഹ്റൈൻ ദീനാർ (ബി.ഡി.)." അതായത്, ഒരു ദീനാറിനു പത്ത് റിയാൽ വച്ച് എണ്ണൂറ് റിയാൽ.

"നല്ലത് തന്നെ. താങ്കൾക്ക് നന്ദി സാർ. ഒരു മിനിറ്റ് ഞാൻ പറയുന്നത് ഒന്ന് കേൾക്കുമോ സാർ." എന്റെ അപേക്ഷ അംഗീകരിച്ച അയാൾ

"യെസ്, പറയൂ."

"ദുബായിൽ എനിക്ക്, ഇതിന് മുൻപ് ഒരു ജോലി കിട്ടിയിരുന്നു. ആയിരം റിയാൽ ശമ്പളം കിട്ടാതെ ജോലിയൊന്നും ചെയ്യില്ലെന്ന് ഞാൻ എന്റെ കൂട്ടുകരോട്ടും മറ്റ ആൾക്കാരോട്ടും പറഞ്ഞുപോയി. അതുകൊണ്ട മാത്രം ദുബായ് വിട്ട പോരേണ്ടിയും

വന്നു. ദയവായി എന്റെ ആ വാക്ക് പ്രാവർത്തികം ആക്കാൻ താങ്കൾ എനിക്കൊരു അവസരം തന്ന് സഹായിച്ചാല്യം ."

എന്റെ അപേക്ഷ അയാൾ വളരെ ഏറെ കൗതുകത്തോടെ കേട്ടു. സാധാരണ നിലയ്ക്ക് ഇതുപോലെ പറയുന്നവരെ ആട്ടി ഓടിക്കുകയാണ് പതിവ്, എല്ലാ കാലത്തും.

അയാൾ ഒന്നും പറയാതെ ഇരുന്നപ്പോൾ ജോലി നഷ്ടപ്പെടുതല്ലോ എന്ന് കരുതി ഞാൻ വീണ്ടും ആ നല്ല മനുഷ്യനോട്:

"സർ, എനിക്ക് ദയവായി ആദ്യത്തെ മാസം മാത്രം ആയിരം റിയാൽ തന്നാൽ മതി."

അയാൾ ടീ ബോയിയെ വിളിച്ച് രണ്ട് കോഫി കൊണ്ടുവരാൻ പറഞ്ഞു. ഞാൻ ഈ നാട്ടിൽ പുതിയത് ആണെന്നും ഇതിന്ന് മുൻപ് മറ്റൊരു ജോലിയും ചെയ്തിട്ടില്ലെന്നും അയാൾക്ക് ഉറപ്പ് ആയി. കോഫി കുടിക്കുന്നതിന്നിടയിൽ

യഹയ:

"അഷ്‌റഫ്, ഇത് ഇന്ത്യ അല്ല. അവിടെ നിനക്ക്

ഇങ്ങനെയൊക്കെ പറയാം. എനിക്ക് ഇവിടെ സൈറ്റിൽ സൂപ്പർവൈസ് ചെയ്യാൻ ഒരാൾ

ഇപ്പോൾ അത്യാവശ്യം ആണ്. ഇന്നലെ അവിടെ കുറേ ജോലിക്കാർ തമ്മിൽ അടി നടന്നു. അതുകൊണ്ടു തന്നെ ഇന്ന് കുറേപ്പേർ ജോലിക്ക് വന്നിട്ടില്ല. മുറിയിൽ നിന്നും പുറത്ത്

ഇറങ്ങുന്നു മില്ല."

"ഞാൻ ജോലി ചെയ്യാം, സാർ. താങ്ക് യൂ."

അങ്ങനെ ഞാൻ ആ ജോലി സ്വീകരിച്ചു.

"ഓകെ, അഷ്‌റഫ്. താങ്കൾ ആവശ്യപ്പെട്ട ശമ്പളം സമ്മതിച്ചിരിക്കുന്നു. നാളെ കാലത്ത് വന്നാൽ

നമുക്ക് ഒരുമിച്ച പോകാം."

എന്റെ ജീവിതത്തിലെ ഏറ്റവും വലിയ ആത്മ

വിശ്വാസം പകർന്ന സമയം ഏതെന്ന് എനിക്ക ഇപ്പോഴും പറയാൻ പറ്റുന്ന ഏക നിമിഷം! ആ ചെറിയ പ്ലാന്റേഷൻ കമ്പനിയുടെ ചെറുപ്പക്കാരൻ മാനേജർ എന്നിൽ കയറ്റിവിട്ട വീര്യം പിൽക്കാല ഔദ്യോഗിക ജീവിതത്തിന്ന് വളരെയേറെ ആവേശവും ആത്മവിശ്വാസവും നൽകുന്ന ഒന്നായിരുന്നു. അതുകൊണ്ടു കൂടി ആവാം ഞാൻ പിൽക്കാലത്ത് ചെയ്ത മറ്റെല്ലാ ജോലികളും ആയിരം റിയാലിൽ കൂടുതൽ മാസ വരുമാനം ഉള്ളവ ആയിരുന്നു.

പിറ്റെന്ന് രാവിലെ അൽ വത്ബ എന്ന സ്ഥലത്തുള്ള പ്ലാൻന്റെഷൻ ക്യാമ്പിലേക്ക് ഞാനും യഹ്യായും പുറപ്പെട്ടു.

ഞങ്ങളടെ പ്ലാൻ: അവിടെ ചെന്നാൽ അയാൾ,ജോലിക്കാർക്ക് എന്നെ പരിചയപ്പെടുത്തും. അത് കഴിഞ്ഞു ഞാൻ അവരോട് സംസാരിക്കണം. കൂട്ടത്തിൽ– ഇനി തല്ല് ഉണ്ടാക്കിയാൽ പോലീസിൽ അറിയിക്കുമെന്നും കുറ്റക്കാർക്ക് അർഹിക്കുന്ന ശിക്ഷ കിട്ടുമെന്നും ഞാൻ അവരോട് പറയണം.

കമ്പനിയുടെ ഉടമസ്ഥൻ പറയേണ്ട കാര്യങ്ങൾ ഞാൻ എന്തിനാണാവോ പറയുന്നത് എന്ന് തോന്നിയെങ്കിലും മിണ്ടാതെ ഇരുന്നു.

അപ്പോഴാണ്, ജോലി കിട്ടിയ വിവരം ഞാൻ തലേന്ന് കൂട്ടുകാരുമായി പങ്ക് വെച്ചപ്പോൾ പ്രകാശൻ പറഞ്ഞത് ഓർത്തുപോയി.

"അഷ്റഫേ, പാകിസ്ഥാനി പട്ടാണികളാണ്. കൊന്ന മരുഭൂമിയിൽ കുഴിച്ച് മൂടും! ഒരു പട്ടിപോലും അറിയൂല്ല. തെളിവൊന്നും കാണുകയില്ല. സൂക്ഷിക്കണം."

എന്തായാലും കിട്ടിയ ജോലി വിട്ട കളയുവാൻ എനിക്ക് മനസ്സ് വന്നില്ല.

സൈറ്റിൽ മൊത്തം പാകിസ്ഥാനി കൂലികൾ ആണ്. നാലോ അഞ്ചോ സർദാർമാരെ കണ്ടതല്ലാതെ പറയത്തക്കതായി മറ്റ രാജ്യക്കാർ ആരേയും കണ്ടില്ല.

പറഞ്ഞ പോലെ കാര്യങ്ങളൊക്കെ അവതരിപ്പിച്ചു. മുൻകാല പരിചയം ഇല്ലെങ്കിലും മുറി ഹിന്ദിയും ഇംഗ്ലീഷും മിക്സ് ചെയ്ത് ഞാൻ പറയേണ്ടത് പറഞ്ഞു. അത് അവർക്ക് മനസ്സിലായി. ഒപ്പം രണ്ട് വിഭാഗവും പരസ്പരം പഴി ചാരിക്കൊണ്ട വീണ്ടും വാഗ്വാദത്തിലേക്ക് കടന്നു. അടി വീഴും മുൻപേ ഞാൻ കയറി ഇടപെടുകയും അത് ഒഴിവാക്കുകയും ചെയ്തു. പ്രശ്നം കൂട്ടമോ എന്ന ഭയം യഹ്യക്ക് ഉണ്ടായിരുന്നു. അയാൾ സന്തോഷത്തോടെ എന്നെ നോക്കി. ഞാനും.

"സാറ് മലയാളി ആണോ."പിന്നിൽ നിന്നുള്ള ചോദ്യം കേട്ട് തിരിഞ്ഞു നോക്കി.

"ഞാൻ ഇവിടത്തെ കുക്ക് ആണ്."മിണ്ടാൻ പേടി ആയി. മറ്റൊന്നം കൊണ്ടല്ല. ഈ മുൻപിൽ കാണുന്ന കോപാകുലരായ പഠാണികളുടെ കൂട്ടം എന്നെ ഭയപ്പെടുത്തുന്നില്ല. മറിച്ച് പിന്നിൽ നിൽക്കുന്ന ഈ ഒറ്റയാൾ രൂപം എന്നെ വല്ലാതെ അസ്വസ്ഥനാക്കുന്നു. ചെറിയ രൂപ വ്യത്യാസം മാത്രമേ രണ്ടിനും തമ്മിൽ ഒള്ളു. ബാക്കിയെല്ലാം ഒരേ പോലെ. തൊഴിൽ അടക്കം.

ഇനി അങ്ങനെ ഒരു കത്തെഴുതാൻ എനിക്ക വയ്യ. ഒരാളുടെ ഭാര്യ എഴുതിയ കത്ത് ഭർത്താവിന് വായിച്ച കേൾപ്പിക്കാനും അയാളുടെ വീർപ്പ് മുട്ടലുകൾക്കും ഗദ്ഗതങ്ങൾക്കും മൂക സാക്ഷി ആകാനും എനിക്ക് വയ്യ.

പത്തിരുപത് വയസ്സ് കഴിഞ്ഞ നിരാലംബയായയുവതിയുടെ ഏതാനും മണിക്കൂറിനുള്ളിൽ കൊട്ടി അടഞ്ഞുപോയ മണിയറ വാതിൽ. അതിനുള്ളിലെ മണവും വികാരവും എല്ലാം ആളി പടർന്ന് ഒരു തീ ജ്വാല ആകേണ്ടതിന്ന് പകരം കണ്ണീർ വീണ് കരിഞ്ഞമരുന്ന സ്വപ്നങ്ങളുടെ ഒരു കനൽ കൂമ്പാരം, ആ നിർഭാഗ്യവതിയുടെ ശാപ വാക്കുകൾ ഇതാ:

ഞാൻ വായിച്ച ആ കത്തിൽ നിന്ന് :"ങ്ങള് ന്റെ മനസ്സ് മാത്രം അല്ല ......

ങ്ങള് ന്റെ ശരീരവും ബെടക്കാക്കി ......

ദുഷ്ടാ ....

xxxxxxxxx

7

ദുബായിൽ നിന്നുള്ള ആദ്യത്തെ കത്ത്

ജീവിതത്തിൽ പലപ്പോഴും അസ്വസ്ഥമായ പല ചിന്തകളും എന്റെ മനസ്സിലേയ്ക്ക് കടന്നു വരാറുണ്ട്. അതിൽ ഒന്നാണ് സ്വയം തോന്നുന്ന അരക്ഷിതാവസ്ഥ. ഇന്നാട്ടിൽ ബിസിനസ് ചെയ്യുന്നവരും തൊഴിൽ ചെയ്യുന്നവരും അല്ലാത്തവരും ആയ ഭൂരിഭാഗം പേരും പലവിധ പ്രശ്നങ്ങളെ അഭിമുഖീകരിക്കേണ്ടി വരാറുണ്ട്.

ഓരോരുത്തർക്കും അത് ഒരേ വിധത്തിൽ ആവണം എന്നില്ല.

ഈ ആമുഖത്തിനു കാരണം :

മലയാളി സമാജത്തിൽ പോകാറുള്ള കാര്യം ഞാൻ മുൻപു പറഞ്ഞുവല്ലോ. അന്ന് മകളെ ഡാൻസ് ക്ളാസിൽ കൊണ്ടുവന്നു പോയതിനു ശേഷം എന്റെ മനസ്സ് വീണ്ടും വീണ്ടും അവിടേക്ക് പോകുവാൻ വെമ്പി. അത് മറ്റൊന്നും കൊണ്ടല്ല. അന്ന് കണ്ട ആ മനുഷ്യനെ വീണ്ടും കാണുക. പരസ്പരം കാണുമ്പോഴുള്ള ഞങ്ങൾ രണ്ടു പേരുടേയും പ്രതികരണങ്ങൾ മാറി മറിഞ്ഞു എന്റെ ഉള്ളിൽ പ്രതിഫലിക്കുവാൻ ഇടങ്ങി. അതുകൊണ്ടു തന്നെ ഞാൻ ഇടരെ സമാജത്തിൽ പോകുവാനും ഇടങ്ങി.

പ്രതീക്ഷക്കു വിപരീതമായി അടുത്ത കുറേ ദിവസങ്ങൾ അയാളുടെ പൊടി പോലും അവിടെങ്ങും കണ്ടില്ല. സമാജത്തിന്റെ ഇങ്ങേ തലക്കൽ പുറകിൽ മൂലയിൽ ഒരു ടീ ഷോപ്പ് ഉണ്ടായിരുന്നു. അവിടെ ചെന്ന് അദ്ദേഹത്തെ കുറിച്ച് തിരക്കിയപ്പോൾ പ്രത്യേകിച്ച് പ്രയോജനം ഒന്നും ഉണ്ടായില്ല. അയാൾ അവിടന്ന് ഒരു ചായ പോലും കുടിക്കാറില്ല എന്നാണ് കട നടത്തിയിരുന്ന യൂസഫ് പറഞ്ഞത്. സമാജത്തിൽ വല്ല പണിയും ഉണ്ടെങ്കിൽ അയാൾ വരും. അത്ര മാത്രം. അയാൾക്ക് തീരെ വയ്യ, ഒരു മാറാ രോഗി ആണെന്നു തോന്നുന്നു. യൂസഫ് അത്രക്കൂടി പറഞ്ഞപ്പോൾ എനിക്ക് വളരെയേറെ വേദനയും സങ്കടവും എന്റെ ഉള്ളിൽ ഉടലെടുത്തു. അയാളെ നേരിൽ കാണുവാനും കൂടുതൽ കാര്യങ്ങൾ അറിയുവാനും എന്റെ മനസ്സ് വെമ്പൽ കൊണ്ടു.

ആവശ്യമെങ്കിൽ സമാജം ഭാരവാഹികളുമായി ബന്ധപ്പെടുത്തി വേണ്ട സഹായങ്ങൾ ചെയ്യണം എന്നൊക്കെ സ്വയം മനസ്സിൽ പറഞ്ഞു സമാധാനിച്ചു.

പിന്നെ ഒരു ആഴ്ച കഴിഞ്ഞുകാണും. ഞാൻ അവിടെ നിൽക്കുമ്പോൾ അയാൾ അതാ സമാജത്തിനു ഉള്ളിൽ കടന്നു ആരെയും നോക്കാതെ എതിർ വശത്തു കൂടി നടന്നു പോവുകയാണ്. ബീഡി വലിക്കുന്നുണ്ട്.

ഞാൻ : "ശ്ശ്, ശ്ശ് ".

അയാൾ നോക്കാതെ നടന്നപ്പോൾ ഞാൻ വീണ്ടും :

"കോയാക്കാ"

അയാൾ തിരിഞ്ഞു എന്റെ നേരെ നോക്കി.

ഞാൻ കൈ പൊക്കി വിഷ് ചെയ്തു. അയാൾക്ക് അപ്പോഴും സംശയം, എനിക്ക് ആള് മാറി പോയതാണോ എന്ന്. തിരിഞ്ഞു നടക്കാൻ ഇടങ്ങിയപ്പോൾ ഞാൻ:

  "ങ്ങളെ തന്നെ"

"ഒരു മിനിറ്റ് ട്ടാ. ഈ പൊതി അകത്ത് വച്ചിട്ട് വരാമേ."

വള്ളുവനാടൻ ഭാഷ കൈവിട്ടോ എന്ന് എനിക്ക് തോന്നി. എന്തായാലും ആൾ ഉറപ്പായും ഞാൻ ഉദ്ദേശിക്കുന്ന കുത്ത് കോയ തന്നെ എന്ന് ഉറപ്പിച്ചു.

വളരെ പെട്ടന്നു അയാൾ തിരിച്ചു വന്നു. ചിരിച്ചു കൊണ്ട് എന്നെ നോക്കി.

"എന്തേ"

"എന്നെ അറിയുമോ" ഞാൻ

"ഇല്ല. ഓർമ്മ ഭരണില്ലാ ട്ടാ." അയാൾക്കും സംശയം

"എന്റെ പേര് അഷ്റഫ്" ഞാൻ

" നിങ്ങൾ കോയ എന്ന ആൾ തന്നെയല്ലേ ?"

"അതെ, മ്മടെ പേര് കോയ ന്ന്നേ. ങ്ങളെ ഞാൻ ഇബടെ ആദ്യായിട്ടാ കാണുണ് " വളരെ നിഷ്ക്കളങ്കമായി അയാൾ എന്റെ നേരെ നോക്കി പറഞ്ഞു.

" ബായി ബീഡി നന്നായി വലിക്കുന്നുണ്ട് ട്ടാ. നല്ല മണം ഉണ്ട്." എന്ന് ഞാൻ പറഞ്ഞപ്പോൾ തമാശയായി അയാൾ

"ദ് പറയാനാണാ ങ്ങള് എന്നെ ബിളിച്ചത് "

"എനിക്ക് നിങ്ങളെ നല്ല ഓർമ്മയുണ്ട് കോയാക്ക. മറക്കാൻ പറ്റുന്നില്ല. മറക്കാൻ പറ്റുമെന്നും തോന്നുന്നില്ല."

ഞാൻ പറഞ്ഞത് കേട്ട് പകച്ചു ചിരിച്ചു വായ് പൊളിച്ചു നിന്നുകൊണ്ട് അയാൾ "ഞാൻ എട്ട് കൊല്ലം ആയി ഈടെ ണ്ട്. മ്മള് തമ്മീ കണ്ടിട്ടില്ല അത്രന്നെ."

കോയാക്ക പറഞ്ഞത് കേൾക്കുന്നുണ്ട് എങ്കിലും ഈ മനുഷ്യനിൽ വന്ന ശാരീരിക മാറ്റം എന്നെ അത്ഭുതപ്പെടുത്തുകയും ഭയപ്പെടുത്തുകയും ചെയ്തു. എന്താ നിങ്ങൾക്ക് പറ്റിയത് എന്ന് ചോദിക്കണം എന്നുണ്ട്. അതിനു മുമ്പേ അയാൾ:

" ങ്ങള് നിക്ക് കത്ത് എയ്തി തന്നീക്കണ് ല്ലേ "

"എഴുതുക മാത്രം അല്ല, വായിച്ചും തന്നിട്ടുണ്ട്. നിങ്ങൾ ശരിക്കും മറന്നതാണോ ഇക്കാ "

"ന്റെ റബ്ബാണെ ങ്ങളെ നിക്ക് ഓർമ ബരണില്ല ബായി." അയാൾ ഇടർന്നു:

"ങ്ങള് മാത്രം അല്ലാ, ഒരു പാട് ആൾക്കാര് നിക്ക്
കത്ത് എഴ്ളി തന്നീക്കണ്. കത്ത് ബായ്ച്ചും തന്നീക്കണ് ണ്ട്. ഓര് എല്ലാരും
ന്റുള്ളില് ഇല്ല. പക്ഷേങ്ങില് അവര് ആരും തന്നെ എന്നെ മറക്കല. ഒറപ്പ്."
ഇതെല്ലാം പറയുമ്പോൾ അയാൾ നന്നായി കിതക്കുന്നുണ്ട്.
"ങ്ങള് വിഷമിക്കണ്ട ബായി. കുറെ ഏറെ കൊല്ലങ്ങൾ കഴിഞ്ഞില്ലേ മ്മള് തമ്മിൽ
കണ്ടിട്ട്." ഞാൻ പിന്നെയും അയാളോട് :
"ഞാൻ നിങ്ങളെ ആദ്യം കണ്ടത് 1972ൽ ആണ്. ഞാൻ വന്ന് ഒരാഴ്ച ആയി
കാണും. നായിഫ് റോഡിന് അടുത്ത മുറി. കാദർ ഹോട്ടൽ. ടൈപ്പിസ്റ്റ് മുഹമ്മത്
ഇക്ക. ഓർമ്മ വരുന്നുണ്ടോ കോയാക്കാ."
"അന്ന് ങ്ങള് പെണ്ണ് കെട്ടീല്ലാർന്ന ല്ലേ. ങ്ങള് ആള് ആകെ മാറീക്കണ് ട്ടാ."
ചിരിച്ചുകൊണ്ട് അയാൾ തുടർന്നു
"ങ്ങള് ന്റെ കത്ത് എഴ്ളാൻ പത്ത്‌ ദിവസത്തിൽ അധികം സമയം എട്ടുത്തീക്കണ്.
ഓർമ ണ്ടാ ങ്ങക്ക്. മ്മള് തമ്മിൽ കണ്ടിട്ട് പതിനഞ്ചു കൊല്ലം കൈഞ്ഞേക്കണ്. യാ
അള്ളാ."
എന്ന് പറഞ്ഞു മുന്നോട്ട വന്നു. പരിസരം മറന്നുകൊണ്ടുള്ള അയാളടെ കെട്ടി
പിടുത്തം എനിക്ക് വല്ലാതെ ഉള്ളിൽ തട്ടി.
"ങ്ങക്ക് ചായേം കടീം തരണം ന്നുണ്ട്. പച്ചേങ്കില്
കൊട്ടക്കാൻ ന്റെല് പൈസയില്ലാ."
അദ്ദേഹം കരയുന്ന പോലെ എനിക്ക തോന്നി. അതോടൊപ്പം തന്നെ അയാൾക്ക
ശരീരം മൊത്തം തളരുന്നത് പോലെ എനിക്ക് തോന്നി. ഞാൻ കടയിൽ നിന്ന്
ഒരു കുപ്പി വെള്ളം വാങ്ങി അയാൾക്ക് കുടിക്കുവാൻ കൊട്ടുത്തു. അയാൾ അത്
കുടിച്ചു, എന്നോട് ചോദിച്ചു :
"ന്നെ ന്റെ വീട്ടിൽ എത്തിക്കണം മോനേ. എന്ന് പറഞ്ഞു അദ്ദേഹം എന്റെ
തോളിലേക്ക് ചാഞ്ഞു.
"നിങ്ങള്‍ക്ക് വയ്യ കോയാക്ക. നമ്മുക്ക് ഡോക്ടറെ പോയി കണ്ടാലോ"
എന്റെ ചോദ്യത്തിനുള്ള മറുപടി ദയനീയമായ ഒരു നോട്ടം മാത്രം ആയിരുന്നു.
" പൈസ ഇപ്പാ ഇല്ല. പിന്നെ തരാം."'അത് മതി കോയാക്ക. നിങ്ങൾ എന്റെ
കൂടെ വരൂ."
ഞാൻ അയാളെ കാറിന്റെ പിൻസീറ്റിൽ കിടത്തി. ഇവിടെ എലെക്ക റോഡിൽ
സമാജത്തിനു തൊട്ടടുത്തുള്ള ഡോക്ടർ ദോഷി എനിക്ക് നേരത്തെ പരിചയം
ഉള്ള ലേഡി ഡോക്ടർ ആണ് .ഞാൻ ഡ്രെഡ്ജിങ്ങ് കമ്പനിയിൽ ജോലി
ചെയ്യുന്ന അവസരത്തിൽ അവർ ആയിരുന്നു കമ്പനി ഡോക്ടർ. വളരെ
ദയാലുവ്വും മനുഷ്യ സ്നേഹിയുമായ അവർ പൈസ ഒന്നും വാങ്ങാതെ ആണ്
പരിശോധന നടത്തിയത്. പ്രഷർ മുതലായ രോഗങ്ങൾ ഉണ്ടെന്നം പറഞ്ഞു.
അയാളെ കുറിച്ചുള്ള ഒരു ചെറിയ വിവരണം സ്വകാര്യമായി ഞാൻ ഡോക്ടറെ

ധരിപ്പിച്ചു. അത് കൊണ്ടാവണം അവരുടെ കയ്യിലുള്ള ചില സാമ്പിൾ മരുന്നുകളും അയാൾക്ക് കൊടുത്തു. പ്രഷറിനുള്ള മരുന്ന് മാത്രം പുറത്തു ഫാർമസിയിൽ നിന്നും വാങ്ങി.ആ ഒരു സാഹചര്യത്തിൽ കൂടുതൽ എന്തെങ്കിലും ചോദിക്കുവാനോ പറയുവാനോ എനിക്ക് തോന്നിയില്ല. അയാളെ വീട്ടിൽ കൊണ്ട് വിട്ട് തിരിച്ച പോരാൻ നേരം അയാൾ വളരെ കൃതാർത്ഥതയോടെ എന്നെ നോക്കി പറഞ്ഞു :
"മോനേ, ന്നെ പടച്ചോൻ കാക്കും. നിക്ക് ഇനി മരിക്കാൻ പേടിയൊന്നും ഇല്ല.
ഞാൻ ഒറ്റക്കാ."
ഞാൻ തിരിഞ്ഞു കൗതുകത്തോടെ "അതെന്താ അങ്ങനെ. കെട്ട്യോളും മോനും ഉണ്ടല്ലോ നിങ്ങക്ക്. നിങ്ങൾക്ക് വേണ്ടി ഞാൻ അവർക്ക് കത്തെഴുതിയത് എനിക്ക് നല്ല ഓർമയുണ്ട്. മരിച്ചാലും മറക്കാൻ പറ്റുമോ ഇതൊക്കെ."
"ഞാൻ പിന്നെ വരാം കോയാക്ക"
ഞാൻ പറഞ്ഞത് അയാൾ കേട്ടു, എന്നിട്ട് ആരോടെന്നില്ലാതെ അയാൾ പറയുകയാണ് :
"അത് അങ്ങനൊരു കാലം......!നിക്ക് ഇപ്പോ ആരും ഇല്ലാ......!
അവർ എവിടെ ആണെന്നും അറിഞ്ഞൂടാ....!
ആരുടെ കൂടെ ആണെന്നും അറിഞ്ഞൂടാ.....!"

ഞാൻ ദുഃഖത്തോടെ തിരിഞ്ഞു നടക്കുംപോഴും
അയാളുടെ വിങ്ങലുകൾ കേൾക്കാമായിരുന്നു :
"എല്ലാം കൊടുക്കുന്നവൻ നീ തന്നെ.....
എല്ലാം എടുക്കുന്നവനും നീ തന്നെ ....
ന്റെ റബ്ബേ കാത്തു കൊള്ളണേ ....."
ഉടരും ....

Dr. Doshi യുടെ ക്ലിനിക് താഴെ ഫോട്ടോവിൽ ഉള്ള പച്ച ഗ്ലാസ്സുള്ള കെട്ടിടത്തിന്റെ സ്ഥാനത്തു മുന്പ് ആഫ്രിക്കൻ ആൻഡ് ഈസ്റ്റേൺ ലിക്കർ ഷാപ്പ് ഉണ്ടായിരുന്ന കെട്ടിടത്തിൽ ആയിരുന്നു.

Xxxxxxxxxx

8

ദുബായിൽ നിന്നുള്ള ആദ്യത്തെ കത്ത്

എന്റെ ആദ്യത്തെ ജോലി മുൻപ് വിവരിച്ച പോലെ ഒരു പ്ലാൻന്റെഷൻ കമ്പനിയിൽ ആയിരുന്നു. അത് അധികനാൾ ഉണ്ടായിരുന്നില്ല. ഞാൻ ജോലി തുടങ്ങി ഒരു രണ്ടര മാസം കഴിഞ്ഞപ്പോൾ, നഴ്സറി വഴി കമ്പനിക്ക കിട്ടിയ മരച്ചെടികൾ നട്ടു കഴിഞ്ഞു. പിന്നെ ടാങ്കർ ലോറി ഉപയോഗിച്ച നനക്കുകയേ വേണ്ടൂ. അതുകൊണ്ടു പുതിയ വർക്ക് കിട്ടുന്നത് വരെ എല്ലാവരോടും വെയ്റ്റ് ചെയ്യുവാനും തിരിച്ച വീട്ടിലേക്ക പോകുവാനും കമ്പനിക്കാർ ആവശ്യപ്പെട്ടു. എനിക്ക് പറഞ്ഞ ശമ്പളം കൃത്യമായി തരുകയും ചെയ്തു. പിന്നീട് അവർ എന്നെ വിളിക്കുകയോ ഞാൻ അവരെ പോയി കാണുകയോ ഉണ്ടായില്ല. എന്നിരുന്നാലും അന്നത്തെ ആ ശമ്പളം എന്റെ അന്നുവരെ ഇവിടെ എനിക്ക് ഉണ്ടായിരുന്ന കടങ്ങൾ കൊടുത്തു തീർക്കുവാൻ ഉപകാരപ്പെട്ടു

അക്കാലത്ത് ഇവിടെ ജോലി ഒന്നും ഇല്ലെങ്കിലും ജീവിക്കുവാൻ ബുദ്ധിമുട്ട് ഒന്നും ഉണ്ടായിരുന്നില്ല. ആരെങ്കിലും ഒക്കെ സഹായിക്കുവാൻ ഉണ്ടാകും. ഹോട്ടൽ നടത്തുന്നവർ ജോലി കിട്ടുന്നത് വരെ ഭക്ഷണം കടം കൊടുക്കും. താമസ സ്ഥലത്തും അതുപോലുള്ള പല വിട്ടുവീഴ്ചകളും ലഭിക്കും. എനിക്ക് എന്റെ ഉമ്മവഴിയുള്ള മാമ അബു ദാബിയിൽ ഉണ്ടായിരുന്നു. അദ്ദേഹത്തിന്റെ പേര് ഇസ്മായിൽ. ഇവിടെ ഒരു കമ്പനിയിൽ എഞ്ചിനീയർ ആയിരുന്നു. ജോലി ശരി ആവുന്നത് വരെ അദ്ദേഹത്തിന്റെ എല്ലാ വിധ സഹായവും എനിക്ക് കിട്ടിയിരുന്നു. എല്ലാ ദിവസവും രാവിലെ ജോലി അന്വേഷിച്ച ഇറങ്ങും. അക്കാലത്ത പോലും ജോലി ഇല്ലാത്തവർക്ക് കുറവ് ഒന്നും ഇല്ല. മിക്കവാറും എല്ലാ ബാച്ചലർ മുറികളിലും ഒന്നും രണ്ടും വീതം തൊഴിൽ തേടുന്നവരേ കാണാം.
അതിൽ ചിലർ ആണ് വെളിയത്തുനാട് നിന്നുള്ള മുഹമ്മദ് ആലി, ആലയിൽ നിന്നുള്ള കുമാരൻ,കാട്ടൂർ നിന്നുള്ള മറ്റൊരു മുഹമ്മദ് അലി എന്ന കാട്ടൂരാൻ. ഞങ്ങൾ ഒന്നിച്ച് കുറച്ച കാലം ജോലി തേടി അലഞ്ഞിട്ടുണ്ട്. പിന്നീട് ഓരോരുത്തർക്കും ഓരോ ജോലി അങ്ങനെ തരപ്പെട്ടു.അന്ന് ഫാമിലി ആയി കഴിഞ്ഞിരുന്നവർ വളരെ കുറവ് ആയിരുന്നു എന്നു പറയാം. ഫ്ലാറ്റുകളുടെ എണ്ണവും കുറവ് ആയിരുന്നു. നഴ്സ് ആയും, ബാങ്കിൽ ക്ലർക്ക് ആയും, ചില വലിയ കമ്പനി ഓഫീസുകളിലും അക്കാലത്ത കുറച്ച് മലയാളി സ്ത്രീകൾ ജോലിക്ക് പോകുമായിരുന്നു. എന്റെ അറിവിൽ പെട്ട ആരും തന്നെ അക്കൂട്ടത്തിൽ

ഉണ്ടായിരുന്നില്ല. ഇന്ന് ആണെങ്കിൽ കുറെ ഏറെ അറിയുന്ന പെൺ കുട്ടികൾ ജോലി ചെയ്യുന്നവരും ജോലി തേടുന്നവരും ഉണ്ട്.

ഞങ്ങൾ അന്ന് താമസിച്ചിരുന്നത് അൽ ഹാസൻ പാലസിന് അടുത്തായിരുന്നു. ദിവാൻ അമീരി എന്ന സ്ഥലം കോറണീഷ് കടലോരം ചേർന്ന് കിടക്കുന്ന പഴയ വീട്ടകളുടെ ഹൗസിംഗ് കോളനി ആണ്. അബു ദാബി പഴയ മാർക്കറ്റിലേക്ക ഒരു പത്ത് മിനിറ്റ് നടക്കാൻ ഉള്ള ദൂരം മാത്രമേ ഇവിടെ നിന്നും അങ്ങോട്ട് ഒള്ള.
ചൂടകാലത്ത് ജോലി തേടി നടക്കുക ഏറെ ശ്രമകരം തന്നെയാണ്. ജൂൺ മാസം മുതൽ സെപ്റ്റംബർ അവസാനം വരെ നല്ല ചൂട് കാലം
ആണ്. അത് കഴിഞ്ഞാൽ കാറ്റും ചാറ്റൽ മഴയും അകമ്പടി ആയി തണുപ്പിന്റെ വരവ് ആണ്.

ഖാലിദിയ ഭാഗത്തായി അഹല്യ പ്രസോണിക് എന്ന ഒരു വലിയ ഡിപ്പാർട്ട്മെന്റ് സ്റ്റോർ ഉണ്ടായിരുന്നു. എന്റെ നാട്ടുകാരായ കുറെ പേർ അവിടെ ജോലി ചെയ്യിരുന്നു.
സഫറു, കാദർ,മുസമ്മിൽ, അബ്ദുള്ളക്കുട്ടി എന്നിവർ അവരിൽ ചിലർ മാത്രം. ഇപ്പോൾ അതൊന്നും ഇല്ല. അവരിൽ പലരും നാട്ടിലേക്ക് തിരിച്ച പോയി. മറ്റ ചിലർ ഇവിടെ ഇപ്പോഴും ഉണ്ട്.

അബൂദാബിയിലെ പഴയ സെൻട്രൽ മാർക്കറ്റ് പൊളിച്ചിട്ട് ഇപ്പോൾ കുറച്ച വർഷങ്ങൾ ആയി.അവിടെ ഇപ്പോൾ ട്രേഡ് സെന്റർകെട്ടിടങ്ങളും മറ്റ കച്ചവട സ്ഥാപനങ്ങളും ആണ്.

പഴയ സെന്റർ മാർക്കറ്റിൽ ആണ് ഞാൻ ആദ്യം വന്ന ടാക്സി ഇറങ്ങിയത്. എന്റെ നാട്ടുകാരായ വി. കെ. ബ്ബ്രതേർസിന്റെ എലൈറ്റ് സ്റ്റോർ അവിടെ ആയിരുന്നു. പിന്നെ ക്യാപിറ്റൽ ട്രേഡേഴ്സ് നടത്തിയിരുന്നത് പടിയൻ എന്ന പി. എം. മൊഹമ്മദാലിക്ക. ഇന്നത്തെ പ്രശസ്തം ആയ ലുലു ഗ്രൂപ്പിന്റെ മാത്ര സ്ഥാപനം ആയ എംകെ സ്റ്റോറും ഇതേ മാർക്കറ്റിൽ തന്നെയാണ് പ്രവർത്തിച്ചിരുന്നത്.

ഞങ്ങൾ ജോലി ഉള്ളവരും, ജോലി അന്വേഷിക്കുന്നവരും ഇവിടെ താഴെ ഫോട്ടോവിൽ കാണുന്ന മാർക്കറ്റിന്റെ നീല നിറം ഉള്ള ഭാഗത്തെ ഒഴിഞ്ഞ സ്ഥലത്ത് മിക്കവാറും ദിവസങ്ങളിൽ സമ്മേളിക്കുക പതിവ് ആയിരുന്നു. അത് ഞങ്ങൾ നാട്ടുകാരുടെ ഒരു മീറ്റിംഗ് പോയിന്റ് ആണന്നു വേണമെങ്കിൽ പറയാം. അവിടെ വച്ച് പ്രഗല്ഭരായ പലരെയും കണ്ടതായി ഓർക്കുന്നു. ദിലീപ് കുമാർ,

പാട്ടുകാരൻ മുഹമ്മദ് റാഫി, ഇടങ്ങി മലയാളം, തമിഴ്, തെലുഗു സിനിമ ലോകത്തെ പലരെയും കണ്ടതായി ഓർമ്മിക്കുന്നു.ഈ പഴയ മാർക്കറ്റിനു അടുത്തായി അതേ ഷെയ്ഖ് ഹംദാൻ റോഡിൽ അപ്പുറത് ടെലിവിഷൻ ബിൽഡിങ് എന്ന് അറിയപ്പെട്ടിരുന്ന പ്രസിദ്ധമായ കെട്ടിട സമുച്ചയം തലയെട്ടപ്പോടെ നിന്നിരുന്നു. അവിടെയും അക്കാലത്തെ സെലിബ്രിറ്റികളുടെ താവളം ആയിരുന്നു.

മേല്പറഞ്ഞ ടി വി ബിൽഡിങ്ങിന് പുറകിൽ പഴയ ഒറ്റ നില കെട്ടിടത്തിൽ എന്റെ നാട്ടുകാർ കുറെ പേർ താമസിച്ചിരുന്നു. ഞങ്ങൾ ആ വീടിനെ സ്നേഹപൂർവം വിളിച്ചിരുന്നത് കൊട്ടങ്ങല്ലൂർ

കോർട്ടേഴ്സ് എന്ന് ആണ്. നാട്ടിൽ നിന്നും ബൈ ഹാൻഡ് ആയി കൊണ്ടുവരുന്ന എഴുത്തുകൾ മിക്കതും അവിടെ ആണ് എത്തി ചേരുക. തൊട്ടടുത്തായി മലയാളി സമാജവും മാമയുടെ മെസ്സും ഉണ്ടായിരുന്നു. ഓർമയിൽ അവിടെ താമസിച്ചവർ ബക്കർ, പി.കെ. മോഹൻദാസ്.

കൊട്ടങ്ങല്ലൂർ കോർട്ടേഴ്സ് വളരെ ഏറെ കൊല്ലങ്ങൾക്ക് മുൻപ് പൊളിക്കുകയും ആ ബ്ലോക്കിൽ റോഡിനോട് ചേർന്ന ഭാഗത്തു അതിവിപുലമായ ഹംദാൻ സെന്റർ പണിത് ഉയർത്തുകയും ചെയ്തു. ബാക്കി ഉള്ള ഭാഗത്തു കാർ പാർക്കിങ് ആക്കി.

ഫോട്ടോകൾ കാണുക :

Photo courtesy not to me, but others who made them.

1. ഞാൻ താമസിച്ചിരുന്ന വീടിന്റെ പുറകുവശം
2. അൽ ഹൊസൻ പാലസ്
3. പഴയ മാർക്കറ്റ്
4. അഹല്യ പ്രസൂണിക്
5. ഹംദാൻ സെന്റർ
6. പഴയ ടെലിവിഷൻ ബിൽഡിങ്ങ്

HAMDAN CENTRE

Al Ahlia
Shopping Centre
alahlia

9

ദുബായിൽ നിന്നുള്ള ആദ്യത്തെ കത്ത്

എല്ലാ ദിവസവും ജോലി അന്വഷിച്ചു നടക്കുക എന്നത് വളരെ വലിയ ഒരു ജോലി ആയിരുന്നു. എല്ലാ കാലത്തും അങ്ങനെ ഒക്കെ തന്നെയാണ്. വെറുതെ ഇരുന്നാൽ നമ്മുടെ മുൻപിൽ ഒന്നും വന്നു ചേരുകയില്ല എന്നാണ് എന്റെ അനുഭവം. ആത്മാർത്ഥമായ പ്രവർത്തനവും,പ്രാർത്ഥനയും, വിശ്വാസവും, നല്ലവർ ആയ ആൾക്കാരുടെ സഹായവും ഉണ്ടെങ്കിൽ തീർച്ചയായും എന്തെങ്കിലും പ്രയോജനം പ്രതീക്ഷിക്കാം.

ഞാൻ മുൻപ് ജോലി ചെയ്തിരുന്ന പ്ലന്റേഷൻ കമ്പനിയിൽ എന്നോടൊപ്പം വേറെ രണ്ടുമൂന്നു പേരും തിരിച്ചു പോകാത്തവർ ഉണ്ടായിരുന്നു.
ഇടയ്ക്കു അവരും എന്റെ കൂടെ ജോലി തിരക്കി പോകുവാൻ വരും. അതിൽ ഒരാൾ സ്വദേശിയും സ്വന്തം ആയി വാഹനവും ഉള്ള അഹമ്മദ് സലേഹ് ആയിരുന്നു. മറ്റ രണ്ട് പേർ അഫ്ഗാനിസ്ഥാനിൽ നിന്നുള്ള നാസർ, മുനീർ എന്നിവർ.

സ്ഥിരമായി ഞങ്ങൾ ജോലി തിരക്കി പോയിരുന്നത് അന്നത്തെ വ്യവസായ മേഖല ആയിരുന്ന നജ്ദാ റോഡിനോട് ചേർന്ന സ്ഥലത്തു ആണ്. എന്നെ ഏറെ ആകർഷിച്ചതും അത്ഭുത പെടുത്തിയതും ആയ ഒരു ടാങ്ക് അവിടെ കണ്ടു. ഓനിയൻ ടാങ്ക് എന്നു പറയുന്ന ഇതു് കാഴ്ചയിൽ വലിയ ഉള്ളി കമിഴ്ത്തി വച്ചതു പോലെ ആണ്. താഴെ ഫോട്ടോ കാണാം. ഞാൻ മറ്റെങ്ങും അതുപോല്ലുള്ള ഒരെണ്ണം കണ്ടിട്ടില്ല. അത് ആ സ്ഥലത്തെ വാട്ടർ ടാങ്ക് ആണന്ന് ഞാൻ അറിയുന്നത് കുറെ കാലങ്ങൾക്ക് ശേഷം ആണ്.
കാറ്റർ പില്ലർ, സിസിസി, ഒസിസി, മുതലായ പ്രസിദ്ധമായ പല കമ്പനികളും അവിടെ ഉണ്ട്.ഈ വ്യവസായ മേഖല പിന്നീട് കുറച്ച് ദൂരെ മറ്റൊർ ഭാഗത്തേക്ക് മാറ്റുകയുണ്ടായി. പിന്നീട് ആണ് നാലഞ്ചു വർഷം കഴിഞ്ഞപ്പോൾ ഇന്നത്തെ വ്യവസായ നഗരം ആയ മുസഫ രൂപം കൊണ്ടത്.
ഹൈദരാബാദുകാരൻ ആയ എന്റെ സുഹൃത്തു ഫൈസൽ ഒരു ദിവസം ജോലി തേടി അറബിയുടെ അടുത്ത് ചെന്നു. സിവിൽ ഡിപ്ലോമ പാസ്സ് ആയി നാട്ടിൽ ജോലി ചെയ്ത പരിചയം ഉള്ള ആൾ.
അറബി പുതിയ ഒരു സ്ഥാപനം ഇടങ്ങി അധികം നാൾ ആയിട്ടില്ല. ഓഫീസും മറ്റ കാര്യങ്ങളും ഏർപ്പാട് ആയി വരുന്നു. ആ കമ്പനിക്ക് ഇവിടന്ന് കുറച്ച അകലെ ഉള്ള ദ്വീപിൽ ഒറ്റ നില കെട്ടിടങ്ങൾ പണിയുന്നതിന് കോൺട്രാക്ക് കിട്ടി. എല്ലാ

നിലക്കും ഫൈസൽ ആ ജോലിക്ക് യോഗ്യനാണ്. എന്നാൽ കമ്പനി ഉടമക്ക് ഫൈസലിനെ വേണ്ട.

ഫൈസൽ എന്നോട് പറഞ്ഞു അവിടെ പോയി ജോലി ചോദിക്കാൻ. ഞാൻ പോയി. എന്റെ സർട്ടിഫിക്കറ്റുകൾ മൊത്തം അയാൾ അവിടെ വാങ്ങി വച്ചു. അന്ന് ഫോട്ടോ കോപ്പി ഒന്നും ഇല്ല. എല്ലാം ഒറിജിനൽ അവിടെ കൊടുത്തു.

ഞാൻ കുറെ ദിവസങ്ങൾ ആ കമ്പനി ഉടമയെ തേടി കറങ്ങേണ്ടി വന്നു. കണ്ടെത്തുന്നില്ല. മനസ്സ് അസ്വസ്ഥമായി ഇടങ്ങി. സർട്ടിഫിക്കറ്റുകൾ തിരിച്ച കിട്ടിയാൽ മതി എന്നായി. അവസാനം ഫൈസൽ എനിക്ക് ആ അറബിയുടെ വീട്ട് കാണിച്ച തന്നു. അറബി താമസിച്ചിരുന്ന വീട് പഴയ മാർക്കറ്റിനു അടുത്തുള്ള ഇറാനിയൻ എംബസ്സിയുടെ പുറകിൽ ആണ്.എല്ലാ ദിവസവും രാവിലെ ഞാൻ ആ വീട്ടിൽ എത്തും. ആരെയും കാണുകയില്ല. അവിടെ എപ്പോഴും കാണുക സന്തോഷം മാത്രം കൈമുതൽ ആയി ചിരിച്ച നടക്കുന്ന ഒരുമലയാളിയെ ആണ്. എന്റെ പ്രയാസം മനസ്സിലാക്കിയത് കൊണ്ടാവാം അയാൾ എന്നോട് കാര്യം തിരക്കി. ഞാൻ എല്ലാം വിശദമാക്കി പറഞ്ഞു. അയാൾ ചിരിച്ചുകൊണ്ട് അകത്തു പോയി ഒരു കടലാസു പെട്ടി പുറത്ത് കൊണ്ടുവന്നു. എല്ലാം ഇതിൽ ഉണ്ടാവും നോക്കി എടുത്തു കൊള്ളു എന്ന് കേട്ടപ്പോൾ തന്നെ സമാധാനം ആയി.

അറബിയിൽ ഉള്ള പത്രങ്ങളും കടലാസുകളും ആ പെട്ടി നിറയെ ഉണ്ട്. കൂട്ടത്തിൽ എന്നെപ്പോല്വള്ള കുറെ പാവങ്ങളുടെ സർട്ടിഫിക്കറ്റുകളും.

ഏന്റെത കിട്ടുവാൻ കുറച്ച പരതി നോക്കേണ്ടി വന്നു. സഹായം നൽകിയ മലയാളിയെ നന്ദിപൂർവം ഓർക്കുന്നു. നേരെ നായരുടെ മെസ്സിൽ പോയി അയാളോടൊപ്പം ചായ കുടിച്ചു.

ഞാൻ അബു ദാബിയിൽ വന്നപ്പോൾ എന്റെ ആദ്യത്തെ ലഞ്ച് എലൈറ്റ് സ്റ്റോർ ഉടമകൾ ആയ സയ്ദ് മുഹമ്മദ്, അബു, ക്യാപിറ്റൽ സ്റ്റോർ ഉടമയായ മൊഹമ്മദാലിക്ക എന്നിവർ ഒരുമിച്ച് ആയിരുന്നു. ആ ലഞ്ച് കഴിച്ചതും ഇതേ നായരുടെ മെസ്സിൽ നിന്നു തന്നെ.

അബു ദാബിയിലെ ആദ്യത്തെ കോഓപറേറ്റീവ് സ്റ്റോർ. കുറെ മലയാളികൾ ജോലി ചെയ്തിരുന്ന സ്ഥലം. കോർണിഷ് റോഡിൽ പെട്രോളിയം എക്സിബിഷൻ ബിൽഡിങ്ങിന്റെ താഴെ ഉണ്ടായിരുന്നത് മാത്രം ഇപ്പോൾ ഇല്ല. ആ സ്ഥലത്ത വളരെ മികച്ച ഒരു സ്റ്റാർ ഹോട്ടൽ സമുച്ചയം ആണ്. എന്നാൽ അതിനോട് ചേർന്ന് പുറകിൽ നിലകൊണ്ടിരുന്ന ബ്രിട്ടീഷ് എംബസിയും അവരുടെ സ്ഥലവും കെട്ടിടങ്ങളും നല്ല നിലയിൽ ഇപ്പോഴും നിലകൊള്ളുന്നു.

പോളിയിങ്ങ് കമ്പനി വളരെ പ്രസിദ്ധം ആണ്.മസ്കറ്റിലെ പല ഭാഗങ്ങളിൽ റോഡ് കോൺട്രാക്ട് ആ കമ്പനിക്ക് കിട്ടി. അബു ദാബിയിലെ അവരുടെ

ഓഫീസിൽ ഞാൻ ജോലിക്ക് അപേക്ഷ കൊട്ടുത്തു. അപേക്ഷ വായിച്ചു നോക്കി മലയാളി ഉദ്യോഗസ്ഥൻ എന്നെ നോക്കി ചോദിച്ചു:

"കാൽക്കുലേറ്റർ മെഷീൻ ഓപ്പറേറ്റ് ചെയ്യാൻ അറിയുമോ ?"

അള്ളദത്തോടെ ഞാൻ : "ഇല്ല സാർ."

അയാൾ വീണ്ടും : " ടെലിഫോൺ സൂച്ചബോർഡ് ഓപ്പറേഷൻ പരിചയം ഉണ്ടോ ?"വീണ്ടും ജാള്യതയോടെ ഞാൻ " ഇല്ല സാർ. ഞാൻ ഇതൊന്നം ഇതുവരെ കണ്ടിട്ടില്ല. "ഏതോ ഒരു പുരാവസ്തു കണ്ട കളിയും പരിഹാസവും ഉള്ള അയാളുടെ മുഖവും ആ പറഞ്ഞ ഉപകരണങ്ങൾ ഉപയോഗിക്കുവാൻ അറിയാത്തത് കൊണ്ട് ചമ്മിപോയ എന്റെ എന്റെ മുഖവും ഒന്ന് ഓർത്തു നോക്കൂ.

പിന്നീട് ആണ് മനസ്സിലാവുന്നത്, ഇതൊക്കെ അക്കാലത്ത് ജോലി ഉള്ള ചില അല്പന്മാരായ ആളുകളുടെ കുസൃതികൾ ആയിരുന്നെന്ന്.

ഒമീർ ട്രാവൽ കമ്പനിയിൽ ജോലി ഉള്ള സലാം ഇക്ക എന്നോട് വളരെ സ്നേഹവും അടുപ്പവും കാണിക്കുന്ന, ഞാനും ഏറെ ബഹുമാനിക്കുന്ന ആൾ ആണ്. അദ്ദേഹം എന്നോട് :

"ടൈപ്പിസ്റ്റ് ആയി ജോലി ചെയ്യമോ. ഇവിടെ ഒരു ചാൻസ് ഉണ്ട്."

ഞാൻ : " അത്ര വലിയ സ്പീഡ് ഇല്ല. എന്നാലും ടൈ ചെയ്യാം ."

അങ്ങനെ ടെസ്റ്റ് എടുക്കുന്ന മുറിയിൽ ഞാൻ ഇരിക്കുന്നു. ടൈപ്പ് ചെയ്യേണ്ട മാറ്ററിനു വെയിറ്റ് ചെയ്യുന്നു. എന്റെ മുൻപിൽ ഉള്ളത് ഒരു സാധാരണ പഴയ ടൈപ്പ്റൈറ്റർ ആണ്.ഞാൻ അത് കൊട്ടിയും തട്ടിയും പ്രാക്ടീസ് ചെയ്യുന്നു.

സലാം: " സ്പീഡ് പ്രശനം ഇല്ല. തെറ്റാതെ ചെയ്യുക."

അഞ്ചു മിനിറ്റ് കഴിഞ്ഞപ്പോൾ മാത്യൂസ് എന്നയാൾ വന്നു പറഞ്ഞു:

"ദാ, ഇത് ടൈപ്പ് ചെയ്യൂ, ആ കാണുന്ന ഇലക്ട്രിക് ടൈപ്പിംഗ് മെഷീനിൽ."

പുറത്തു പുതപ്പിച്ച് വച്ചിട്ടുള്ള ആ പുത്തൻ മെഷീൻ അന്നാണ് അവിടെ എത്തിയിട്ടുള്ളത്.ഞാൻ സലാം ഇക്കായെ നോക്കി. അദ്ദേഹം ചിരിച്ചുകൊണ്ട് പറഞ്ഞു."ഇത് ഇയാൾ കരുതി കൂട്ടി ചെയ്യുന്നത് ആണ്. വേറെ വേകൻസി വരുമ്പോൾ ഞാൻ പറയാം."അപ്പോൾ തോമസ്:

" ഇതിന്മേലും ടൈപ്പ് ചെയ്യാൻ പറ്റിയ ഒരാൾ വേണ്ടേ സലാം."

അപ്പോൾ സലാം: " ഞാൻ കൊണ്ട വന്ന ആൾ തന്നെ ഇതിനു വേണം അല്ലേ തോമസ് ."

ഒന്നും പറയാതെ, ഞാൻ മെല്ലെ പുറത്തു കടന്നു. വേറെ ജോലി നോക്കി പോയി.

ഏറ്റവും കൂടുതൽ ആളുകൾക്ക് ജോലി കിട്ടുവാൻ സാധ്യത ഉള്ളത് അബുദാബി ഡിഫൻസിൽ ആണ്. രാവിലെ തന്നെ എഴുന്നേറ്റ് ഡിഫൻസിന്റെ ഗ്രൗണ്ടിന് മുൻപിൽ എത്തണം. ഫെൻസിങ് നടത്തി വട്ടത്തിൽ വിശാലമായ ഗ്രൗണ്ട് ആണ്. ആൾക്കാർ നേരത്തെ സ്ഥലം പിടിച്ചിട്ടുണ്ടാവും.

ഓഫീസർമാർ വന്ന് ഗ്രൗണ്ടിന് ചുറ്റും നടക്കും.

ത്താബ്ലാക്ക് (കുക്ക്) ആളുണ്ടോ – അവർ വിളിച്ചു പറയുമ്പോൾ നാലു ഭാഗത്തു നിന്നും ആയിരം കൈകൾ ഉയരും ഞാൻ, ഞാൻ, ഞാൻ. ഈ ആയിരം കൈകളിൽ നിന്ന് ഉദ്യോഗസ്ഥൻ ഒരു കൈ സെലക്ട് ചെയ്യും. അയാളിൽ നിന്ന് അവശ്യം ഉള്ള പാസ്പോർട്ടും സർട്ടിഫിക്കറ്റുകളും വാങ്ങും.

അതോടെ ആ മനുഷ്യൻ രക്ഷ പെട്ടു. ജോലി കിട്ടി എന്ന് ലോകം മുഴങ്ങേ പ്രഖ്യാപിക്കാം. ഇങ്ങനെ ക്ളർക്, സ്റ്റോർ കീപ്പർ, ഓഫീസ് ബോയ് മുതലായ ആയിര കണക്കിന് അവസരങ്ങൾ ആണ് അവിടെ ഉള്ളത്. മലയാളികളുടെ എണ്ണം വളരെ കൂടുതൽ ഉണ്ടായിരുന്നത് അബ്ദാബി ഡിഫൻസിൽ ആയിരുന്നു. ഇടക്കാലത്ത് വച്ച് അവരുടെ ശമ്പളവും ഇരട്ടിയോളം വർധിപ്പിച്ചു.

നാട്ടിൽ ഒരു അവസരത്തിൽ കൊള്ളാവുന്ന വിവാഹം കിട്ടുവാൻ മേൽ പറഞ്ഞ ഡിഫൻസിലെ ജോലിക്ക് മുൻതൂക്കം ഉണ്ടായിരുന്നു.

അടിമ, ഉടമ എന്നൊന്നും നോക്കാതെ നാട്ടിൽ സോഷ്യലിസം മെല്ലെ പുൽകാൻ ഇടങ്ങിയതും ഇക്കാലത്ത് തന്നെയാണ്.

ഞാൻ കുറെ പ്രാവശ്യം അവിടെ പോയിട്ടുണ്ട്. എനിക്ക് നല്ല പൊക്കം ഉണ്ട്. എന്റെ കൈകൾക്ക നല്ല നീളവും ഉണ്ട്.

പക്ഷേ, ആ ഉദ്യോഗസ്ഥന്മാർ ഒരാളുടെ കണ്ണിൽ പോലും പെടുവാൻ എനിക്ക് കഴിഞ്ഞിരുന്നില്ല.മറിച്ച് എന്റെ പുറകിൽ നിൽക്കേണ്ടി വന്ന പല പാവം തൊഴിൽ അന്വേഷകരുടെയും കണ്ണിലെ കരട് ആവാൻ മാത്രമേ എനിക്ക് അപ്പോൾ കഴിയു മായിരുന്നൊള്ളൂ.

ഫോട്ടോകൾ :

Foto courtesy not to me, but to others who made it.

1. ജീവിതത്തിലെ ആദ്യ കളർഫോട്ടോ

2. Onion ടാങ്ക് – water tank ആണ്

3. അബു ദാബി കോ ഓപ്പറേറ്റീവ് സൊസൈറ്റി
   ഡിപാർട്ട്മെന്റ്സ്റ്റോർ

ജീവിതത്തിലെ ആദ്യ കളർഫോട്ടോ

Onion ടാങ്ക് – water tank ആണ്

അബ്ബു ദാബി കോ ഓപ്പറേറ്റീവ് സൊസൈറ്റി ഡിപാർട്ട്മെന്റ്സ്റ്റോൾ

10

ദുബായിൽ നിന്നുള്ള ആദ്യത്തെ കത്ത്

രണ്ട് ദിവസം മുൻപ് എനിക്ക് ഒരു ഫോൺ കാൾ വന്നു. എന്നേക്കാൾ വളരെ പ്രായം കുറവ് ഉള്ള ഒരാൾ. ഞങ്ങൾ ഇടക്കൊക്കെ കാണുക പതിവാണ്. അയാൾക്ക് കോവിഡ് സ്ഥിരീകരിച്ചു. പ്രത്യേക മായ ഒരു മരുന്നും കിട്ടിയിട്ടില്ല. പാരാസെറ്റമോൾ കഴിക്കാൻ ആരോ പറഞ്ഞു. കൂടാതെ ഇഞ്ചി നീരും ചെറുനാരങ്ങ നീരും കഴിക്കുന്നുണ്ട്. എല്ലാ കാര്യങ്ങളും നിയന്ത്രണ വിധേയം ആണ്. "എന്നാൽ ഇപ്പോൾ എനിക്കു നല്ല വിശപ്പ് ഉണ്ട് സാറെ. ഭക്ഷണം ഓർഡർ ചെയ്തിട്ട് ഇതേ വരെ ഒന്നും എത്തിയില്ല." ഞാൻ ആ ചെറുപ്പക്കാരനെ സമാധാനിപ്പിച്ചു. ഭക്ഷണം എത്തിച്ചു കൊടുത്തു. നിലവിലെ പ്രശ്നങ്ങൾ പങ്കു വെച്ചു. അദ്ദേഹം ഇപ്പോൾ സുഖമായി ഇരിക്കുന്നു.

ഈ കൊറോണ കോവിഡ് കാലം വേണ്ടിവന്നു. മനുഷ്യർ എല്ലാവരും ഒരേ രീതിയിൽ ചിന്തിക്കാൻ. ഒരേ പോലെ മാസ്കും ഗ്ലൗസും ധരിക്കാൻ. ഒരേ രീതിയിൽ സാമൂഹ്യ അകലം പാലിക്കാൻ. ഒരു പക്ഷെ സാംസ്കാരികമായ ഒരു പരിണാമ പ്രക്രിയ മനുഷ്യ കുലത്തിൽ കടന്നു കയറുക ഇങ്ങിനെ ഒക്കെ ആവാം. നമ്മുടെ നാളെ കളിലെ ബാഹ്യ സ്നേഹ പ്രകടനങ്ങൾ ഇമോജി മെസാജുകളിൽ ഒതുങ്ങി പോയേക്കാം.

ബേങ്ക് കളിൽ പോലും പണം എടുക്കുവാൻ ആളുകൾ വളരെ കുറവ്. ഇന്ത്യയും പാകിസ്ഥാനും, അമെരിക്കയും ചൈനയും മാത്രമല്ല ലോകം മുഴുവൻ കൊറോണ വൈറസിനെ ഇരത്താൻ പാട്പെടുന്നു. എല്ലാവർക്കും സംസാരിക്കാൻ ഒരേ ഒരു വിഷയം മാത്രം. എങ്ങനെ ഈ ദുരിതത്തിൽ നിന്നും രക്ഷ നേടാം. ഇപ്പോഴാണ് ആദ്ദുരാലയങ്ങൾ ഏവരുടെയും ആരാധനാലയങ്ങൾ ആയത്. ഇന്ന് ലോകത്തിൽ ഒരിടത്തും ഒറ്റ ആതുരാലയങ്ങൾ പോലും അടഞ്ഞു കിടക്കുന്നില്ല. അതുപോലെ തന്നെ ലോകത്തിൽ ഒരിടത്തും ഒറ്റ ആരാധനാലയം പോലും തുറന്നു കിടക്കുന്നും ഇല്ല. അഥവാ അങ്ങിനെ ഉണ്ടെങ്കിൽ തന്നെ അതാത സ്ഥലങ്ങളിലെ നീതി പീഠങ്ങൾ അത് തെറ്റാണെന്നു വിലയിരുത്തും, തീർച്ച. ഡോക്ടർമാരും നഴ്സുമാരും മറ്റ ആശുപത്രി ജീവനക്കാരും എല്ലാം ദൈവ ദൂതൻമാർ ആണെന്ന് പോലും പല രാജ്യക്കാരും പറയുന്നു. യുദ്ധ കാലത്തു സംഭവിക്കുന്നതിനേക്കാൾ കൂടുതൽ മരണം. അതിന്റെ അനേക ഇരട്ടിയോളം

രോഗികൾ. ലോകം മുഴുവൻ ഉള്ള പോലീസ്, പട്ടാളം, മറ്റെല്ലാ ഗവൺമെൻറ് സംവിധാനങ്ങളും എന്തിനേറെ ഭരണ കൂടങ്ങൾ പോലും എല്ലാം മറന്ന് ജനങ്ങളെ വൻ ദുരന്തത്തിൽ നിന്നും രക്ഷ പെടുത്തുവാനായി പെടാപ്പാടിലാണ്.

ഒരു ബാരൽ ക്രൂഡ് ഓയിൽ സൂക്ഷിക്കാൻ ഭൂമിയിൽ സ്ഥലം ഇല്ലാത്ത അവസ്ഥ. എവിടെയും എല്ലാം ഫുൾ. ആർക്കും വേണ്ട. ലോകം മുഴുവൻ ലക്ഷ കണക്കിന് ലക്ഷ്വറീ ഹോട്ടലുകൾ കാലി. അടഞ്ഞു കിടക്കുന്നു. വിമാനങ്ങൾക്ക് പാർക്ക് ചെയ്യാൻ റൺവേകൾ അടച്ചിടേണ്ടി വരുന്നു. വിദ്യാഭ്യാസ സ്ഥാപനങ്ങൾ മുതൽ കച്ചവട കേന്ദ്രങ്ങൾ വരെ അടഞ്ഞു കിടക്കുന്നു.അങ്ങനെ പറഞ്ഞാൽ തീരാത്ത അത്ര പ്രശ്ന ബാഹുല്യം നമുക്ക് ചുറ്റും വളർന്നു വരികയാണ്.

എന്റെ ബഹുമാന്യ പിതാവ് കുറച്ച ദിവസങ്ങൾക്ക് മുൻപാണ് മരണപ്പെട്ടത്. പോകാനോ കാണാനോ പറ്റിയില്ല. എന്റെ മകളും പേരക്കുട്ടികളും അവളുടെ കുടുംബവും ഇവിടെ അടുത്താണ് താമസിക്കുന്നത്. കണ്ടിട്ട് മാസം രണ്ട് കഴിഞ്ഞു. ഞാനും എന്റെ ഭാര്യയും ഈ വീട്ടിൽ നിന്ന് പുറത്തു ഇറങ്ങിയിട്ട് പോലും രണ്ട മാസത്തോളം ആയി. ഒന്നോ രണ്ടോ പ്രാവശ്യം ല്പല മാർക്കറ്റിൽ പോയി ഷോപ്പിങ്ങ് നടത്തി. ഇവ എന്റെ മാത്രം പ്രശ്നങ്ങൾ അല്ല.

മനുഷ്യ കുലം മുഴുവൻ നേരിടുന്ന ഒരു പ്രതിസന്ധി.

ഇതൊക്കെ ഇന്ന് അല്ലെങ്കിൽ നാളെ എഴുതേണ്ടവ തന്നെ ആണ്. ഈ കൊറോണ– കോവിഡ് കാലം മറക്കാൻ ആർക്കാണ് കഴിയുക.

എന്റെ പല നല്ല ചിന്ത കളുമായി ചേർന്ന് നിന്നിരുന്ന കുറച്ച് നല്ല മനുഷ്യർ ഇന്ന് ജീവിച്ചിരിപ്പില്ല. ചിലർ നാട്ടിലേക്ക് തിരിച്ച പോയി. വളരെ കുറച്ച പേരെ മാത്രമേ ഇപ്പോൾ ഇവിടെ കാണാൻ കഴിയൂ.

എഴുത്തും വായനയും അറിയാത്ത അപൂർവ്വം ആൾക്കാരെ ഞാൻ എന്റെ ഇടക്ക കാലത്ത് ഇവിടെ കണ്ടിട്ടുണ്ട്. അവർക്കെല്ലാം സ്നേഹവും സഹാനുഭൂതിയും നല്കാൻ ഞാൻ വളരെ ശ്രദ്ധ വച്ച. മാത്രമല്ല അവരുടെ വരും തലമുറയ്ക്ക് വേണ്ട ഉയർന്ന വിദ്യാഭ്യാസത്തിന്റെ അവശ്യകത ബോധ്യപ്പെടുത്തുവാൻ എനിക്ക് കഴിയാറുണ്ട്. അവരിൽ പലരുടെയും മക്കൾ നല്ല നിലയിൽ എത്തിയ കാര്യം അഭിമാനപൂർവം എന്നെ അറിയിക്കാറും ഉണ്ട്.

ഞാൻ കത്ത് എഴുതി കൊടുക്കുന്ന കാലത്ത് മോമ്മൻ എന്ന കോയക്കടെ മകന് നാലു വയസ്സ് മാത്രമേ പ്രായം കാണൂ. ആ കുട്ടിയെ നല്ല പോലെ പഠിപ്പിക്കണം എന്നും എന്നാൽ മാത്രമേ നല്ല ഭാവി ഉണ്ടാകൂ എന്നും ഞാൻ പറഞ്ഞു.

ഉടനെ കോയ : "ഞാൻ ഇന്നു തന്നെ അവനു വേണ്ടി ഒരു ജപ്പാൻ പൈലറ്റ് പേന വാങ്ങുന്നുണ്ട്. നാട്ടിൽ ആരെങ്കിലും പോകുമ്പോൾ കൊടുത്തയക്കാം."

അയാളുടെ അവിവേകം ഗൗനിക്കാതെ ഞാൻ പറഞ്ഞു.

"അവൻ സ്കൂളിൽ പോയി തുണ്ടങ്ങീട്ട് പോരെ.
ആദ്യം നല്ല ഒരു സ്കൂളിൽ ചേർക്കുക. നന്നായി വളർത്തുക. സ്നേഹിക്കാൻ
പഠിപ്പിക്കുക. പതുക്കെ എല്ലാം ശരിയാകും."

"പേന വാങ്ങാൻ ഉള്ള കാശ് ഇപ്പോൾ എന്റെ കയ്യിൽ ഉണ്ട്. നാളത്തെ കാര്യം
ആർക്കറിയാം."ആ മറുപടിക്ക് മറുത്തു ഒന്നും ഞാൻ പറഞ്ഞില്ല.

കാലം ഇത്രയും കഴിഞ്ഞു പോയത് എത്രയോ വേഗത്തിൽ!

അയാളെ ഡോക്ടറെ കാണിച്ച പോന്നതിന ശേഷം ഒന്ന് രണ്ട പ്രാവശ്യം പോയി
കണ്ടു. അസുഖം കുറഞ്ഞ സന്തോഷം ആ മുഖത്തു കാണാമായിരുന്നു.

എന്റെ മകളുടെയും മറ്റ ചില കുട്ടികളുടെയും ഡാൻസ് പ്രോഗ്രാം ആ വരുന്ന
വ്യാഴാഴ്ച ദിവസം സമാജത്തിൽ അരങ്ങേറ്റം പരിപാടി ഉണ്ടായിരുന്നു. ഞാൻ
ഏതാനും ദിവസങ്ങൾ അവളുടെ പ്രാക്ടീസിനും, ഡ്രസ്സ്, കോസ്റ്റ്യം മുതലായ
കാര്യങ്ങൾക്കും നടക്കേണ്ടി വന്നു. പ്രോഗ്രാം വളരെ നന്നായിരുന്നു എന്ന്
എല്ലാവരും അഭിപ്രായപ്പെട്ടു. മകൾക്കും അത് വളരെ ഉത്സാഹം ആയി.
കുറേ ദിവസങ്ങൾക്കു ശേഷം വീണ്ടും കോയാനെ കാണാൻ ഞാൻ പോയി.
അയാളെ പറ്റി കൂടുതൽ അറിയുവാൻ സ്വാഭാവികമായും ഞാൻ ആഗ്രഹിച്ചു
ഞങ്ങൾ ഒന്നിച്ച അന്നത്തെ കോർണിഷ് കടലോര മണൽ പരപ്പിൽ എത്തി.
ഞാൻ തിരക്കി : "മകൻ ഇപ്പോൾ"പെട്ടന്നുള്ള മറുപടി : "പതിനെട്ട ആവുന്നു."
വീണ്ടും ഞാൻ : "അതെല്ലാ എനിക്ക് അറിയേണ്ടത്"
അയാൾ സംശയത്തോടെ : "പിന്നെ ?"
" മോൻ സ്കൂളിന്റെ പടി കാണുന്നതിന മുമ്പേ ജപ്പാൻ പൈലറ്റ് പേന വാങ്ങിയത്
ഓർമ്മയുണ്ടോ ങ്ങക്."ഞാൻ ചിരിക്കുന്നത് ശ്രുദ്ധിക്കാതെയുള്ള മറുപടി:
"ആ, തന്നെ. അതെയ്, ന്റെ അയലോക്കത്തെ
 അയ്യ ഹാജീന്റെ മോൻ. ഓന്റെ കീച്ചേല്ലും ഒള്ളത് പൈലറ്റ് പേന ആണേ."

"എന്നിട്ട ആ പേന ഇപ്പോഴും മോന്റെ കയ്യിൽ ഉണ്ടോ?"
എന്റെ ചോദ്യം അയാളെ വേദനിപ്പിച്ചെന്നു തോന്നി:

"ഇല്ല. അത് അവന് കൊട്ടുത്തു അയക്കാൻ എനക്ക് പറ്റീല."
വിശ്വാസം വരാതെ ഞാൻ : "പിന്നെ?"

" ഇപ്പഴും അത് എന്റെ പെട്ടീല് ന്നെ ണ്ട്."

തന്റെ സ്വപ്നങ്ങൾ പോലും പരിഹസിക്കുന്നഅയാളോട് ഞാൻ ഇനി എന്ത് പറയാൻ.

"ഓൻ പൊട്ടൻ. പഠിച്ചില്ല. ഒമ്പതിൽ തോറ്റ. പിന്നെ സ്കൂളീ പോയില്ല."

അയാൾക്ക് പിന്നെയും എന്തൊക്കെയോ പറയണം എന്നുണ്ട്. അത് എനിക്ക് കേൾക്കണ്ട എന്ന് ഞാനും.

ദാരിദ്ര്യത്തിന്റെ നിഴലിൽ നിയന്ത്രണങ്ങൾ ഒന്നും ഇല്ലാതെ വഴി തെറ്റി വളരേണ്ടി വരുന്ന നിരപരാധികളായ ഇനിയും എത്രയോ ബാല്യ കൗമാരങ്ങൾ !

ഇടക്രം ....

Photo courtesy not to me, but others who made it.

Photos:

1. സമാജം. കാണികൾക്കിടയിൽ മുൻപിൽ ഞാനും ഭാര്യയും കുടുംബ സുഹൃത്തുക്കളും

2. വി ആർ യങ്ങ് നൈറ്റ് ഈസ് യങ്ങ് എന്ന പാട്ടിന്റെ നൃത്താവിഷ്ക്കാരം. എന്റെ മകളും ഉണ്ട്.

3. കോർണീഷ് കടപ്പറം അന്ന്.
4. കോർണീഷ് കടപ്പറം ഇന്ന്.

എന്റെ മകൾ സമിത (വലത്തേ
അറ്റത്തു)കൂട്ടുകാരുമായി
സമാജം സ്റ്റേജ് പ്രോഗ്രാം

ഞാനും ഭാര്യ ഫൗസിയയയും കോർണിഷ്
കടപ്പുറം(മുകളിൽ)
അതേ സ്ഥലം ഇപ്പോൾ താഴെ ഫോട്ടോ കാണൂ.

കോർണീഷ് കടപ്പുറം അന്ന്.

കോർണീഷ് കടപ്പുറം ഇന്ന്

xxxxxxxxxx

കോർണിഷ് കടപ്പുറം. മുകളിലുള്ള അതേ സ്ഥലം ഡ്രഡ്ജ്
ചെയ്ത് പുതിയ പണികൾ നടത്തി മോടി വരുത്തിയത്

11

ദുബായ് നിന്നുള്ള ആദ്യത്തെ കത്ത്

ഞാൻ ആദ്യമായി നാട്ടും വീടും വിട്ട് പോരുമ്പോൾ കൂടുതൽ യാത്ര അയപ്പൊ പറച്ചിലോ വേണ്ടി വന്നില്ല. ഞങ്ങളുടെ ഉണ്ണി അമ്മായിയുടെ ഭർത്താവു അബ്ദുല്ല മാമ വിസ കൊടുക്കുന്ന ആളെ ഏർപ്പാടു ചെയ്ത. ബാപ്പാടെ കയ്യിൽ ഉള്ളത് കൂടാതെ, കൊച്ചമ്മായിയും, വല്യ എളിമയും കുഞ്ഞുമമമാരും കൂടി വിസയുടെ പൈസക്കും മറ്റ യാത്രാ ചെലവുകൾക്കും വേണ്ട സാമ്പത്തിക സഹായം കടമായി നൽകി.

എന്റെ രണ്ട വെല്ലിമ്മാ മാരും പത്തു രൂപ വച്ച് എനിക്ക് തന്ന പോക്കറ്റ് മണി എത്രയോ ഐശ്വര്യപൂർണം ആയിരുന്നെന്ന് ഇപ്പോൾ ഓർത്തു പോവുകയാണ്. പരസ്പരം ബന്ധപ്പെടാൻ വളരെ സാധ്യത കുറവുള്ള അവരുടെ ഈ പത്തു രൂപ സമന്വയം എന്നെ അത്ഭുദപ്പെടുത്തി. അതിൽ എന്റെ ബാപ്പാന്റെ ഉമ്മ- എന്ന മഹൽ പ്രതിഭ ഞാൻ പോന്ന ഒരു കൊല്ലം കഴിയും മുൻപേ മരിച്ച പോയി. ഉമ്മ- ന്റെ ഉമ്മ- എന്ന അടുത്ത മഹൽ പ്രതിഭ പിന്നെയും ഇരുപത് കൊല്ലം കഴിഞ്ഞാന്ന് കാല യവനികക്കുള്ളിൽ മാഞ്ഞു പോയത്.

അങ്ങനെ ഒരു ദിവസം വിസ രെജിസ്റ്റർ പോസ്റ്റ് വഴി വന്നു.   ഒരു ബുദ്ധി മുട്ടം ഇല്ലാതെ ഞാൻ ഇങ്ങ പോന്നു.   എല്ലാവരെയും   ഞാൻ എപ്പോഴും വളരെ സ്നേഹപൂർവ്വം ഓർമ്മിക്കുന്നു.

ഞാൻ പോകുന്നതിൽ വീട്ടുകാർക്ക് വിഷമം ഉണ്ടാവുക സ്വാഭാവികം. എന്റെ കൂട്ടുകാർ ആയ തമീം, അബ്ബ സഹിബ്,ചാലിൽ അബ്ദൽ കാദർ, ബാബു, ച്ചളക്കടവിൽ മൊയ്ദീൻ എന്നിവരോട് വിവരം പറഞ്ഞു.   പിന്നെ എന്റെ പ്രിയ ഗഫൂർ മാമയോടും.

മേൽ പറഞ്ഞവരിൽ അബ്ബ, അബ്ദൽ ഖാദർ,മൊയ്ദീൻ എന്നിവർ ഇന്ന് നമ്മോടൊപ്പം ഇല്ല. ബാബു ദുബായിൽ ഉണ്ട്.

പിന്നെ എന്റെ എക്കാലത്തെയും പ്രിയ താരം തമീം ആണ് ഉള്ളത്. അഞ്ചു പതിറ്റാണ്ടിനും അപ്പറം ഏതോ ഒരു സുന്ദര സുവർണ നിമിഷത്തിൽ സുഎുത്തുക്കൾ ആയ ഞങ്ങൾക്ക് ഇടയിൽ ഇന്ന് വരെ പരസ്പരം പങ്ക വെക്കാൻ സ്നേഹവും വിശ്വാസവും അല്ലാതെ മറ്റൊന്നും തന്നെ ഇല്ല.

പണ്ട് കൊടുങ്ങല്ലൂർ അമ്പലം ഗ്രൗണ്ടിൽ വൈകുന്നേരങ്ങളിൽ ഞങ്ങൾ കുറെ പേർ കൂട്ടുക പതിവ് ആയിരുന്നു. പത്തു പതിനഞ്ചു പേർ എങ്കിലും ദിവസവും കാണും. ഞാൻ അടുത്ത ഒരു ആഴ്ച്ചക്കുള്ളിൽ നാട് വിട്ട് പോകുന്ന കാര്യം അവരേയും അറിയിച്ചു. പിന്നീട് ഒരിക്കലും ആ സായാഹ്ന സദസ്സിന്റെ ഭാഗം അകാൻ എനിക്ക് കഴിഞ്ഞിട്ടില്ല. മാത്രമല്ല ഇപ്പോൾ അങ്ങിനെ ഒരു ഒത്തുചേരൽ ആ സ്ഥലത്ത് ഇല്ലന്നു തന്നെ പറയാം. അവരിൽ അധികം പേരെയും പിന്നീട് ഒരിക്കൽ പോലും കാണുക പോലും ഉണ്ടായിട്ടില്ല.അവർ ഓരോരുത്തരും ഓരോരോ വഴിയെ സ്വന്തം ജീവിതം കരുപ്പിടിപ്പിക്കാൻ ഉള്ള പ്രയാണത്തിൽ എവിടൊക്കെയോ എത്തി പെട്ടിട്ടുണ്ട്. ചിലർ ഗൾഫിൽ തന്നെ പലേടത്തും ജോലി ചെയ്യുന്നുണ്ട്. മറ്റു ചിലർ സർക്കാർ ജോലിയിൽ കയറിട്ടുണ്ട്. അല്ലാത്തവർ ബോംബെ ഡൽഹി മദിരാശി എന്നീ പട്ടണങ്ങളിലോ   അല്ലെങ്കിൽ നാട്ടിൽ തന്നെ സെറ്റിൽ ചെയ്യവരോ ആയി കാണാം.ആരുടെയും പേരുകൾ പറഞ്ഞാൽ ശരിയാകില്ല. കാരണം, ആരെയെങ്കിലും മറന്നു വിട്ടു പോയാൽ, വെറുതെ ഒരു നൊമ്പരത്തിന്റെ ചെറു കനൽ ഉള്ളിൽ കടന്നു കൂടിയേക്കാം.

ഞാൻ പണ്ട് തമീമിനോട് പറയുമായിരുന്നു. "കൂടിയാൽ അഞ്ചു കൊല്ലം മാത്രമേ അവിടെ   നിൽക്കൂ. പിന്നെയിങ്ങു തിരിച്ചു പോരും. നാട്ടിൽ വല്ല ജോലിയും കിട്ടിയാൽ ഇവിടെ കൂടാം" .എന്നിട്ടിപ്പോൾ കൊല്ലം എത്ര കഴിഞ്ഞിരിക്കുന്നു. ഞങ്ങൾ കൂട്ടുകാർക്കൊക്കെ എന്തെല്ലാം മാറ്റങ്ങൾ വന്നിരിക്കുന്നു. ആരൊക്കെ ബാക്കിയുണ്ട് എന്നു പോലും പലർക്കും അറിഞ്ഞുകൂടാ.

എന്റെ കൂടെ പനങ്ങാട് ഹൈസ്കൂളിൽ പഠിച്ചിരുന്ന യൂസഫ് ബോംബേക്ക് പോകുന്നവിവരം ഞങ്ങളുടെ സുഹൃത്ത് ഇട്ടുപ്പള്ളി മുഹമ്മദ് പറഞ്ഞു. യൂസഫും കൂടെ മറ്റു രണ്ടു പേരും ഉണ്ടായിരുന്നു. കൊച്ചിയിൽ നിന്നും ഒരു വൈകുന്നേരം ഞങ്ങൾ നാലുപേരും ബോംബെയിലേക്ക് വണ്ടി കയറി. സ്റ്റേഷനിൽ എന്നെ യാത്ര അയക്കാൻ എന്റെ ബാപ്പ, രണ്ടു എളാപ്പമാർ വന്നിരുന്നു. വേറെ ഒരു കസിൻ എളാപ്പ പാലക്കാട് വരെ ഞങ്ങളുടെ കൂടെ യാത്ര ചെയ്തു.

ബന്ധുക്കളും   സുഹൃത്തുക്കളും   അയൽ   വാസികളും   ആയ   കുറെ ആൾക്കാരുടെസ്നേഹവും   പ്രാർത്ഥനയും   സഹകരണവും   അനുഗ്രഹവും എന്നോടൊപ്പം ഉണ്ടെന്നു എനിക്ക് പലപ്പോഴും ബോധ്യ പെട്ടിട്ടുണ്ട്. ഇവിടെ വന്നതിനു ശേഷവും എന്റെ ബന്ധുക്കളും നാട്ടുകാരും സുഹൃത്തുക്കളും എന്നെ വളരെ ഏറെ സ്നേഹിക്കുകയും കൂടെ നിൽക്കുകയും ചെയ്തിട്ടുണ്ട്.

ഞാൻ ഒരു ലീവ് വേകൻസി ഒഴിവിൽ എയർ കണ്ടിഷനുകൾ വിൽക്കുന്ന എ ഡി ടി സി എന്ന കമ്പനി വർക്ക് ഷോപ്പിൽ ജോലി ചെയ്തു രണ്ട് ആഴ്ച ആയപ്പോൾ മറ്റൊരു സ്ഥിരം ജോലി കിട്ടി.എന്റെ സുഹൃത്തും നാട്ടുകാരനം ആയ എലൈറ്റ് അബ്ദുവിന്റെ പരിചയം ഉള്ള മംഗളൂരുകാരൻ ഇസ്മയിൽ വഴി അബു ദാബി ടെലിഫോൺ ടെലിഗ്രാഫ് (എ ഡി ടി ടി) കമ്പനിയിൽ ടെലിഫോൺ ഓപ്പറേറ്റർ ആയിട്ട്. 1973 മെയ് ഒന്നിന് ആണ് ആ ജോലിക്ക് ഇടക്കം കുറിച്ച ദിവസം.

അന്ന് മുതൽ രണ്ട് ആഴ്ചയോളം ട്രെയിനിങ്ങും മറ്റുമായി കടന്ന് പോയി. ഇടക്കത്തിൽ ഒരു ജോലി എന്ന നിലക്ക് ഇഷ്ടം തോന്നി എങ്കിലും പിന്നീട്, സ്ത്രീകൾക്ക് പറ്റിയ ഒരു തൊഴിൽ ആണ് അതെന്ന് ബോധ്യപ്പെട്ടു. എന്ന് വെച്ച ആ ജോലി വിട്ട കളയാനൊന്നും എനിക്ക് യാതൊരു പ്ലാനം ഇല്ലായിരുന്നു.

അപ്പോഴേക്കും എന്റെ നിലവിലെ ദുബായ് വിസ തീരുവാൻ സമയം അടുത്തിരുന്നു. അപ്പോഴത്തെ സ്പോൺസറിൽ നിന്ന് റിലീസ് കിട്ടിയാൽ മാത്രമേ പുതിയ വിസ സ്റ്റാമ്പ് ചെയ്യവാൻ പറ്റൂ.

അങ്ങനെ കുറെ നാൾ ആ സ്പോൺസറെ തിരക്കി നടന്നെങ്കിലും കണ്ടെത്താൻ കഴിഞ്ഞില്ല. ജോലി ചെയ്യുന്ന കമ്പനി വിസ മാറ്റവാൻ നിർബന്ധിച്ച തുടങ്ങി. എന്റെ ഒരു സുഹൃത്ത് നന്നായി വരക്കുന്ന ആൾ ആണ്. ഞാൻ അയാളോട് എന്റെ പ്രശനം പറഞ്ഞപ്പോൾ അയാൾ എന്റെ പാസ്പോർട്ട് വാങ്ങി കയ്യിൽ വെച്ച് ഒരു ആഴ്ച കഴിഞ്ഞു വരാൻ പറഞ്ഞു

ബാബു എന്ന് അറിയപ്പെടുന്ന ഐ എ ൽ ബാബു ആയിരുന്നു അന്നത്തെ കമ്പനിപി ആർ ഒ അദ്ദേഹം ഒരു ദിവസം എന്നെ വിളിച്ചു പുതിയ വിസക്ക് വേണ്ട പേപ്പറുകളിൽ ഒപ്പ് ഇട്ടുവിച്ച. എന്നിട്ട്, നാളെ റിലീസ് പേപ്പർ കൊണ്ട വരണം, ഒരാഴ്ച്ചക്കകം പുതിയ വിസ അടിച്ച പാസ്പോർട്ട് തിരികെ തരാം എന്ന പറഞ്ഞു. ഞാൻ ശരി സാർ എന്ന് പറഞ്ഞു എങ്കിലും കാര്യങ്ങൾ പ്രശനം ആണല്ലോ എന്ന വിഷമം ഉള്ളിൽ ഒളുക്കി.

എന്റെ പാസ്പോർട്ട് വാങ്ങി വച്ച സുഹൃത്തിന്റെ പേര് ആർട്ടിസ്റ്റ് മത്തായി എന്നാണ്. അയാൾ ഇടക്കൊക്കെ മദ്യപിക്കും. ഞാൻ ജോലി കഴിഞ്ഞു പോകുമ്പോൾ ആണ് അദ്ദേഹത്തെ കാണുക. എന്നാൽ അടുത്ത ഒന്നുരണ്ട ദിവസം അയാളെ കണ്ടില്ല. പിറ്റേ ദിവസം രാവിലെ തന്നെ ഞാൻ മത്തായിയുടെ വീട്ടിൽ എത്തി. അയാൾ പാതി ഉറക്കത്തിൽ ആയിരുന്നു. ഒരു കവർ എടുത്ത് എന്റെ കയ്യിൽ തന്നു.

ഞാൻ പുറത്ത വന്ന ഇറന്ന നോക്കി. നല്ല ഒരു കമ്പനി ലെറ്റർ ഹെഡിൽ ഇംഗ്ലീഷിലും അറബിയിലും ആയി എന്റെ റിലീസ് ലെറ്റർ പ്രിന്റ് ചെയ്ത അഹമ്മദ് മൊഹമ്മദ് സലേഹ് എന്ന അറബിയുടെ പേര് എഴുതി ഒപ്പിട്ട് സീൽ ചെയ്ത വച്ചിരിക്കുന്നു.

കമ്പനിയിൽ ചെന്ന് ബാബു സാറിന്റെ കയ്യിൽ പാസ്സ്പോർട്ടും റിലീസ് ലെറ്ററും കൊടുത്തു. അദ്ദേഹം ഒന്നും പറയാതെ എല്ലാം വാങ്ങി വെച്ചു. ഒരു ആഴ്ച ആയില്ല, ബാബു സാർ വിളിച്ചു. ഞാൻ ചെന്നു. പുതിയ വിസ അടിച്ച പാസ്പോർട്ട് എന്റെ കയ്യിൽ തന്നു. എനിക്ക് വിശ്വസിക്കാൻ കുറേ സമയം എടുത്തു. പാസ്സ്പോർട്ടുമായി നേരെ മത്തായി സാറിന്റെ അടുത്തേക്ക് ഓടി. ആദ്യം അയാളെ കെട്ടി പിടിച്ച ഒരുമ്മ കൊടുത്തു. പിന്നെ അയാൾക്കും ജീവിക്കണ്ടേ. ഞാൻ കുറവൊന്നും വരുത്തിയില്ല

അവർ എല്ലാവരും നല്ല ആയുരാരോഗ്യത്തോടെ ജീവിക്കട്ടെ എന്ന് ഞാൻ പ്രാർത്ഥിക്കുന്നു. അവരെ പറ്റി ഒരറിവും എനിക്ക് ഇപ്പോൾ ഇല്ല.
ഒരിക്കലും കാണാത്ത സ്പോൺസറും, ബാബു സാറും, ആർട്ടിസ്റ്റ് മത്തായിയും. ഇവരെ മറക്കാൻ എനിക്ക് കഴിയുമോ?
ഏകദേശം ഒരു കൊല്ലം കഴിഞ്ഞപ്പോൾ എന്റെ അനുജൻ സലിം , പിന്നെ എളിമായുടെ മകൻ സലാം എന്നിവർ ഒരുമിച്ച ഇവിടെ എത്തുകയുണ്ടായി . അവരും ഇരുപതു കൊല്ലത്തിൽ അധികം കാലം ഇവിടെ ജോലി ചെയ്യവരും വീട്ടും വീട്ടുകാരെയും സംരക്ഷിക്കാനും സ്വയം രക്ഷ പെടാനും അവസരം കിട്ടിയവരും ആണ്.
എന്റെ ഡ്യൂട്ടി ഇടക്കൊക്കെ ക്യാഷ് കാൾ ബൂതിൽ ആവുക പതിവാണ്. അങ്ങനെയുള്ള ഒരു ദിവസം വളരെ ദുഃഖിതൻ ആയി ഒരു സായ്പ് എന്റെ അടുത്ത് വന്നു. അയാൾക്ക എന്തോ പ്രശനം ഉണ്ടെന്നുള്ള കാര്യം ഉറപ്പ്. വെള്ളം അടിച്ച വന്നതാവാം എന്നാണ് ഞാൻ ആദ്യം ധരിച്ചത്. തിരക്ക് കുറവ് ആയതുകൊണ്ട് ആ വ്യക്തിയെ വേണ്ടവിധം കൈകാര്യം ചെയ്യാൻ പറ്റി. ആറിന്റെ ഡോളർ നോട്ട് ഒരെണ്ണം എന്റെ കയ്യിൽ തന്നു. അച്ഛന്ന് തീരെ വയ്യാ. അർജന്റ് ആയി ആംസ്റ്റർഡാമിലേക്ക് വിളിക്കണം. വിളിക്കേണ്ട നമ്പർ, ആളിന്റെ പേര് എന്നീ കാര്യങ്ങൾ എഴുതി സ്ലിപ്പിൽ ആറിന്റെഡോളർ പിൻ ചെയ്തു വെച്ചു. സ്വിച്ച് ബോർഡിൽ കാൾ കണക്ക് ചെയ്യുന്ന ഇക്ബാലിനോട് വിവരം പറഞ്ഞു. ഇക്ബാൽ പെട്ടന്ന് കാൾ കണക്ക് ചെയ്ത കൊടുത്തു. അയാൾ സംസാരിക്കുന്നത് കണ്ടു. മറ്റൊരു കസ്റ്റമർ വന്നത കൊണ്ട് എനിക്ക് പുതിയ ആളമായി ഇട പെടേണ്ടി വന്നു. ഇതെല്ലാം
കഴിഞ്ഞു നോക്കിയപ്പോൾ സായ്പ് സ്ഥലം വിട്ടിരിക്കുന്നു. അയാളുടെ ആറ് ഡോളർ എന്റെ കയ്യിൽ പെട്ടിരിക്കുന്നു. അയാളുടെ കോൾ സ്റ്റാറ്റസ് പാർട്ടി അവൈലബിൾ അല്ല. അതുകൊണ്ട് ചാർജ് ഇല്ല. അവിടെ എല്ലാം തിരക്കി എങ്കിലും ആളെ കണ്ടില്ല.
അടുത്ത ദിവസവും അതേ സമയത്ത തന്നെ സായ്പ് എത്തി. അർജന്റ് കാൾ വേണം എന്ന് പറഞ്ഞു വീണ്ടും ആറിന്റെ ഡോളർ എന്റെ നേരെ നീട്ടി. കഴിഞ്ഞ

ദിവസത്തെ പേഴ്സനൽ കോളിന്റെ പൈസ എന്റെ കയ്യിൽ ഉണ്ടെന്ന് പറഞ്ഞു. സ്വന്തം അച്ഛനെ ആണ് തലേന്ന് കാൾ ചെയ്തത് എന്നും അപ്പോഴാണ് അച്ഛൻ മരിച്ചെന്ന് അറിഞ്ഞത് എന്നും സായ്പ് പറഞ്ഞു. ഇത് കേട്ട എനിക്ക് വളരെ വിഷമം തോന്നി. പേർസണൽ കോള് നടത്തി മരിച്ച അച്ഛനെ സംസാരിക്കാൻ വിളിക്കുന്ന മകന്റെ അവസ്ഥ ഒന്ന് ആലോചിച്ചു നോക്കൂ.
എന്റെ സേവനങ്ങളിൽ സായ്പ് വളരെ തൃപ്തൻ ആണ് എന്ന് എനിക്ക് മനസ്സിലായി. അദ്ദേഹം അന്നു തന്നെ കൂടുതൽ സംസാരിക്കാൻ എന്നെ ഓഫീസിലേക്ക് ക്ഷണിച്ചു. എന്റെ ഡ്യൂട്ടി തീരാൻ വേണ്ട അര മണിക്കൂർ അദ്ദേഹം വെയിറ്റ് ചെയ്തു. ഞങ്ങൾ ഒന്നിച്ച് സായ്പ്പിന്റെ കാറിൽ പുറപ്പെട്ടു.

പുതിയ കെട്ടിടത്തിൽ പുതുതായി ഇടങ്ങിയ കമ്പനിയുടെ ഓഫീസ് വക ഫ്ലാറ്റിൽ ഞങ്ങൾ എത്തി. സായ്പ് മാത്രമേ അവിടെ ഒള്ളൂ. അച്ഛൻ മരിച്ചതുകൊണ്ട് അയാൾക്ക് അന്ന് രാത്രി ആംസ്റ്റർഡാമിലേക്ക് പോകണം. ഓഫീസ് അടച്ചിട്ടുകൊണ്ട് അയാൾക്ക് പോകാൻ പറ്റുകയില്ല. ഒരു ആഴ്ച രാവിലെ ആ ഓഫീസിൽ ഇരിക്കുവാൻ പറ്റുമോ എന്ന് എന്നോട് അപേക്ഷിച്ചു. എനിക്കപ്പോൾ ഡ്യൂട്ടി ഉച്ചക്ക് ശേഷം ആയത് കൊണ്ട് ഞാൻ സമ്മതിച്ചു. സൈറ്റിൽ പണി നടക്കുന്നത് കൊണ്ട് ഓരോ കാര്യങ്ങൾക്കായി പലരും വരുമായിരുന്നു. സായ്പ്പിന്റെ പേര് കോക്ക്. ഡച്ചുകാരൻ ആണ് എന്നവെച്ചാൽ സ്വദേശം നെതെർലാന്റ്.

ഒരു ആഴ്ച എന്നും പറഞ്ഞു പോയ കോക്ക് പിന്നെ വന്നത് മൂന്ന് ആഴ്ച കഴിഞ്ഞപ്പോൾ ആണ്. എന്റെ അവിടത്തെ ജോലി വളരെ വിലപ്പെട്ടത് ആയിരുന്നു എന്ന് കോക്ക് എന്നോട് പറഞ്ഞു. ഇടർന്നും എന്റെ സേവനം അവർ പ്രതീക്ഷിക്കുന്നു എന്നും കേട്ടപ്പോൾ, ഞാൻ ഏതൊരു സ്വപ്ന ലോകത്താണ് നിൽക്കുന്നത് എന്ന് സ്വയം തോന്നിപ്പോയി.

PHOTOS:

1. ടെലിഫോൺ സ്വിച്ച് ബോർഡ് പഴയത്. ഞാൻ മൂന്നാമതായി ഇരിക്കുന്നു. അക്കാലത്തെ ഒരു ഡെയിലി ന്യൂസ് വന്ന വാർത്ത. അല്ലാതെയുള്ള ഫോട്ടോ ഷൂട്ട് പാടില്ല.

2. എ ഡി ടി ടി ചെറിയ കെട്ടിടം ഇപ്പോഴും ഉണ്ട്. ഞാൻ അവിടെയാണ് വർക്ക് ചെയ്തത്. ഇപ്പോൾ എത്തിസലാത് എന്ന് അറിയപ്പെടുന്നു. ഓഫീസ് കാണാം. വളരെ വല്യത്.

Etisalat എന്ന് അറിയപ്പെടുന്നു. Head office കാണാം. വലുത്.

vers.

Ray Mears is a quiet and slow spoken Englishman with grey hair and a distinct twinkle in his eye — a twinkle, I may say, that I felt from time to time to be at my expense as I revealed my laywoman's ignorance! Before his appointment here six months ago he was Director of Tele-communications in Zambia, and he has enjoyed, so to speak, sixteen years in tele-communications in the developing countries

place the receiver, sit on your hands, and wait before attempting to dial again.

The excessive demand for instruments means, too, that many residents find themselves without, at the moment. They may be comforted to learn that another 3000 lines and a lot more necessary equipment are being made available, and should be ready by mid-year.

The second major cause of telephone faults is "human error"

in the instrument itself, or a exchange — the latter, as Mears readily admits, having perienced teething troubles. situation that it has to cope in Abu Dhabi is unique, and thrown up unexpected prob so fascinating, it seems, Plesseys (the manufactu maintain one of their own e neers here to study them "on ground" and advise on mo cations accordingly. It is one the most modern of electro exchanges: "A beautiful thin as one of his engineers enthus tically described it to me.

To the trained eye it may deed be beautiful. To mine, is simply mind-boggling. chastening, too. One takes a te phone service so much for gra ed, unaware of all those myri impulses that must chase th way through the maze of wi in order to translate into real a sudden desire to give a frie a call. Furthermore, it is free; to be precise, local calls cost n thing (and even for others t the rates have not altered sin 1963) Perhaps it is because literally do not have to cou the cost that we allow ourselv to be so critical. A little time praise for Mr. Mears and h merry men seems to me to be order.

Telephone operators at work on the switchboard.

Very Old type telephone switchboard and I am sitting 3rd.

Small ADTT building where I worked. Next Etisalat HO

12

ദുബായിൽ നിന്നുള്ള ആദ്യത്തെ കത്ത്

ജീവിതത്തിൽ അങ്ങനെ ആർക്കും ശാശ്വതമായ അവസ്ഥാ വിശേഷങ്ങൾ ഉണ്ടാകുന്നില്ല .പ്രകൃതിയിൽ പോലും വെയിലും മഴയും മഞ്ഞും തണുപ്പ ഇടകലർന്ന എന്തെല്ലാം അവസ്ഥാ അന്തരങ്ങൾ സംഭവിച്ച കൊണ്ടിരിക്കുന്ന . ഗൾഫിൽ ആയാലും നാട്ടിൽ ആയാലും വ്യക്തികളുടെ ജീവിതം സുഖ ദുഃഖ സമ്മിശ്രം ആണ് .പ്രശ്നങ്ങൾ ഉണ്ടെങ്കിൽ അവ പരിഹരിക്കാൻ ഉള്ള വഴികൾ തേടുക,കണ്ടെത്തുക, സധൈര്യം മുന്നോട്ട പോവുക .പ്രതീക്ഷകൾക്കൊപ്പം പ്രവർത്തിക്കുന്നവരെ മാത്രമേ വിജയം കടാക്ഷിക്കു

ഞാൻ ഇത്യ് പറയാൻ കാരണം ഉണ്ട് .ഞാൻ വന്ന കാലത്ത് താമസിച്ചിരുന്ന വീടിന്ന് അടുത്ത് ആണ് പാകിസ്ഥാൻ കാരായ പഠാണികൾ കൂട്ടം ആയി താമസിക്കുന്ന ക്യാംപ് .ആസ്ബറ്റോസ് കെട്ടി മറച്ച ഇരുപത് പേർ എങ്കിലും ചുരുങ്ങിയത് താമസം ഉണ്ടാകും .അവരിൽ അധികം പേരും ദിവസവും രാവിലെ യുണി കൊണ്ടുള്ള ഒരു ഭാണ്ഡവും പേറി ഇറങ്ങും .വില കുറഞ്ഞ വസ്തുങ്ങളോ കളിക്കോപ്പുകളോ മറ്റ പലയും ആയി കെട്ടി ചുമന്ന് അങ്ങനെ കറങ്ങി നടക്കം.

"ലേലാം ഏ ലേലാം "എന്ന് വിളിച്ചു കൂവും .അവരും പട്ടിണി കിടക്കരുതല്ലോ . ആരെങ്കിലും മൊക്കെ വാങ്ങുന്ന ഉണ്ടാവാം .ഞാൻ ഇത് വരെ കണ്ടിട്ടില്ല.എനിക്ക് അവരെ സഹായിക്കാൻ ആഗ്രഹം ഉണ്ട് എങ്കിലും അവർ വിൽക്കുന്നത് വിലയും ഗുണവും കുറവുള്ള കുട്ടികളുടെയും സ്ത്രീകളുടെയും വസ്തുങ്ങൾ ആണ് .ഞാൻ മിക്ക ദിവസവും ഒരു അച്ഛനെയും കൂടെ പത്ത പതിനഞ്ചു വയസ്സുള്ള മകനെയും കാണമായിരുന്നു .കുറച്ച നാൾ കഴിഞ്ഞപ്പോൾ മകൻ ഒറ്റക്ക് ലേലാം കാരൻ ആയി .ചോദിച്ചപ്പോൾ ബാബ അസുഖം ബാധിച്ച കിടപ്പ് ആയെന്നു പറഞ്ഞു .

ചൈന മലേഷ്യ ഹോങ്കോങ് മുതലായ രാജ്യങ്ങളിൽ നിന്നും വളരെ വില കുറവിന് വസ്തുങ്ങളും മറ്റ ആവശ്യ വസ്തുക്കളും വന്നതോടെ ഇവിടെ ലേലാം കച്ചവടക്കാർ ഇല്ലാതായി.

ഞാൻ ഒരിക്കൽ അബ്ദ ദാബി പഴയ മാർക്കറ്റിലൂടെ നടക്കുമ്പോൾ കടയിൽ നിന്നും സുമുഖൻ ആയ ഒരാൾ വന്ന എനിക്ക് ഹസ്തദാനം നൽകി.ലേലാം വിറ്റ നടന്ന ആ ബാലൻ ഇപ്പോൾ നല്ല ഒരു കച്ചവടക്കാരൻ ആയതിൽ ഞാൻ അവനെ അഭിനന്ദിക്കാൻ മറന്നില്ല .ദൈവത്തിന എല്ലാ സ്തുതിയും

അർപ്പിച്ചുകൊണ്ട് അയാൾ എന്നെ യാത്രയാക്കി .വർഷങ്ങൾക്ക ശേഷം ആ പഴയ മാർക്കറ്റ് പൊളിച്ചപ്പോൾ മൊത്തം കുടുംബം കാനഡയിലേക്ക് മൈഗ്രേറ്റ് ചെയ്യുകയാണെന്നും മറ്റൊരിക്കൽ കണ്ടപ്പോൾ പറഞ്ഞു .നോക്കണം, യാതൊരു വിദ്യാഭ്യാസവും ഇല്ലാതെ നാലഞ്ചു പേരുള്ള ഒരു കുടുംബം ക്യാനഡയിലേക്ക പോവുക .അവിടെ സ്ഥിരം സെറ്റിൽ ചെയ്യുക .മിടുക്കൻ എന്നല്ലാതെ എന്ത് പറയാൻ .ആ ചെറുപ്പക്കാരന്റെ പേര് പോലും ഞാൻ ചോദിച്ചിട്ടില്ല" .ബായി "എന്ന വിളി തന്നെ എത്ര സുന്ദരം അല്ലേ!

ഇപ്പോൾ ഐ ഇ ൽ ടി സ് പാസ്സ് ആകാതെ അതുപോലുള്ള കാനേഡിയൻ മൈഗ്രേഷൻ സാധ്യം ആണോ എന്ന് എനിക്ക് അറിഞ്ഞുകൂടാ.

കുഞ്ഞു മുഹമ്മദ് എന്ന് പേര് ഉള്ള എന്റെ സ്നേഹിതൻ .ജോലി ഡിഫൻസിൽ ടൈലർ ആയിരുന്നു .ഈസാ–മൂസാ കമ്പനിയുടെ കോൺട്രാക്ട് ജോബ് .സി.എം . അബ്ദുൽ ഖാദർ ഒരുമിച്ച് ജോലി ചെയ്തിരുന്നു .സംസാരത്തിൽ ഇറ്റിലഡീസ് എന്ന വാക്ക് എപ്പോഴും പറയുന്നത് കൊണ്ടാവാം അറം പറ്റി അയാൾ അറിയ പെട്ടിരുന്നത് അങ്ങിനെയാണ് .ഇറ്റിലഡീസ് കുഞ്ഞോമുക്ക .കുറെ നാൾ മുൻപ് മരിച്ചു പോയി .

മലേഷ്യയിലും അബ്ബു ദാബിയിലുമായി പത്തു നാല്പത് കൊല്ലം ജോലി ചെയ്തെങ്കിലും സ്വന്തം ആയി വീട് ഉണ്ടായിരുന്നില്ല .മകളുടെ വിവാഹം വാടക വീട്ടിൽ നടത്തിയ കാര്യം ഇടക്കൊക്കെ വേദനയോടെ പറയുമായിരുന്നു .

"അതുകൊണ്ട ഇറ്റ്ലഡീസുകളെ,നിങ്ങൾക്കൊക്കെ ആദ്യമേ വേണ്ടത് സ്വന്തമായി ഒരു വീട് ആണ് .അല്ലെങ്കിൽ എന്റെ ഗതി വരുമേ".

ഇതുമായി ബന്ധം ഒന്നും ഇല്ലെങ്കിൽ പോലും എന്റെ വീട് പണിയുന്നത് ഈ കാലത്തു ആണ് .അപ്പോൾ അയാളുടെ വാക്കുകൾക്ക് പ്രസക്തി ഏറുന്നു .ആ വീട് പണിതിട്ട് ഇപ്പോൾ നാല്പത്തി മൂന്ന് കൊല്ലം ആയി .പുറമേ ചില മാറ്റങ്ങളും മുകളിലോട്ട ഒരു ഫ്ലോറും കൂടി പണിത് ആ വീട്ടിൽ തന്നെ ആണ് ഇപ്പോഴും താമസം.

ഞാൻ കഴിഞ്ഞ അധ്യായത്തിൽ സൂചിപ്പിച്ച കോക് എന്ന സായ്പ് എന്റെ ജീവിതത്തിൽ ഒരു തൊഴിൽ വാഗ്ദാനവും ആയാണ് എത്തിയത് എങ്കിലും, യഥാർത്ഥത്തിൽ അയാൾ എനിക്ക് സമ്മാനിച്ചത് എന്റെ ആ വീടും, വീട് ഇരിക്കുന്ന വലിയ ഒരു സ്ഥലവും ആണ്.

ടെലിഗ്രാഫ് കമ്പനിയിൽ എനിക്ക് ആയിരം ദിർഹത്തിൽ കൂടുതൽ ശമ്പളം കിട്ടിയിരുന്നു.ഓവർ ടൈം വർക്ക് ചെയ്താൽ ചെലവുകളും കഴിഞ്ഞു കൂട്ടം . അക്കാലത്തെ ആവറേജ് തൊഴിൽ എന്നതിന് അപ്പുറം പ്രത്യേകതകൾ ഒന്നും ഇല്ലായിരുന്നു .ഞാൻ രണ്ടു കൊല്ലത്തിൽ അധികം കാലം അവിടെ ജോലി ചെയ്തു .കൂട്ടത്തിൽ വേറെ നല്ല അവസരങ്ങൾ കിട്ടുമോ എന്ന് തിരക്കുന്ന സമയത്ത് ആണ് കോക്കിനെ പരിചയപ്പെടുന്നത്.

അച്ഛന്റെ മരണാനന്തര കർമങ്ങൾ കഴിഞ്ഞു തിരിച്ചെത്തിയ സായ്പ് എനിക്ക് ക്യാഷ് ആയി രണ്ടായിരത്തി അഞ്ഞൂറ് ദിർഹം തന്നു .മൂന്ന് ആഴ്ച ചെയ്ത ജോലിയുടെ വേതനം .ടെലിഗ്രാഫ് കമ്പനി സാലറിയും കൂട്ടി നോക്കിയാൽ ആ മാസം നല്ല ഐശ്വര്യം ഉള്ള ഒന്ന് ആയിരുന്നു .കൂടാതെ ഒമീർ സലാം ഇക്കാടെ ഒരു കുറി റൌണ്ട് അപ് ആയത് മുവ്വായിരം ദിർഹവും കിട്ടി .അന്നുവരെ ഇത്ര അധികം പൈസ എന്റെ കയ്യിൽ കിട്ടിയിട്ടില്ല .

അക്കാലത്ത് കൊടുങ്ങല്ലൂരിൽ എൻ ആർ ഇ അക്കൗണ്ട് തുടങ്ങാൻ എസ് ബി ടി മാത്രമേ ഉണ്ടായിരുന്നൊള്ളു .കൊടുങ്ങല്ലൂര് തെക്കേ നടയിൽ കാളീശ്വരി തിയേറ്ററിന് അടുത്തുള്ള കെട്ടിടത്തിൽ മുകളിൽ ആയിരുന്നു ബാങ്ക് ഓഫീസ് .മറ്റ ബാങ്കുകൾ പിൽക്കാലങ്ങളിൽ വന്നവ ആണ് .

എന്റെ പേരിൽ ഒരു എൻ ആർ ഇ അക്കൗണ്ട് തുടങ്ങി ഉണ്ടായിരുന്ന പൈസക്ക് ഡ്രാഫ്റ്റ് എടുത്തു .ആ അക്കൗണ്ട് ഇപ്പോഴും എസ് ബി ഐ ബാങ്കിൽ തുടരുന്നുണ്ട് .

ഹാം ഡ്രെഡ്ജിങ് കമ്പനിയിൽ ഓഫീസ് അഡ്മിൻ ആയി എനിക്ക് കോക് നൽകിയ ഓഫർ ഞാൻ സന്തോഷത്തോടെ സ്വീകരിച്ചു .നിലവിൽ ഉള്ള ടെലിഫോൺ ഓപ്പറേറ്റർ ജോലിയിൽ നിന്ന് വിട്ടു പോരുകയും ചെയ്തു.

അബു ദാബി പട്ടണത്തിന്റെ നാനാ ഭാഗത്തും ഡ്രെഡ്ജിങ് നടത്തി കരയും കടലും ശാസ്ത്രീയമായി വികസിപ്പിക്കുവാൻ വേണ്ടി മൂന്ന കൊല്ലം വരെയുള്ള കോൺട്രാക്റ്റ് ആയിരുന്നു അത് .മൊത്തം ആയിരത്തിൽ അധികം ജോലിക്കാർ വേണ്ടിവരും .

ഞാൻ അറിയുന്നവരും അല്ലാത്തവരും ആയി ഏറെ പേർ അവിടെ ജോലി ചെയ്തിട്ടുണ്ട് .എന്റെ കുറെ ബന്ധുക്കളും സുഹൃത്തുക്കളും അക്കൂട്ടത്തിൽ പെടും .

കാട്ടകമ്മ മുഹമ്മദ്, അസീസ്, ഇക്ബാൽ, മൊയ്ദീൻ പോലുള്ള ബന്ധുക്കൾ . എന്റെ സഹോദരന്മാർ ആയ സലിം, സലാം .സുഹൃത്തുക്കൾ ആയ കേശവൻ, ശിവരാമൻ, ശിവദാസൻ, ജോർജ് .നാട്ടുകാർ ആയ വേറെയും കുറെ പേർ .എല്ലാ

പേരുകളും എഴുതാൻ പ്രയാസം ആണ് .അക്കാലത്തെ കുറേ പേരുടെ തൊഴിലിടം ആ ഡ്രെഡ്ജിങ്ങ് കമ്പനിക്ക് അകത്തും പുറത്തും ആയി ബന്ധപ്പെട്ട കിടക്കുന്നു.

അന്നത്തെ നിലയിൽ വളരെ നല്ല ശമ്പളവും സാമാന്യം എല്ലാവർക്കും ഭേദപ്പെട്ട ഓവർടൈംസൗകര്യങ്ങളും കിട്ടിയിരുന്ന ഒരു കമ്പനി ആയിരുന്നു ഹാം ഡ്രെഡ്ജിംഗ് .അവിടെ ജോലി ചെയ്തിരുന്ന അധികം പേർക്കും നാട്ടിൽ എന്തെങ്കിലും നേടുവാൻ കഴിഞ്ഞിട്ടുണ്ട് .എനിക്ക് തന്നെ സ്വയം സാമ്പത്തിക സ്വാതന്ത്ര്യം അനുഭവ പ്പെട്ടതും അവിടന്നാണ്.

അബു ദാബിയിൽ ടൂറിസ്റ്റ് ക്ലബ് ഏരിയയുടെ വികസനം ആരംഭിച്ച സമയം ആയിരുന്നു.വളരെ പെട്ടന്ന് ധാരാളം വലിയ കെട്ടിടങ്ങൾ ഉയർന്നു വരികയും അതുപോലെ തൊഴിൽ സാദ്ധ്യതകൾ വർധിക്കുകയും ഉണ്ടായി .ജോലി ഇല്ലാത്തവർ കുറവ് ആയിരുന്നു .നിർമ്മാണ കമ്പനികൾ ക്രമാതീതം ആയി പെരുകിയത് ഇക്കാലത്ത് ആയിരുന്നു.

അതിമഹാനും മനുഷ്യസ്നേഹിയും ബഹുമാന്യനും ആയ ഷെയ്ഖ് സായിദിന്റെ മികവാർന്ന ഭരണം ഈ രാജ്യത്തെ വളരെ പെട്ടന്ന് മുന്നോട്ട് നയിച്ചുകൊണ്ടിരുന്ന കാലം .റോഡുകളും അതുപോലെ അത്യാവശ്യം വേണ്ട ഇൻഫ്രാ സ്ട്രക്ച്ചറ് വികസനങ്ങളും വളരെ ത്വരിത ഗതിയിൽ ആണ് മുന്നേറിയത്.

ഇറാനിലെ ആഭ്യന്തര കലാപം ഉടലെടുത്തു തുണ്ടങ്ങിയതും പെട്രോൾ ഉത്പന്നങ്ങൾക്ക് വില കയറി തുടങ്ങിയതും ഇതേ സമയം തന്നെ ആണ് .നാട്ടിൽ നിന്ന് കൂട്ടത്തോടെ ആൾക്കാർ വരുവാനം തുടങ്ങി .തൊഴിൽ കിട്ടുവാനുള്ള അവസരങ്ങളും കൂടുതൽ ഉള്ള സമയം എന്ന് വേണമെങ്കിൽ പറയാം.

അബു ദാബി കോർണിഷ്, ബ്രേക്ക് വാട്ടർ ഏരിയ വികസന പ്രക്രിയ നടക്കുന്ന സമയം .ഡ്രെഡ്ജിങ്ങ് ഉൾക്കടലിൽ നടത്തി കൊണ്ടിരിക്കുന്ന . നല്ല കാറ്റ് വന്നാലോ എന്ന സംശയത്തിൽ ഒരു ബംഗ്ലാദേശി തൊഴിലാളി കമ്പനിയുടെ കൊടി അഴിച്ച മാറ്റുവാൻ മുകളിൽ കയറുകയും കാൽ തെറ്റി താഴെ കടലിൽ വീണു കാണാതെ ആവുകയും ചെയ്തു .ആ പാവത്തിന്റെ ബോഡി അടുത്ത ദിവസം കിട്ടി .മെയിൻ ഹോസ്പിറ്റൽ മോർച്ചറിയിൽ സൂക്ഷിച്ചു .പോലീസ് നടപടികൾ തുടങ്ങിയപ്പോൾ ബോഡി തിരിച്ചറിയുവാൻ കമ്പനി അയച്ചത് എന്നെയും അയാളെ കൂടുതൽ അറിയുന്ന അസീസിനെയും .ഞങ്ങൾ ചെന്ന് മൂന്നോ നാലോ ബോഡി കണ്ടെങ്കിലും ആളെ തിരിച്ചറിയാൻ പറ്റിയില്ല .എല്ലാ ബോഡിയുടേയും മുഖത്ത് കണ്ട ഒരു സമാനത ഞങ്ങളെ വല്ലാതെ വിഷമിപ്പിച്ചു . എനിക്ക് പിന്നെ കുറെ രാത്രികൾ ഉറങ്ങാൻ പോലും കഴിയാതെ വന്നു .കണ് മുൻപിൽ മരിച്ച മരവിച്ച കിടക്കുന്ന ഒരേ മുഖം ഉള്ള നാലു പേർ .എനിക്ക് അയാളെ

കൂടുതൽ അറിയില്ല എന്ന് പറഞ്ഞു ഞാൻ അതിൽ നിന്നും ഒഴിവായി .പിന്നീട് അയാളുടെ പാസ്പോർട്ട്, ഫോട്ടോ എന്നിവ കൊണ്ടുപോയി അസീസ് കാര്യം ശരിയാക്കി.

അബ്ദാബിയിൽ നാഷണൽ മറൈൻ ഡ്രെഡ്ജിങ് കമ്പനി എന്ന പേരിൽ സർക്കാർ വക പുതിയതും വലിയതും ആയ എൻ എം ഡി സി യുടെ ഇടക്കവും ഇതേ കാലത്ത് തന്നെ ആണ് .ഹാം കമ്പനിക്ക് പുതിയ ജോലികൾ കിട്ടാതെ വന്നതോടെ ജോലിക്കാർ കൂട്ടതലും പുതിയ ഗവണ്മെന്റ് കമ്പനിയിലേക്ക് ചേക്കേറാൻ ഇടങ്ങി .

എന്റെ സാമ്പത്തികം ആയ എല്ലാ ബാധ്യതകളും തീർത്തു, എന്റെ വളർച്ചക്ക് വേണ്ട ശക്തമായ ഒരു അടിത്തറ സൃഷ്ടിക്കാൻ ആ കമ്പനിയിലെ ജോലി അത്യന്തം പ്രയോജനപ്പെടുക ഉണ്ടായി .മൂന്ന കൊല്ലം പൂർത്തിയാക്കി ഉള്ള കരാറുകൾ വളരെ നന്നായി ചെയ്തു തീർത്തു എങ്കിലും കമ്പനിക്ക് പുതിയ കോൺട്രാക്ട് ഒന്നും കിട്ടിയില്ല .ആ കമ്പനി സാവധാനം ഇവിടം വിട്ടുക ആണെന്ന് എനിക്ക് മനസ്സിലായി .ഞാനും വൈകാതെ ആ ജോലിയോട് വിട പറഞ്ഞു.

Photos:

1.1977ൽ പൂർത്തീകരിച്ച എന്റെ ആദ്യ ഭവനം

.2അതേ ഭവനം പുനർ നിർമ്മാണം നടത്തിയത്

.3ഡ്രെഡ്ജിങ് കപ്പലുകൾ

.4ലെലാംകാരൻ

Photo courtesy 1 and 2 to me and the rest

Belong to others who made them.

1977.ൽ പൂർത്തീകരിച്ച എന്റെ ആദ്യ ഭവനം

Same House at present

Dredging Ship SL28

ഡ്രെഡ്ജിങ് കപ്പലുകൾ

Lelam-Eh- Lela......

ലെലാംകാരൻ

xxxxxxxxxx

13

ദുബായിൽ നിന്നുള്ള ആദ്യത്തെ കത്ത്

നമ്മുടെ യൊക്കെ പ്രായോഗിക ജീവിതം ഒരു പാട് വ്യക്തികളുമായി ബന്ധപ്പെട്ട കിടക്കുന്നു. സ്വന്തം രക്ഷിതാക്കളും സഹോദരങ്ങളും ബന്ധുക്കളും അയൽക്കാരും സുഹൃത്തുക്കളും എല്ലാം ഉള്ള ഒരു വലിയ സമൂഹത്തിനുള്ളിൽ ജീവിക്കുന്ന നാം എന്തെല്ലാം കാണുന്ന കേൾക്കുന്ന അനുഭവിക്കുന്നസാമൂഹ്യ നന്മ മാത്രം മുൻ നിർത്തി പ്രവർത്തിക്കുന്ന എത്രയോ മനുഷ്യ ദൈവങ്ങളെ ഈ കോവിഡ് കാലത്ത് നാം കണ്ടു. ചിലരുടെ പ്രവൃത്തി കണ്ടാൽ അവർ എന്തോ ആൾക്കാരെ സഹായിക്കാൻ അവസരം കാത്തു നിൽക്കുക ആയിരുന്നെന്ന തോന്നും. ഇങ്ങനെ യൊക്കെ നല്ല മനുഷ്യന്മാർ ഉള്ള കാലത്ത് ജീവിക്കാൻ കഴിയുക എന്നത് തന്നെ ഭാഗ്യമായി കരുതണം. മനസ്സിൽ എന്തെന്നില്ലാത്ത ഒരു സുഖം അനുഭവ പെടുന്നതും ഇപ്പോഴാണ്.

ചതി വഞ്ചന കുൽസിത തന്ത്രങ്ങൾഎന്നിവയില്ലൂടെ ആളും തരവും നോക്കാതെ എന്തും ചെയ്യവാനും അതുപോലെ എന്തും തട്ടി എടുക്കുവാനും ആർത്തി ഉള്ളവർക്ക് ഒട്ടും കുറവ് ഇല്ലാത്ത ഒരു കാലവും കൂടി ആണിത്. വിശ്വാസ വഞ്ചനയും രണയും കളവ്വും കൊണ്ട് താൻ ഉദ്ദേശിച്ചത് എന്താണോ അത് നേടാൻ വേണ്ടി ഏത് അറ്റം വരെ പോകാനും മടിയില്ലാത്തവരുടെ കറുത്ത ലോകം. ഇവരെല്ലാം കാണാതെയും ചിന്തിക്കാതെയും പോകുന്ന ഒന്നുണ്ട്:

അദൃശ്യവും അതി ശക്തവും ആയ നീതി നിർവ്വഹണ ശക്തികൾ മനുഷ്യ ബന്ധങ്ങൾക്ക് ഇടയിൽ നിലകൊള്ളുന്നുണ്ട് എന്ന്. ചിതൽ അരിച്ച കയറുന്ന മണൽ കുനകൾ പോലെ കാലങ്ങളോളം അല്ലെങ്കിൽ വരും കാല തലമുറ കളോളം അതൃശ്യമായ നീതി കർമ്മങ്ങളുടെ വേട്ട മൃഗങ്ങൾ മാത്രം ആയി ജീവിക്കാനേ ഈ മനുഷ്യർക്ക് കഴിയൂ എന്ന്. സത്യത്തിന്റയും നീതിയുടെയും അദൃശ്യമായ ശക്തി വൈഭവം ഇനിയും എത്രയോ പേർ അറിയാൻ കിടക്കുന്നു! എന്റെ പഴയ ഒരു സുഹൃത്ത് ആയിരുന്ന തോമസിന് ആശുപത്രിയിൽ ക്ലാർക്ക് ജോലി ശരിയാക്കി കൊടുക്കാം എന്ന് സ്വയം ഏജന്റ് ആയി അവകാശപ്പെട്ടിരുന്ന ഒരാൾ ഓഫർ കൊടുത്ത് കുഴപ്പം ആയത് ഓർത്തു പോയി. അതു പോലെ പല ജോലികളുടെ പേരിൽ പൈസ നഷ്ടപ്പെട്ടവർ സ്വയം ശപിച്ചും പഴിച്ചും ചതിച്ചവനെ കൊലവിളി നടത്തി ചീത്ത വിളിച്ചു നടന്നവരും കുറവല്ല.

വൻ ബിസിനെസ്സ് തുടങ്ങാൻ എന്ന വ്യാചേന പണ പിരിവ് നടത്തി ഒട്ടക്കം മുങ്ങി പോകുന്നവർ ഒരു കൂട്ടം. മറ്റൊരു കൂട്ടം ആണെങ്കിലോ കൂട്ടലും കിഴിക്കലും നടത്തി എങ്ങനെ നോക്കിയാലും നഷ്ടം മാത്രം കണക്കുകളിൽ. അവസാനം സ്വാഹാതന്നെ പരിണിത ഫലം. ഇതുപോലുള്ള കുറെ സ്വാർത്ഥ മതികളായ കുറച്ച പെരെ എങ്കിലും അറിയാനും കാണാനും പരിചയ പെടാനും കഴിഞ്ഞത് കൊണ്ടാണ് ഇതൊക്കെ എഴുതിയത്.എനിക്ക് തുടക്കം മുതലേ അബു ദാബിയിൽ ഇഷ്ട പെട്ട സ്ഥലം കോർണിഷ് ഏരിയ ആണ്. ഞാൻ അധികവും താമസിച്ചിരുന്നത് അതിനെ ചുറ്റി പറ്റി ഉള്ള ഭാഗങ്ങളിൽ ആണ്. ഇപ്പോൾ ഉള്ളതും കോർണിഷ് അടുത്ത് തന്നെ ആണ്. എന്ത് വിഷമം ഉള്ളിൽ തോന്നിയാലും അല്ലെങ്കിൽ വേറെ എന്ത് പ്രധാന കാര്യം ഉണ്ടെങ്കിലും കോർണിഷ് ഭാഗത്തു ഒന്ന് ചുറ്റി അടിച്ചു വന്നാൽ എല്ലാം ശാന്തം ആകും. അല്ലെങ്കിൽ ഒരു തീരുമാനം ഉണ്ടായിരിക്കും.

കുറച്ച് നാൾ മുമ്പ് വരെ ഞാൻ സ്ഥിരം ആയി കോർണിഷ് നടപ്പാതകളിൽ മുടങ്ങാതെ നടക്കുക പതിവ് ആയിരുന്നു. ഒരു പത്തു കൊല്ലം മുമ്പ് വരെ സൈക്ലിംഗ് നടത്തിയിരുന്നു. എന്റെ കയ്യിൽ നല്ല ഒരു അലുമിനിയം സൈക്കിൾ ഉണ്ടായിരുന്നു.ഞാൻ ഇവിടെ വന്ന കാലത്തും നടന്നിരുന്നത് കോർണിഷിൽ തന്നെ. അന്ന് ജോലി ഇല്ലാത്തത് കൊണ്ട് നടക്കുമ്പോൾ പലരുമായി പരിചയം ഉണ്ടാവാറുണ്ട്. ഒട്ട മിക്ക എല്ലാ നാട്ടിൽ നിന്നും ഉള്ളവർ ഉണ്ടാകും. അധികം പേരും ജോലി ഇല്ലാത്തവരോ ജോലി തേടുന്നവരോ ആയിരിക്കും.

ഞാൻ വന്നതിനു ശേഷം രണ്ടു പ്രാവശ്യം എങ്കിലും പുതുക്കി പണിത് മാറ്റങ്ങൾ വരുത്തിയിട്ടുണ്ട് കോർണിഷ് മൊത്തം. അതിൽ ആദ്യം വന്നത് ക്ലോക് ടവർ ആണ്. എയർപോർട്ട് റോട്ടിൽ നേരെ കോർണിഷ് ഭാഗം എത്തിയാൽ മുൻപിൽ കാണുമായിരുന്നു. ക്ലോക്ക് ടവറിലെ വാച്ചിൽ സമയം പലപ്പോഴും ശരി ആയിരുന്നില്ല. എങ്കിലും തല്ലി അലച്ച വരുന്ന തിരമാലകളെ തടഞ്ഞു നിർത്തുന്ന കോൺക്രീറ്റ് കടൽ ഭിത്തിക്ക പുറകിൽ തല ഉയർത്തി നിന്നിരുന്ന ക്ലോക് ടവർ ഭാഗം എത്ര സുന്ദരം ആയിരുന്നെന്നു ഫോട്ടോ കണ്ടാൽ മനസ്സിലാവും.

ക്ളോക് ടവർ പണിത കഴിഞ്ഞ ശേഷം ആണ് വോൾകാനോ ഫൗണ്ടൻ നിർമാണം കോർണെഷ് ഭാഗത്തു തുടങ്ങിയത്. ആറ് സ്റ്റെപ് ആയി മേലോട്ട് പണിതുയർത്തിയ ഫൗണ്ടൻ രാത്രി കാലങ്ങളിൽ ലൈറ്റിംഗ് മാസ്മരികതയിൽ അതീവ ഹൃദ്യം ആയിരുന്നെന്നു പറയാതെ വയ്യ.

അക്കാലത്തെ കോർണിഷ് അവസാനിക്കുന്നത് ഷെറാട്ടൺ ഹോട്ടലിനോട് ചേർന്ന കടൽ ഭിത്തി വരെ മാത്രം ആയിരുന്നു. അവസാനം നടന്ന പുതുക്കലിൽ ഷെറാട്ടൺ ഹോട്ടലും കഴിഞ്ഞു നേരെ ഫ്രീ പോർട്ട് ഭാഗം വരെ ടണൽ അടക്കം നല്ല വീതി വിസ്താരത്തിൽ ഭംഗി ആയി കോർണിഷ് വികസിപ്പിച്ചിട്ടുണ്ട്.

പുതിയ വികസനം വന്നപ്പോൾ നല്ല വിശാല മായ റോഡുകളും പാർക്കുകളും വെട്ടവും വെളിച്ചവും കണ്ണഞ്ചിപ്പിക്കുന്ന കളർ ലൈറ്റുകളും കൊണ്ട് വിസ്മയം തീർത്തിരിക്കുക ആണ്. നല്ല ചെടികളും വൃക്ഷങ്ങളും പുല്ലുകളും പിടിപ്പിച്ച പാർക്കുകളും വാഹനങ്ങൾക്ക് യഥേഷ്ടം പാർക്കിങ്ങ് നടത്തുവാൻ സൗകര്യങ്ങളും ഉണ്ട്.

എന്നാൽ ദുഃഖകരം എന്ന് പറയട്ടെ. ക്ലോക് ടവറും വോൾകാനോ ഫൗണ്ടനും അപ്രത്യക്ഷം ആയി . അതിപ്പോൾ നിലവിൽ ഇല്ല. എന്നെ പോലെ അതെല്ലാം ഇഷ്ടപ്പെടുന്നവർക്ക് ഉള്ളിൽ നൊമ്പരവും നല്ല ഒരു ഓർമയും ബാക്കി ആയി.

ഞാൻ ഡ്രെഡ്ജിങ്ങ് കമ്പനിയിലെ ജോലിയിൽ നിന്നും പുറത്തു വന്ന ശേഷം നാട്ടിൽ പോവുക ഉണ്ടായി. കൂടെ അൻജൻ സലീമും പോന്നു.ഒന്നു രണ്ടു മാസം പുതിയ വീട്ടിൽ താമസിച്ചതിനു ശേഷം മാത്രം ആണ് അബ്ദു ദാബിയിൽ തിരിച്ച് എത്തിയത്.

പുതിയ എന്തെങ്കിലും ബിസിനസ് തുടങ്ങിയാലോ എന്നും ആലോചിച്ചു. ആ സമയത്ത് ആണ് ചില കുബുദ്ധികൾ എന്നെ ചില സംരഭങ്ങളിൽ ഉൾപെടുത്താൻ ശ്രമിച്ചത്. എനിക്ക് തീരെ പരിചയം ഇല്ലാത്ത മേഖല ആയതു കൊണ്ട് ഞാൻ ഒഴിവായി.പുതിയ കുറെ ബിൽഡിങ്ങുകൾ വന്ന നിലക്ക്

അവയുടെ മൈന്റനൻസ് ജോലികൾക്ക് സാധ്യത ഉണ്ടെന്ന് എന്റെ കസിൻ മൊയ്ദീൻ പറയുക ഉണ്ടായി. അദ്ദേഹത്തിന് അതെ

പറ്റി കുറെ കാര്യങ്ങൾ അറിയാവുന്നത് കൊണ്ട് ഞാൻ ആ മേഖല തിരഞ്ഞെടുത്തു. ട്ടൂറിസ്റ്റ് ക്ലബ് ഭാഗത്തു ഒരു മുറി വാടകക്ക് എടുത്തു. വളരെ പെട്ടന്ന് തന്നെ ലൈസൻസ് എടുക്കുകയും ചെയ്തു. വിസയും അടിച്ചു. സിൽവർ സ്റ്റാർ മെയിന്റനൻസ് എന്ന് പേരും ഇട്ടു.ബഹുമാന്യനായ ഷെയ്ഖ് ഫൈസൽ അവർകളുടെ കെട്ടിടങ്ങളുടെ മേൽനോട്ടം നടത്തിയിരുന്നത് എന്റെ തന്നെ പേരുള്ള ജിബ്കാ അഷ്റഫ് ഇക്ക ആയിരുന്നു. എന്റെ ആദ്യത്തെ കോൺട്രാക്ട് ആ കമ്പനി വക ഒരു കെട്ടിടത്തിൽ ആയിരുന്നു. അങ്ങനെ ആദ്യത്തെ ഒന്ന് രണ്ടു കൊല്ലം മോശം അല്ലാത്ത നിലയിൽ വർക്കുകൾ ചെയ്തു.

ഇതിന്നിടയിൽ എന്റെ അൻജൻ സലിം RJBA എന്ന ഫ്രഞ്ച് പൈപ്പ് ലൈൻ കൺസൾട്ടൻസി കമ്പനിയിൽ ജോലി നേടുകയും കുറെ കാലം അവിടെ ഇടരുകയും ചെയ്തു. ആ കമ്പനിയുടെ മാനേജർ ഫ്രഞ്ച്കാരൻ ആയിരുന്ന ഗോൺസാൽവേസ് ചില ചെറിയ ജോലികൾക്കു എന്നെ വിളിക്കും. അയാളുമായി കൂടുതൽ അടുക്കുകയും ചെയ്തു.എന്റെ സ്പോൺസർ അറബിക്ക് അയാളുടെ സ്ഥാപനത്തിൽ ചെക്ക് പ്രശ്നത്തിന്റെ പേരിൽ പോലീസ് കേസ് ആവുകയും

സ്പോൺസറെ പറ്റി പോലീസ് എന്നോട് വിശതീകരണം തേട്ടകയും ചെയ്ത്. ഞാൻ അതോട്ട കൂടി ആ സ്പോൺസറെ മാറ്റകയും സാവധാനം
ബിസിനസ് തന്നെ നിർത്തകയും ചെയ്ത്.

RJBA കമ്പനിയിൽ ഒരു ലീവ് വേകൻസി ഉള്ള വിവരം അനുജൻ പറഞ്ഞു അറിഞ്ഞു. ലീവിന്
പോകുന്ന പിള്ളയുമായി ഞാൻ ബന്ധപെട്ടു. രണ്ട മൂന്ന് മാസത്തോളം അവിടെ ജോലി ചെയ്ത്. ഗോൺസാൽവിസിന്റെയും അനുജന്റെയും സഹകരണം ഉള്ളത് കൊണ്ട് മാത്രം ആണ് അവിടെ ജോലിക്ക് പോകാൻ പറ്റീത്.

S O S എന്ന ലേബർ സപ്ലൈ കമ്പനി അക്കാലത്തെ അറിയപ്പെടുന്ന ഒരു സ്ഥാപനം ആയിരുന്നു. അവിടെ ഉണ്ടായിരുന്ന രണ്ടുമൂന്ന സ്റ്റാഫ് എനിക്ക് പരിചയം ഉള്ളവർ ആയിരുന്നു. അവരിൽ പ്രധാനി മിസ്സിസ്. മരിലിൻ വ്യളി എന്ന ഇംഗ്ലീഷ്ക്കാരി ആയിരുന്നു. അവരുടെ സഹായത്താൽ എന്റെ രണ്ട മൂന്ന് സുഹൃത്ത്ക്കൾക്ക് എങ്കിലും നല്ല ജോലി ശരിയായിട്ടുണ്ട്.

Banque Paribas യിൽ ഫിനാൻസ് ഓഫീസർ ആയിരുന്ന ബീരാൻ എന്റെ ഒരു സുഹൃത്ത് ആണ്.ബീരാൻ നമുക്ക് എല്ലാവർക്കും അറിയുന്ന പഴയ കാല ഗായകൻ കോഴിക്കോട് അബ്ദുൽ ഖാദർന്റെ മകളടെ ഭർത്താവും അകാലത്തിൽ അന്തരിച്ച നജ്മൽ ബാബുവിന്റെ അളിയനും ആണ്. എന്റെ
ഭാര്യക്ക് പറ്റിയ ജോലി വല്ലതും വരുമ്പോൾ അറിയിക്കണം എന്ന് ഞാൻ ബീരാനോട് പറഞ്ഞിരുന്നു. കുറച്ച ദിവസം കഴിഞ്ഞപ്പോൾ അതേ ബാങ്കിൽ തന്നെ ജോലി ഉള്ള ബീരാന്റെ സുഹൃത് ബേബി എന്നെ വിളിച്ചു. അടുത്ത ദിവസം ഭാര്യയുമായി ചെല്ലാൻ പറഞ്ഞു. കോഴിക്കോട് കാരൻ ആയ ബേബി ജോസ്റ്റു മായി അന്നു ഇടങ്ങിയ സൗഹൃദ്രം ഇപ്പോഴും ഏദൃ മായി ഇടരുന്ന. അവർ എല്ലാവരുടെയും സഹായ സഹകരണങ്ങൾ കിട്ടിയത് കൊണ്ട് പൂർവ പരിചയം ഇല്ലെങ്കിൽ പോലും ഫൗസിയാക്ക് ബാങ്ക് പാരിബാസിൽ വിദേശ വിനിമയ രംഗത്ത് ജോലി ശരി ആയി.
ഫൗസിയ ജോലിയിൽ കയറി ഒരു ആഴ്ച പിന്നിട്ടപ്പോൾ മിസ്സിസ്. വ്ലള്ളി എന്നെ ഓഫീസിൽ വിളിച്ച നേരിൽ കാണണം എന്നു പറഞ്ഞു. ഞാൻ നേരെ അവരുടെ അടുത്ത് എത്തി. എന്റെ കയ്യിൽ നിന്നം ഒരു ഫോമ് പൂരിപ്പിച്ച് വാങ്ങി. മറ്റൊരു കവർ എന്റെ കയ്യിൽ തന്നു. അത് കൊണ്ടുപോയി ഇന്റർ നാഷണൽ കംപ്യൂട്ടേഴ്സ് ലിമിറ്റഡ് –I C L– മാനേജർക്ക് കൊടുക്കുവാൻ പറഞ്ഞു.

എന്റെ ജീവിതത്തിലെ മറ്റൊരു പ്രധാന വഴിത്തിരിവ് അവിടന്ന് ഇടങ്ങുകയായി

Photos:

1. വോൾക്കനോ ഫൗണ്ടൻ- എന്റെ മക്കളും   സഹോദരീ പുത്രിമാരും
2. അതേ കുട്ടികൾ അടുത്ത പാർക്കിൽ

3, 4 and 5: beautiful Corniche with clock
   Tower and volcano fountains.

AND THE PHOTO COURTESY GOES
TO THE EMINENT AND EXCELLENT PHOTOGRAPHERS WHO MADE THE
BEAUTIFUL PHOTOS – NAWAF AND
ASSAD ETC.

വോൾക്കാനോ ഫൗണ്ടൻ- റീമ, റംസി-വലിയ കുട്ടികൾ
എന്റെ സഹോദരിയുടെ മക്കൾ. പിന്നെ എന്റെ മക്കൾ
സമി, ലൈസ.

കുട്ടികൾ വോൾകാനോ ഫൗണ്ടെന് താഴെ ഉള്ള
പാർക്കിലേക്ക് .

clock tower view from: volcano Fountain. Photo
courtesy to an amazing photo grapher.

Clock tower view from top and sea: courtesy to an eminent photographer

Volcano fountain view from top and sea. Photo courtesy to an amazing photo grapher.

xxxxxxxxxx

14

ദുബായിൽ നിന്നുള്ള ആദ്യത്തെ കത്ത്

ഇവിടെ വന്നതിന്ന് ശേഷം ആണ് സെലിബ്രറ്റികളെ കൂടുതൽ കാണാൻ പറ്റിട്ടുള്ളത് .അതുപോലെ അവരുടെ പരിപാടികൾ കാണാൻ ഉള്ള കൂടുതൽ അവസരവും ഉണ്ടായത് ഇവിടന്ന് ആണ് .ആദ്യം കാണാൻ കഴിഞ്ഞത് ജയ ചന്ദ്രന്റെ ഗാന മേള .ഇവിടെ വന്ന ഒരു ആറേഴ മാസം കഴിഞ്ഞു കാണം .ബി പി യിൽ ജോലി ചെയ്തിരുന്ന കൊട്ടേക്കാട്ട് ബാലേട്ടനും ഞാനും ഒന്നിച്ച് പോയി . ഞാൻ ആദ്യമായി സമാജത്തിൽ പോകുന്നതും അന്ന് ആണ് .ബാലേട്ടൻ കുറേ കാലം മുൻപ് മരിച്ച പോയി .പിന്നീടും പല പ്രാവശ്യം ഞാനും ഭാര്യയും എന്റെ സഹോദരി മഹറുന്നിസയും ഭർത്താവ് റഹമാനും കൂടി പല കൾചറൽ പ്രോഗ്രാമുകൾക്കും സമാജത്തിൽ പോയിട്ടുണ്ട് .കൂടാതെ കേരള സോഷ്യൽ സെന്റർ ലും ആ കാലത് വരാറുള്ള മാപ്പിള പാട്ട് കലാകാരൻ മാരായ സത്താറും റംല ബീഗവും എരഞ്ഞോളി മൂസയും, മാർക്കോസ് യശോദ ഇടങ്ങിയവരും നടത്തുന്ന കലാ മേളകൾ കാണാറുണ്ട് .ദിലീപ് മഞ്ജു വാര്യർ വിവാഹത്തിന് മുൻപ് ഇന്ത്യ സോഷ്യൽ സെന്റർ ൽ വന്നപ്പോൾ കണ്ടു .അതേ ദിലീപിനെ കാവ്യാ മാധവനുമായി വിവാഹത്തിന് മുൻപ് ദുബായിൽ ഫ്ളോറ ഹോട്ടലിൽ വച്ച് കണ്ടു .എറണാകുളം ഒബ്റോൺ മാളിന്റെ സെയിൽസ് പ്രൊമോഷനുമായി ബന്ധപ്പെട്ട് കൊണ്ട് വന്നത് ആയിരുന്ന അവർ രണ്ട പേരെയും .മമ്മൂട്ടി മോഹൻലാൽ ഇടങ്ങി ഒട്ട മിക്ക സൂപ്പർ സ്റ്റാർസ് നെയും പരിപാടികളിൽ ആയും അല്ലാതെ പുറത്തും കണ്ടിട്ടുണ്ട് .ആശ ബോൺസ്ലെ കുമാർ സാനു ഇണ്ടങ്ങി ഹിന്ദി സിനിമാലോകത്തെ പ്രമുഖരെയും കണ്ടതായി ഓർക്കുന്ന .സൽമാൻ ഖാനെ കണ്ടത് ഇന്ത്യ –പാകിസ്ഥാൻ ക്രിക്കറ്റ് കളി കാണാൻ അബ്ദാബി ക്രിക്കറ്റ് സ്റ്റേഡിയത്തിൽ പോയപ്പോൾ ആണ് .A R റഹമാന്റെ പ്രസിദ്ധം ആയ തിരി കത്തിച്ചുള്ള വന്ദേ മാതരം പരിപാടിയും ദുബായിൽ പോയി കാണക ഉണ്ടായി . ഏറ്റവും കൂടുതൽ പ്രാവശ്യം കണ്ടിട്ടുള്ളത് യേശുദാസ് അവർകളെ ആണ് .വെള്ള ഷോർട്സ് ഇട്ട് ടെന്നീസ് കളിയ്ക്കാൻ ക്ലബിൽ വന്നിരുന്ന, തരംഗിണി കസ്സെറ്റ് കടയിൽ ഇടയ്ക്കിടെ കണ്ടിരുന്ന നമ്മുടെ ദാസേട്ടൻ .ഗായിക സുജാതക്ക് പന്ത്രണ്ട് വയസ്സുള്ളപ്പോൾ യേശുദാസിന്റെ കൂടെ പാടാൻ ISC ൽ വന്നതും ഓർക്കുന്ന . ഗായിക ചിത്ര പ്രസിദ്ധ ആവുന്നതിനു മുൻപ് ദാസ് സാറിന്റെ കൂടെ പാട്ടവാൻ വന്നത് ഇന്നലെ കഴിഞ്ഞ പോലെ തോന്നുന്നു .അതേപോലെ ചിത്രക്ക് ആദ്യത്തെ ബെസ്റ്റ് പ്ളേബാക്ക് സിംഗർ അവാർഡ് പ്രഖ്യാപിച്ച അന്ന് ആൾ അബു ദാബിയിൽ ഉണ്ടായിരുന്ന .സിന്ധു ഭൈരവി എന്ന സിനിമയിലെ ഗാനത്തിന്ന് ആയിരുന്ന അത് .അന്നത്തെ പ്രോഗ്രാം ഞാൻ കാണുകയും

ഉണ്ടായി .അത് പോലെ പറയാൻ വിട്ട് പോയതും പറയാതെ പോയതും ആയ കുറെ പ്രഗത്ഭർ ആയ കലാ കാരന്മാർ ഉണ്ട് .ഞാൻ മാത്രം അല്ല, ഈ രാജ്യത്ത് ദീർഘ നാൾ ജീവിക്കുന്ന ഒരാൾക്കും ഇഇപോലുള്ള സാമൂഹ്യവും സാംസ്കാരികവും ആയ വേദികളിൽ നിന്ന് ഒഴിഞ്ഞു നിൽക്കാൻ പറ്റുന്നത് അല്ല.

ബാംഗ്ലൂർ ചെന്നൈ മുതലായ സ്ഥലങ്ങളിലെ സിനിമാ സ്റ്റഡിയോ കളിൽ ബഷീർ അലിയന്റെ കൂടെ കറങ്ങിയപ്പോളും കുറെ ഏറെ ആർട്ടിസ്റ്റ് കളെയും സിനിമാ പ്രവർത്തകരെയും കാണാൻ കഴിഞ്ഞു.ഇതിനെല്ലാം പുറമെ എന്റെ കുട്ടികളുടെ പല പ്രോഗ്രാമുകളും ഇവിടത്തെ ഒട്ട മിക്ക വേദികളിലും അവതരിപ്പിച്ചിട്ടുണ്ട് .അതിന് പറ്റിയ അവരുടെ ആ പ്രായങ്ങൾ കഴിഞ്ഞു പോകുന്നത് വരെ ഞങ്ങൾ രക്ഷിതാക്കൾ എല്ലാ സപ്പോർട്ടും നൽകി അവരുടെ പുറകേ തന്നെ ഉണ്ടായിരുന്നു .ഒട്ടും ബഹളങ്ങൾ ഇല്ലാതെ ചാരിതാർഥ്യവും ആത്മ നിർവൃതിയും ആവോളം കിട്ടിയിരുന്ന ഒരു കാലം.

ഇതൊക്കെ പറഞ്ഞപ്പോൾ പണ്ട് പനങ്ങാട് ഹൈസ്കൂളിൽ പഠിക്കുന്ന കാലത്ത്, ഞാൻ അറിയുന്ന കൂടുതൽ പേരും വായിച്ചിരുന്നത് മലയാള മനോരമ ആഴ്ച പതിപ്പ് ആയിരുന്നു .അക്കാലത്തെ അവരുടെ എല്ലാം ഇഷ്ട കഥാപാത്രങ്ങൾ മുട്ടത്തു വർക്കിയുടെയും കാനത്തിന്റെയും പ്രണയ പരവശർ ആയ കഥാപാത്രങ്ങൾ ആണ് .മാത്രം അല്ല ആഴ്ച പതിപ്പ് ഞാൻ കാണുക എല്ലാവരും വായിച്ചും കണ്ടും കഴിഞ്ഞു അവസാനം ആയിരിക്കും .ഞാൻ ആണെങ്കിൽ നോക്കിയിരുന്നതോ, അവസാനത്തെ പേജ് ആയ ബോബനും മോളിയും .എന്റെ ആ പ്രായക്കാരുടെ ഹരം ടോംസ് ന്റെ കഥാ പാത്രങ്ങൾ മാത്രം . അത് കഴിഞ്ഞേ പിന്നെ വേറൊന്നിന് സ്ഥാനം ഒള്ള .എന്റെ പ്രിയ കസിൻസ് ആയ അകാലത്തിൽ അന്തരിച്ചവരും സഹോദരങ്ങളും ആയിരുന്ന കമാൽ മാഷും മജീദും ഏറെ ഇഷ്ട പെട്ടിരുന്നതും അതൊക്കെ തന്നെ ആയിരുന്നു.

ഇവിടെ വന്ന കാലത്ത് എനിക്ക് ജീവിതത്തെ പറ്റി എന്തെന്നില്ലാത്ത ഒരു പ്രതീക്ഷ ഉണ്ടായിരുന്നു .പക്ഷേ ചില സുഹൃത്തുക്കളുടെ ബുദ്ധിമുട്ടും പ്രശ്നങ്ങളും കണ്ടപ്പോൾ വളരെ വിഷമം തോന്നാറുണ്ട് .അത്ര വലിയ ആഗ്രഹങ്ങൾ പേറി നടക്കുന്നത് ഒരു തരം മണ്ടത്തരം ആണല്ലോ എന്ന് ചിലപ്പോൾ തോന്നീട്ടും ഉണ്ട് . പിന്നെ ഞാൻ അതൊന്നും കാര്യം ആക്കാതെ എന്നവച്ചാൽ അത്ര വലിയ പ്രതീക്ഷകൾ ഒന്നും വച്ച് പുലർത്താതെ ഉള്ള ജീവിതം അങ്ങനെ അങ്ങ് ഇടർന്നു . ആരോട്ടും പരാതിയോ പുരാതിയോ ആയി പുറകേ പോകാറും ഇല്ല .അതോടെ മനസ്സിന് താങ്ങാൻ പറ്റാത്ത ഒരു പ്രശ്നവും ഇല്ലാതെ ആയി.

എന്റെ ബോസ്സ് ഗോൺസാൽവേസ് അവർകളെ ഞാൻ കണ്ടു .അവിടെ ജോലി ചെയ്യുന്നത് കൊണ്ട് പുതിയ ഇന്റെർവ്യൂന് പോകുന്ന വിവരം അയാളോട്

പറയണമല്ലോ .നല്ലവൻ ആയ ആ മനുഷ്യൻ ആറു മാസം വരെ ജോലി ഉറപ്പ് നൽകി .എന്നാലും കൈ വന്ന അവസരം അന്വേഷിക്കാതെ വിടാൻ എനിക്ക് കഴിയുമായിരുന്നില്ല .ബോസിന്റെ ആശീർവാദവും അനുവാദവും കിട്ടി . ഇന്റർവ്യൂന് പോയി.അത് 1980 കളുടെ ഇടക്ക കാലം, അതായത് എന്റെ പുതിയ ജോലി ഇടങ്ങുന്നത് 1981 ഫെബ്രുരി മാസം. അത് ഒരു ബ്രിട്ടീഷ് കമ്പ്യൂട്ടർ കമ്പനി ആണ് .മുമ്പൊരിക്കലും കംപ്യൂട്ടർ ഉപകരണം കാണാൻ എനിക്ക് കഴിഞ്ഞിട്ടില്ല.ഐ സി ൽ ഓഫീസിൽ ചെന്നപ്പോൾ രണ്ട് സായ്പന്മാർ ഉണ്ടായിരുന്നു .ഉപചാര വാക്കുകൾ കൈമാറി .എന്നെ സ്വയം പരിചയ പെടുത്തി . അവർ തിരിച്ചും .ആദ്യത്തെ ആൾ മിസ്റ്റർ ഗ്രഹാം വ്യള്ളി .കസ്റ്റമർ സർവീസ് മാനേജർ .രണ്ടാമത്തെ ആൾ മിസ്റ്റർ ജോൺ ഡയൽ .ആ ഓഫീസിന്റെ മാനേജർ .പ്രധാന ഓഫീസ് കോർണിഷ് ഭാഗത്ത് ആണെന്ന് പറഞ്ഞു .അവർക്ക് വേണ്ടി മിസ്സിസ് വ്യള്ളി തന്ന കവർ കൊടുത്തു .ആ കവർ അപ്പോൾ തന്നെ ഇറന്നു നോക്കും എന്ന് ഞാൻ കരുതി .അത് ഉണ്ടായില്ല .പിന്നീട് നോക്കാം എന്ന് കരുതി കാണും.

അവിടെ ചെയ്യേണ്ട ജോലിയെ പറ്റി അവർ മാറി മാറി പറഞ്ഞു തന്നു . അതെല്ലാം കേട്ട് ഞാൻ ഇരുന്നു അവർ എന്റെ യോഗ്യത, ജോലി ചെയ്ത പരിചയം എന്നിവ ഒന്നും ചോദിച്ചില്ല .സർട്ടിഫിക്കറ്റുകൾ പുറത്ത് എടുത്തപ്പോൾ പേർസണൽ ഫൈലിൽ വെക്കാൻ എല്ലാത്തിന്റെയും കോപ്പികൾ മതി എന്നും പറഞ്ഞപ്പോൾ ജോലി കിട്ടി എന്ന് തന്നെ എനിക്ക് തോന്നി ഇടങ്ങി . കൂടുതൽ എന്തെങ്കിലും അങ്ങോട്ട് പറഞ്ഞു കുളം ആക്കേണ്ടന്ന് ഞാനും കരുതി .

ആ ഓഫീസിലെ സെക്രട്ടറി ഓഡ്രി പ്ലേ എന്ന് പേരുള്ള ബ്രിട്ടീഷ് വനിത . മറ്റൊരു ആൾ കൂടി ഉണ്ട് .എഞ്ചിനീയർ ആയ പീറ്റർ മെയിൽ സായ്പ് .അന്ന് തന്നെ എല്ലാവരേം പരിചയപ്പെട്ടുഞാൻ കൊണ്ട് ചെന്ന കവറുമായി മാനേജർ ഗ്രഹാം വ്യള്ളി വീണ്ടും എന്റെ അടുത്ത് വന്നു.അദ്ദേഹത്തിന്റെ ധർമ്മ പതിനി ആണ് അത് കൊടുത്തയച്ച മിസ്സിസ് വ്യള്ളി എന്ന പുതിയ അറിവ് എനിക്ക് വളരെ ആശ്വാസം പകർന്നു.മാത്രമല്ല, ഞാൻ അവിടെ എത്തി എന്ന വിവരം എന്റെ മുൻപിൽ വെച്ച് തന്നെ അവരെ വിളിച്ചു പറയുകയും ചെയ്തു.നിയമന ഉത്തരവും മറ്റ കാര്യങ്ങളും ഒരാഴ്ക്കകം ശരി ആകുമെന്നും ഇടയ്ക്കിടെ വന്ന് തിരക്കിയാൽ മതിയാകും എന്ന ധാരണയിൽ ഞാൻ പോന്നു.തിരിച്ച വന്ന് ഗോൺ സാൽവേസ് നോട് എല്ലാം വിശദം ആയി പറഞ്ഞു .എനിക്ക് സ്ഥിരം ജോലി ശരി ആയതിൽ അദ്ദേഹം അഭിനന്ദനം അറിയിച്ചു .പുതിയ ജോലിയിൽ പ്രവേശിക്കുന്നത് വരെ അവിടെ ഇടുന്നതിൽ വിരോധം ഇല്ലെന്നും പറഞ്ഞു.രണ്ട് ദിവസങ്ങൾക് ശേഷം ഞാൻ ആഡ്രിയെ വിളിച്ചപ്പോൾ നിയമന ഉത്തരവ് ശരി ആയിട്ട് ഉണ്ടെന്നും എഗ്രീമെന്റ് ഒപ്പിടുവാൻ ചെല്ലണം എന്നും പറഞ്ഞു .ഞാൻ അന്ന് തന്നെ പോയി.

അടുത്ത ദിവസം രാവിലെ മുതൽ ജോലി തുടങ്ങാം എന്ന ധാരണയിൽ കാര്യങ്ങൾ പറഞ്ഞു ഉറപ്പിച്ചു .എല്ലാ പേപ്പറുകളും കൈപറ്റി ഞാൻ പോന്നു.

ഞാൻ ആർ ജെ ബി എ കമ്പനിയിൽ ചെയ്തു കൊണ്ടിരുന്ന ജോലി പൂർത്തി ആക്കാൻ പിള്ളയും ബാബുവും എന്നെ സഹായിക്കുകയും ചെയ്തു .അവരുമായി ഉള്ള നല്ല ബന്ധം തുടർന്നു. അക്കാലത്ത് അത്രക്ക് അവഗാഹം ഉള്ള മേഖല ആയിരുന്നില്ല കമ്പ്യൂട്ടർ എന്നോർക്കണം .ബാങ്കിങ്ങ് മേഖലയിൽ പോലും കമ്പ്യൂട്ടർ വത്കരണം പതുക്കെ തുടങ്ങുന്നതേ ഒള്ളൂ .അന്ന് ഓയിൽ കമ്പനികളിലും ചില ഗവർമെന്റ് സ്ഥാപനങ്ങളിലും വലിയ കമ്പ്യൂട്ടർ പെരിഫെറൽസ് സ്ഥാപിക്കാൻ ദീർഖകാല കരാർ കിട്ടിയത് ഇന്റർനാഷണൽ കംപ്യൂട്ടേഴ്സ് ലിമിറ്റഡ് എന്ന കമ്പ്യൂട്ടർ സ്ഥാപനത്തിന് ആണ് .അതൊരു ബ്രിട്ടീഷ് മൾട്ടി നാഷണൽ കമ്പനി ആണ്, ഐ.ബി.എം ,എൻസി ആർ , എന്നിവ പോലെ .ജോലിക്കാർ അധികവും യൂറോപ്യൻസ് .ഇന്ത്യക്കാരും പാകിസ്ഥാൻ കതമായ മൂന്നാലു പേർ .നാല്പത് ജോലിക്കാർ എങ്കിലും മൊത്തം കാണും .അധികവും ഹാർഡ് വെയർ, സോഫ്റ്റ് വെയർ എഞ്ചിനീയേർസ് .കോർണിഷ് റോഡിലെ ആദ്യത്തെ സുന്ദരമായ ഗ്ലാസ് ടവർ ബിൽഡിങ്ങിൽ ആയിരുന്ന ഓഫീസ് .ബ്ലൂ ടവർ എന്നാണ് ആ കെട്ടിടം ഇപ്പോഴും അറിയ പെടുന്നത്1986 .ൽ കൂടുതൽ സൗകര്യാർത്ഥം ഷെയ്ഖ് ഹംദാൻ റോഡിൽ ഉള്ള അൽ മസൂദ് ടവർ എന്ന കെട്ടിട സമുച്ചയത്തിലേക്ക് മാറ്റുക ഉണ്ടായി.

ഐ സി ൽ കമ്പനിയിൽ സർവീസസ് കോർഡിനേറ്റർ ആയി ഞാൻ ജോലി ആരംഭിച്ചു .കമ്പ്യൂട്ടർ സ്പെയർ പാർട്ടുകളും വർക്ക് ഷോപ്പും ഉള്ള ഒരു ചെറിയ മൂലയിൽ ആയിരുന്ന ഇടക്കം .ഇരിക്കാൻ കസേര എന്നു പറയാൻ ഒന്നും ഉണ്ടായിരുന്നില്ല .വർക്ക് ഷോപ്പിൽ കുറച്ച പൊക്കം കൂടുതൽ ഉള്ള ഒരു സ്റ്റൂൾ ഉണ്ട് . അതിന്മേൽ എപ്പോഴും ഇരിക്കുക സായ്പ് ആണ് .പാവം പീറ്റർ മെയിൽ അദ്ദേഹത്തിന്റെ ഒരു കാലിന എന്തോ പരിക്ക് പറ്റിയത് കൊണ്ട് കുറേച്ചെ ഞൊണ്ടിയിട്ടാണ് നടക്കുന്നത് .അടുത്ത് തന്നെ പുതിയ സ്ഥലത്തേക്ക് മാറും എന്നും അപ്പോൾ ഇരിക്കാൻ ഉള്ള സൗകര്യങ്ങൾ ഉണ്ടാവും എന്നും പറഞ്ഞു . എനിക്ക് കമ്പ്യൂട്ടറിനെ പറ്റി ഒരറിവും ഉണ്ടായിരുന്നില്ല .അതുകൊണ്ട തന്നെ ആ ജോലി എത്ര നാൾ ഉണ്ടാകും എന്ന കാര്യത്തിലും എനിക്ക് സംശയം ഉണ്ടായിരുന്നു .എന്നാലും പീറ്റർ സായ്പ്പിന്റെ ട്രെയിനിങ്ങ്, മക്കിന്നൻ സായ്പ്പിന്റെ മോട്ടിവേഷൻ, ഗ്രഹാം വുള്ളിയുടെ സംരക്ഷണം, പിന്നെ എന്റെ ആത്മ വിശ്വാസം .മാത്രമല്ല, ഞാനും കമ്പ്യൂട്ടർ ടെക്നീഷ്യൻ ആയി ജോലി ചെയ്യുന്ന മനോഹരന മൊക്കെ പരസ്പരം സഹായിച്ചും സംരക്ഷിച്ചും കൊണ്ടുള്ള നല്ല ഒരു തൊഴിലിടം അങ്ങനെ ഉണ്ടാക്കി എടുത്തു .എല്ലാം കൊണ്ടും ഞാൻ പതുക്കെ ആ കമ്പ്യൂട്ടർ കമ്പനിയുടെ ഒരു കോൺടാക്ട് സെന്റർ ആയി മാറി.

PHOTOS:

.1മമ്മൂട്ടിയും കുടുംബവും .ഞാനും കുടുംബവും

.2ഫാനിന്ന പുറകിൽ ഉള്ള കൊച്ചു കുട്ടി ദുൽകർ

.3മമ്മൂട്ടിയുടെ ഭാര്യ മകൾ എന്റെ കുടുംബവും

.4കാർത്തികയോട് ഒപ്പം

.5എന്റെ മകൾ സമിതയും ഡിസ്നോ ശാന്തിയും

മമ്മൂട്ടിയും എന്റെ കുടുംബവും

ഫാനിന് അടുത്ത് ദുൽക്കർ, എന്റെ ഭാര്യ, മക്കൾ, കല്പന, കലാരഞ്ജിനി, സുലു.

സുലുവും മകളും, കല്പന പിന്നെ എന്റെ ഭാര്യ മക്കൾ

കാർത്തികയോടൊപ്പം എന്റെ ഭാര്യ മക്കൾ

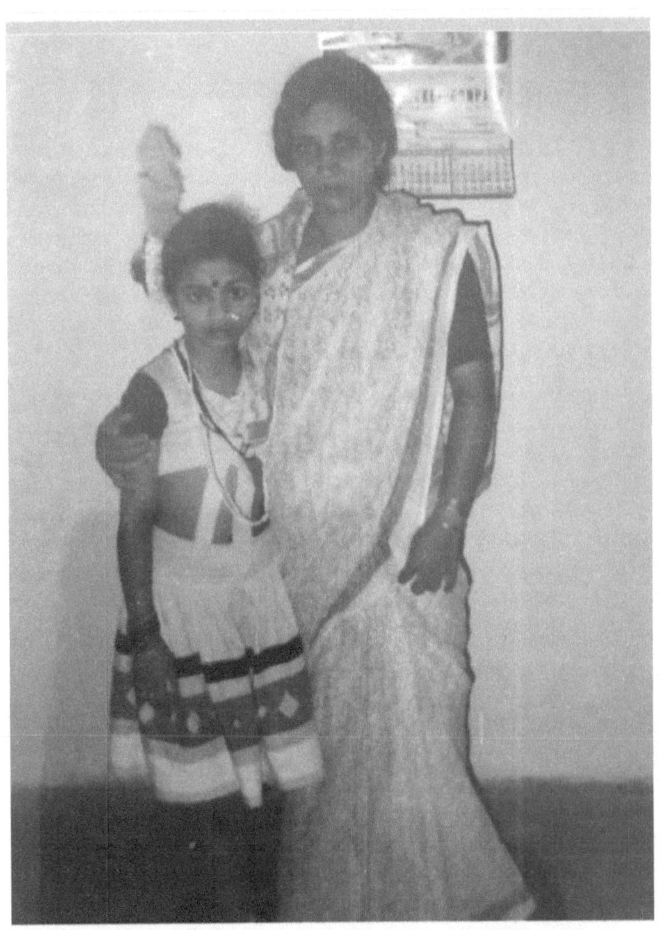

ഡിസ്കോ ശാന്തിയും എന്റെ മൂത്ത മകൾ സമിതയും

xxxxxxxxx

15

ദുബായിൽ നിന്നുള്ള ആദ്യത്തെ കത്ത്

"എന്റെ മരണം ഒരു പ്രവാസിയുടെ സമരം ആണ്" എന്നെഴുതി വച്ച് സ്വയം ജീവൻ കുരുതി കൊടുത്ത ഹത ഭാഗ്യൻ ആയ ചെറുപ്പക്കാരാ, നീ എന്തിന് ഈ കടും കൈ ചെയ്തു .കണ്ണം കാതും കരളും ഇല്ലാത്ത ഭരണ സംവിധാനങ്ങളുടെ കണ്ണ് ഇറപ്പിച്ചാൽ മറ്റുള്ളവർ എങ്കിലും രക്ഷ പെടും എന്ന് തെറ്റി ധരിച്ചുവോ . മരണം ചിലപ്പോൾ നമ്മുടെ ഒരു പ്രശ്നവും പരിഹരിക്കുക ഇല്ല .മറിച്ച് വേണ്ട പെട്ടവർക്ക്, അവരുടെ ഉള്ളിൽ വേദനയുടെ വൻ വിടവ് ഉണ്ടാക്കാം എന്നുമാത്രം . ജീവിച്ചിരുന്നു എങ്കിൽ ഏതങ്കിലും പാവം പ്രവാസിക്ക് ഒരു കൈ സഹായം എങ്കിലും ചെയ്തു കൊടുക്കുവാൻ പറ്റ മായിരുന്നില്ലേ.

ഈ അടുത്ത കാലത്തു പ്രവാസികളുടെ ജീവിതം വളരേ ഏറെ വിഷമ സംഗീർണ മയം ആയി മാറി .പഴയ പാവം പേർഷ്യക്കാരനെ ഈർഷ്യയോടെ കാണാത്തവർ ചുരുക്കം .അത്തറിന് മണം അത്ര പോരാ .പള പളപ്പ് ഉള്ള ഡ്രെസ്സിന്ന് മോടി തീരെ ഇല്ല .പ്രവാസികൾ ആകെ ആപ്പിലും അങ്കലാപ്പിലും ആയി .നാട്ടിൽ ആണെങ്കിൽ ആർക്കും വേണ്ട പ്രവാസിയെ .ഇവിടെ ആണെങ്കിലോ ജീവിക്കാൻ ഉള്ള വഴികൾ ചുരുങ്ങി അടങ്ങു ഇല്ലാതെ ആയി കൊണ്ട് വരുന്നു .മുകളിൽ പറഞ്ഞ വ്യക്തിയെ ആത്മ ഹത്യ ചെയ്യാൻ പ്രേരിപ്പിച്ച കാരണം ഇതൊക്കെ ആവാം.

സ്നേഹിക്കുവാനും സഹായിക്കുവാനും മാത്രമേ അധികം പ്രവാസികൾക്കും അറിയൂ .പ്രവാസി ആകണം എന്ന മുൻ തീരുമാനങ്ങൾ എടുത്ത് വന്നവരല്ലാ അവർ .വിദ്യാഭ്യാസം കച്ചവടം ആവുകയും തൊഴിൽ ഇടങ്ങൾ കൂടുതൽ ഉണ്ടാകുന്നതിനു പകരം ഉള്ളവ പൊളിയുവാനും പൂട്ടുവാനും ഇടങ്ങിയതോടെ കുടുംബങ്ങൾ പട്ടിണി ആകുതെന്നു കരുതി പല വഴികളിലൂടെ പല രാജ്യങ്ങളിലായി ചിന്നി ചിതറി എത്തിയ ഒരു ജന സമൂഹം .ആർക്കെങ്കിലും നൽകുന്ന സ്നേഹവും ലാളനകളും അതേ പോലെ തിരിച്ച കിട്ടും എന്ന് വൃഥാ മോഹിക്കാനൊന്നും അവർക്ക് ആവില്ല .പക്ഷേ ആർക്ക് കൊടുത്താലും, മറ്റാരിൽ നിന്നെങ്കിലും ഇരട്ടി ആയോ അതിൽ കൂടുതൽ ആയോ തിരിച്ച കിട്ടുന്ന ഒന്ന് സ്നേഹം മാത്രം ആണ് .അത് അവർക്ക് ആവോളം ഇപ്പോൾ ഇവിടെ ഈ പ്രവാസ ലോകത്ത് കിട്ടുന്നുണ്ട് എന്ന് ഞാൻ വിശ്വസിക്കുന്നു .കാരണം ഞാൻ സാക്ഷി, അത് ഇവിടെ ഇക്കാലത്ത് നടന്നു കൊണ്ടിരിക്കുന്നു, അനുഭവ പെടുന്നു,

കാണുന്നു, കേൾക്കുന്നു .ഇവിടെ ഇപ്പോൾ നടക്കുന്ന നന്മ ചെയ്യുന്ന കൈകളെ കാലം തിരിച്ചറിഞ്ഞിട്ടുണ്ട് .ചരിത്രത്തിൽ അവർക്ക് ഇടവും ഉണ്ട് .തീർച്ച.

അബ്ദാബിയിൽ വളരെ നല്ല നിലയിൽ പ്രവർത്തിച്ചിരുന്ന കമ്പ്യൂട്ടർ കമ്പനികളിൽ മുൻനിരയിൽ തന്നെ ആയിരുന്ന ICL.കംപ്യൂട്ടർ കമ്പനിയിലെ എന്റെ ഇരുപത് കൊല്ലക്കാലം നീണ്ട ജോലിക്ക് ഇടയിൽ കണ്ട മുട്ടിയ ഒരു പാട് നല്ല ആൾക്കാർ ഉണ്ട് .എല്ലാവരിൽ നിന്നും എനിക്ക് ഒരു കൈ സഹായം അല്ലാതെ മറ്റ ബുദ്ധിമുട്ടുകൾ ഒന്നും അനുഭവ പെട്ടിട്ടില്ല .മാത്രമല്ല ഇടപഴകിയ കസ്റ്റമേഴ്സ് പോലും എനിക്ക് വളരെ നല്ല സപ്പോർട് തന്നിട്ടുണ്ട് .അവരെല്ലാം തന്നെ വളരെ സ്നേഹ സമ്പന്നരും സത്യ സന്തരും ആയിട്ടാണ് അനുഭവ പെട്ടിട്ടുള്ളത് .നാലഞ്ച് മാനേജർമാർ എങ്കിലും ഈ കാലയളവിൽ മാറി വന്നിട്ടുണ്ടാകും .ആർ നല്ലത് അല്ലെങ്കിൽ മോശം എന്ന് ഒട്ടും വേർ തിരിക്കാൻ പറ്റാത്ത വിധം യോഗ്യർ ആയിരുന്ന എല്ലാവരും .അതുപോലെ തന്നെ ജോലിക്കാർ എല്ലാവരും പരസ്പര ബഹുമാനം ഉള്ളവരും ഓരോരുത്തരും അവരവരുടെ ജോലി കൃത്യമായി ചെയ്യുന്നവരും ആയിരുന്നു.

ഇടക്ക കാലത്ത് വർഷത്തിൽ രണ്ട കമ്പനി പാർട്ടി പതിവായി പ്രതീക്ഷിക്കാം .ഒന്ന് ഒഴിച്ച കൂടാൻ പറ്റാത്ത ക്രിസ്മസ് ന്യൂ ഇയർ പാർട്ടി .മറ്റേത് പുതിയതായി വല്ല ബിസിനസ് കോൺട്രാക്ട് കൾ ലഭിക്കമ്പോൾ ഉള്ള പാർട്ടി.എന്നോട് കൂടുതൽ പ്രതിബദ്ധത പുലർത്തിയിരുന്നവരും കൂട്ടത്തിൽ ഉണ്ട് . അവരെ വിസ്മരിക്കാനും പാടില്ല .

മുൻപ് പരാമർശിക്കപ്പെട്ട ചിലർ കൂടാതെ മക്കിന്നൻ, ഡോൺ ഹാർവ്വഡ്, എഡീ സ്മിത്ത്, പീറ്റർ മെയിൽ, മനോഹരൻ, ആൻഡി വുഡാം, ആന്ദ്രൂ ലോങ്ങ് ഇടങ്ങിയ ചിലരെ പരാമർശിച്ചെന്ന മാത്രം .അവരിൽ അധികം പേരുമായും ഞാൻ ഇപ്പോഴും സ്ഥിരം ബന്ധ പെടുന്നുണ്ട് .ടി. കെ . മുസ്തഫ എന്ന കണ്ണൂര് കാരൻ ആയ ഓഫീസ് അസിസ്റ്റന്റിനെ ഇടയ്ക്കിടെ വിളിക്കാർ ഉണ്ട് .പ്രായം കൊണ്ടുള്ള ചില കാഴ്ച പ്രശ്നങ്ങൾ അദ്ദേഹം നേരിടുന്നുണ്ട് .കാല വിസ്മൃതി കളിൽ മാഞ്ഞു പോയ ഒന്നു രണ്ട് പേര് ഒഴിച്ച് ബാക്കി എല്ലാവരും സന്തോഷത്തോടെയും ആരോഗ്യത്തോടെയും ജീവിച്ച കാണുന്നതിൽ ദൈവത്തിന സ്തുതി എന്നല്ലാതെ എന്ത് പറയാൻ .ഡോൺ ഹാർവ്വുഡും ഭാര്യ ആലിസനും കഴിഞ്ഞ കൊല്ലം ഇവിടെ വന്നപ്പോൾ കാണുക ഉണ്ടായി .ഞങ്ങൾ ഒന്നിച്ച് ഫ്ലഗ്സ്റ്റാൻഡ് ഹോട്ടലിൽ നിന്ന് ഡിന്നർ കഴിക്കുകയും ചെയ്യു.

ജോലിയിൽ നിന്നെല്ലാം വിട്ട് ഇപ്പോൾ കാലം കുറെ ആയി .സ്വന്തം ആയി ചെറിയ ബിസിനസ്സ് സ്ഥാപനം നടത്തി കൊണ്ട് പോകുന്ന .എന്റെ ഭാര്യയും അതുപോലെ ബാങ്ക് പാരിബാസിൽ നിന്നും വിട്ട് ADCO ഓയിൽ കമ്പനിയിൽ

വളരെ കാലം സേവനം അനുഷ്ഠിക്കുകയും ചെയ്തു .ഇപ്പോൾ ഞങ്ങൾ ഒരുമിച്ചാണ് സ്വന്തം സ്ഥാപനം നടത്തുന്നത്.ഞാൻ വരുന്ന കാലത്ത് ബന്ധുക്കളും സുഹൃത്തുക്കളും നാട്ടുകാരുമായി കുറേ പേർ ഇവിടെ ഉണ്ടായിരുന്നു .കാലം കഴിയുന്തോറും അവരുടെ യെല്ലാം എണ്ണവും കൂടിവന്നു .എന്റെ കസിൻ സഹോദരങ്ങൾ ആയ മുഹമ്മദാലി,ബഷീർ ,മുഹമ്മദ് റാഫി , റഷീദ് , ഇബ്രാഹിം ,ബാബു, കാതിരു, മുജീബ്,ഷാജ്ജ എന്നവരിൽ ചിലർ തിരിച്ച പോയി .മറ്റ ചിലർ ഇപ്പോഴും ഇവിടെ ഉണ്ട് .റാഫി ആണെങ്കിൽ അമേരിക്കയിൽ സെറ്റിൽ ചെയ്തു . എന്റെ അബുബക്കർ എളാപ്പയും അബു ദാബിയിൽ കുറേ വർഷങ്ങൾ ഉണ്ടായിരുന്നു .ഡോക്ടർ ദമ്പതികളും എന്റെ ബന്ധുവും ആയ ഫസലും റസിയയും ഷാർജയിൽ പ്രാക്ടീസ് തുടങ്ങിയിട്ട് കുറെ നാൾ ആയി .അതേ പോലെ മാപ്പിൾ വുഡ് സ്കൂളിൽ കമ്പ്യൂട്ടർ മാനേജർ ആയ മുഹമ്മദ് ഷഫീക്കും കസിൻസ് ആയ ആഷിക് യാസി, സലാമിന്റെ മകൻ ഷാർജയിൽ ഉള്ള കുഞ്ഞു, ബഷിർന്റെ മകൻ നബീൽ മുതലായ പുതിയ തലമുറയുടെ വക്താക്കളെയും സ്ഥിരമായി കാണാറുണ്ട് .കൂടാതെ ഇവിടെ സ്ഥിര താമസം ആക്കിയില്ലെങ്കിലും എസ് .പി . ഷാഫുൽ ഹമീദും അഡ്വക്കറ്റ് നൗഷാദും പല പ്രാവശ്യം ദുബായിലും അബു ദാബി യിലും വന്നിട്ടുണ്ട് .അനുജൻ സലീമിന്റെ മകൻ മുന്ന ഞങ്ങളെ കാണവാൻ ഒന്നുരണ്ടു പ്രാവശ്യം അയർലണ്ടിൽ നിന്നും ഇവിടെ വരികയും ചെയ്തു.

കംപ്യൂട്ടർ കമ്പനിയിൽ ജോലി ചെയ്യുന്ന കാലത്ത് ആണ് കത്ത് എഴുതി കൊടുത്ത കോയ എന്ന ആളെ വീണ്ടും സമാജത്തിൽ വെച്ച് കണ്ടു മുട്ടുന്നത് . രോഗ ബാധിതൻ ആയപ്പോൾ ആവശ്യമായവൈദ്യ സഹായം നൽകുവാനം എനിക്ക് കഴിഞ്ഞു.ഒന്ന് രണ്ട പ്രാവശ്യം പോയി രോഗ വിവരം അന്വേഷിക്കുകയും ആൾ രോഗ വിമുക്തൻ ആണെന്ന് ബോധ്യപ്പെടുകയും ചെയ്തു.

ഞാൻ എപ്പോഴെങ്കിലും ചെന്നാൽ എന്റെ പുറകെ പോരുകയും എങ്ങിനെ എങ്കിലും ഇവിടെ നിന്ന് നാട്ടിലേക്ക് പോയാൽ മതി എന്ന് പറയുകയും ചെയ്യും . അയാൾക്ക് അപ്പോൾ ഇന്ത്യൻ എമ്പസ്സി നൽകുന്ന ഔട്പാസ്സ് ലഭിച്ചിരുന്നു . പിന്നെ എന്ത് കൊണ്ട് ഇത്രയും കാലം ആയിട്ടും നാട്ടിൽ പോയില്ല എന്ന ചോദ്യത്തിന് മാത്രം ഉത്തരം ഇല്ല .ഞാൻ ഉൾപ്പടെ പലരും അദ്ദേഹത്തിന്റെ യാത്രക്ക് വേണ്ട സഹായവും മറ്റം ചെയ്യാൻ തയ്യാർ ആയിരുന്ന .ഇതൊക്കെ ചോദിച്ചാൽ കൊച്ച കുഞ്ഞിനെ പോലെ കരയുക മാത്രം ചെയ്യും .വാസ്തവത്തിൽ ആ മനുഷ്യനെ കാണുന്ന ദിവസം മനസ്സ് വല്ലാതെ അസ്വസ്ഥം ആവുമായിരുന്നു . ആരെങ്കിലും പറഞ്ഞാൽ കേൾക്കും എന്നല്ലാതെ തീരുമാനം എടുക്കാൻ കഴിയാത്ത ചില ജന്മങ്ങൾ നമുക്ക് ചുറ്റം ഉണ്ട് .കാലങ്ങളായി വിഷാദ രോഗങ്ങൾക്ക് അടിമപ്പെട്ട് മരുന്നോ മറ്റ ചികിത്സകളോ ലഭിക്കാതെ അലയേണ്ടി വരുന്ന ഹത ഭാഗ്യർ.എനിക്ക് തോന്നുന്നത് ഏറ്റവും കൂട്ടതൽ വിഷാദ രോഗം

ഉള്ളവർ ഇതേ പോലെ നാട്ടും വീടും വിട്ട വന്ന് ബന്ധുക്കൾ സ്വന്തക്കാർ സുഹൃത്തുക്കൾ എന്നിവരുടെ യെല്ലാം സ്നേഹ വാത്സല്യ പരിലാളനകൾ ലഭിക്കാതെ പോകുന്നവരാണ്. ഇത്തരക്കാർക്ക് സ്വയം തീരുമാനം എടുത്ത് ജീവിക്കുവാൻ വളരെ പ്രയാസ പെടേണ്ടി വരും.

തന്റെ തെറ്റും ശരിയും തിരിച്ചറിഞ്ഞു നന്മയും തിന്മയും വിലയിരുത്തി സ്വന്തം ബുദ്ധി ഉപയോഗിച്ച് എന്ത് ചെയ്യണം, ചെയ്യരുത് എന്നൊക്കെ ഉറപ്പ് വരുത്താൻ കഴിയാത്തവർ ആണ് അവർ .എനിക്ക് ലീവിന് നാട്ടിൽ പോകാൻ സമയം ആയെന്നു പറഞ്ഞപ്പോൾ കോയാക്കാടെ മുഖത്ത് സന്തോഷത്തിനു പകരം സന്താപമാണ് കണ്ടത് .അത് കൊണ്ട് അദ്ദേഹത്തിന് കൂടുതൽ വിഷമം ഉണ്ടാകേണ്ട എന്ന് കരുതി പോകുന്ന ദിവസവും സമയവും ഞാൻ പറഞ്ഞില്ല . ഞങ്ങൾ എല്ലാവരും കുട്ടികളുടെ സ്കൂൾ ഇറക്കുന്നതിന്ന് മുൻപ് ഇവിടെ തിരിച്ച് എത്തി.

അതൊരു ച്ചൂട് കാലം ആയിരുന്നു .പുതിയ സ്ഥലം കണ്ടെത്തി താമസം മാറ്റുന്ന തിരക്കിൽ ഞങ്ങൾ മറ്റൊന്നും ശ്രദ്ധിച്ചില്ല .ഏതാനും ദിവസങ്ങൾക്ക് ശേഷം ഞാൻ കോയാക്കാടെ റൂമിൽ ചെന്നു .അത് അടഞ്ഞു കിടക്കുന്നു . തൊട്ടടുത്ത വീട്ടുകളിലും തിരക്കി എങ്കിലും അവിടൊക്കെ പുതിയ താമസക്കാർ . കുറച്ച മാറി ഞങ്ങൾ ഇടക്ക് ചായ കുടിച്ചിരുന്ന കടയിൽ കയറി ഇരുന്നു .കട ഉടമ പറയാതെ തന്നെ ചായ തന്നു .അയാളോട് നാട്ടിൽ പോയി വന്ന വിവരവും വീട് മാറിയ കാര്യവും പറഞ്ഞു .ഞാൻ അദ്ദേഹത്തോട് കോയാക്കാടെ വിവരം അന്വേഷിച്ചു .വളരെ ആശ്ചര്യത്തോടെ അയാൾ എന്നെ നോക്കി ചോദിച്ചു:

"അല്ല, ഭായ് അപ്പോ വിവരം ഒന്നും അറിഞ്ഞില്ലേ".

"ഇല്ല .എന്ത് വിവരം .ഞാൻ നാട്ടിൽ പോയി, ഒരു മാസം അവിടെ നിന്നു .വന്നിട്ട് രണ്ട് ആഴ്ച ആയി .ഇപ്പോൾ മാത്രമാണ് ഈ വഴി വരുന്നത് .നിങ്ങൾ പറയൂ".

ഞാൻ " കോയക്കാ ഒരു ദിവസം കുഴഞ്ഞു വീണു .റൂമിൽ ഉണ്ടായിരുന്നവർ എല്ലാവരും കൂടി ആളെ പൊക്കി എടുത്ത് ആസ്പത്രിയിൽ കൊണ്ടുപോയി .എങ്കിലും അവിടെ എത്തുന്നതിനു മുൻപേ അദ്ദേഹം മരിച്ചിരുന്നു ".

ഹോട്ടൽക്കാരൻ ഒറ്റ ശ്വാസത്തിൽ ഇതെല്ലാം പറഞ്ഞു .
"ഇപ്പോൾ രണ്ട മാസം എങ്കിലും ആയികാണും".
"എന്നിട്ട് ബോഡി ? "
"നാട്ടിൽ കൊണ്ട് പോയോ".എന്ന എന്റെ ചോദ്യം

"ഇല്ല .ഇവിടെ ഉംഅൽനാർ അപ്പറം ഉള്ള കബർ സ്ഥാനിൽ മറവ് ചെയ്യ ".
അയാൾ ഇത് കൂടി പറഞ്ഞു:

നാട്ടിൽ ബന്ധ പെട്ടപ്പോൾ ഭാര്യയും മകനും

ഇങ്ങനെ പറഞ്ഞു പോല്ലും :

 "നാട് വിട്ടിട്ട് ഇരുപത് കൊല്ലം ആയി .ഇതിനിടെ ഒരിക്കലെങ്കിലും ജീവനോടെ
കാണാത്ത ആളുടെ മയ്യത്ത് മാത്രം ഞങ്ങക്ക് ഇനി കാണേണ്ട"!.....

ഇത്   പോല്ലുള്ള   ദുരന്ത   ജീവിതങ്ങൾ   ആർക്കും   ഉണ്ടാവരുതേ   എന്ന
പ്രാർത്ഥനയോട നിർത്തുന്നു.

PHOTOS:–

.1ICL Office in this building since 1986

.2ICL Mainframes

.3ICL party time

.4ICL Party time

.5ICL staff member

.6Don Harwood

Photo courtesy 1 and 5 not me

ICL first main office in Cornich road. Blue Tower.

ICL COMPUTER MAIN FRAME MACHINES

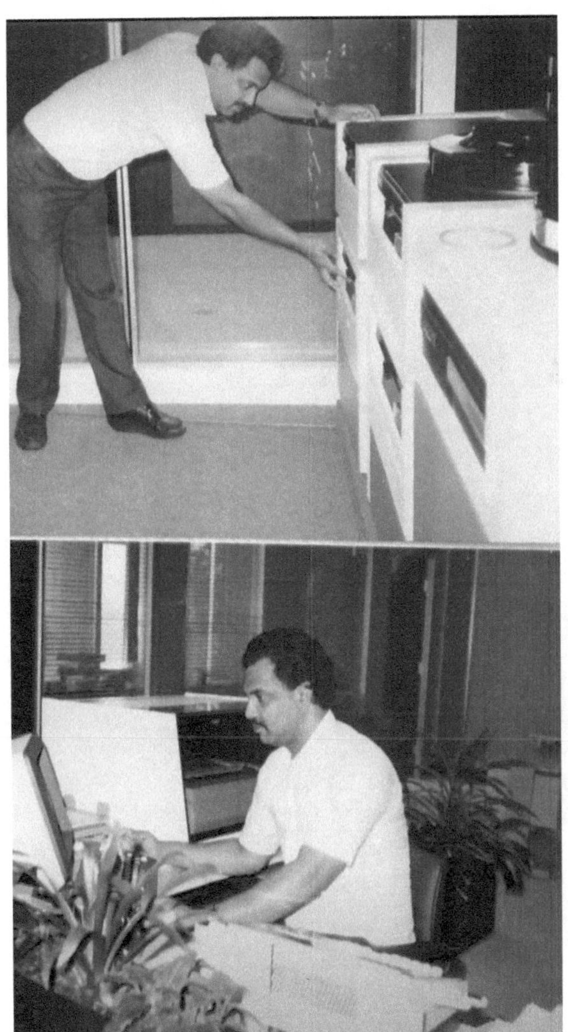

Xmas party Peter Dickinson my wife and daughter

Alex Mackinnen with children including mine

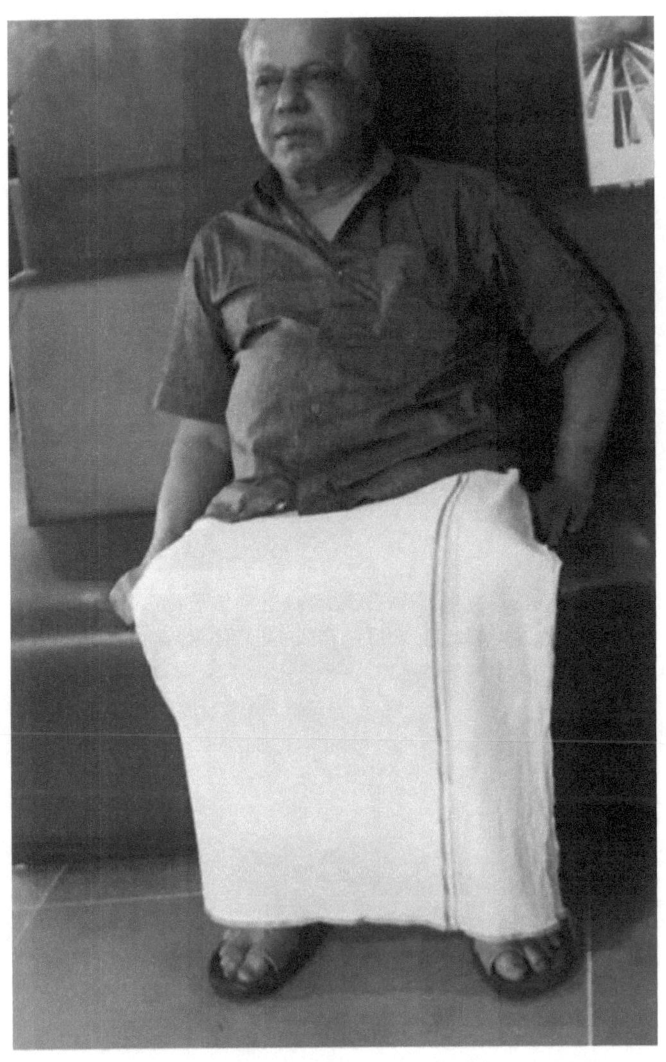

T K MUSTAFA LATEST FOTO - OUR STAFF MEMBER

DON AND ALISON HARWOOD WHEN WE MET LAST YEAR AT FOODLANDS WITH DR. GEORGE AND DR. RANI KALIADAN

Xxxxxxxx

അമേരിക്കൻ യാത്രകൾ

16

അമേരിക്കൻ യാത്രകൾ ആദ്യത്തേത്

1999 ഡിസംബർ 25 ഭാഗം-1

ഞാൻ അബൂ ദാബിയിൽ വന്ന കാലത്ത് ടോണി എന്ന സുഹൃത്തിനെ പരിചയപ്പെട്ടിരുന്നു. എന്നേക്കാൾ രണ്ട് കൊല്ലം മുൻപേ ഇവിടെ എത്തിയ ആളാണ്. ജോലി കാര്യമായി ഒന്നും ശരിയായിട്ടില്ല. ജോലിക്ക് വലിയ താല്പര്യവും ഉണ്ടായിരുന്നില്ല. ഞാൻ ജോലിയുടെ കാര്യം പറയുമ്പോൾ അയാൾ എന്നോട് പറയുക അമേരിക്കയുടെ കാര്യം ആയിരിക്കും. അങ്ങിനെ അയാൾ എന്നെയും കൂട്ടി ഒരു ദിവസം അബുദാബി അമേരിക്കൻ എമ്പസ്സിയിൽ പോയി. സെക്യൂരിറ്റി ഗാർഡ് എന്ന തസ്തിക ഉണ്ടെന്ന് അന്നാണ് ഞാൻ അറിയുന്നത്. ഗാർഡ് ടോണിയോട് എന്തിനാണ് വന്നതെന്ന് ചോദിച്ചപ്പോൾ വിസിറ്റിംഗ് വിസക്ക അപേക്ഷിക്കാൻ വന്നത് ആണെന്ന് പറഞ്ഞു. ടോണിയെ അകത്തേക്ക് വിട്ടുകയും ചെയ്തു. എന്നോട് ചോദിച്ചപ്പോൾ ജോലി കിട്ടുമോ എന്ന് അന്വേഷിച്ച വന്നതാണെന്ന് പറഞ്ഞു. ജോലി ഒന്നും അറിവിൽ ഇല്ല അതുകൊണ്ട് അകത്ത് കടക്കാൻ പറ്റില്ല എന്നും അയാൾ പറഞ്ഞു. ഞാൻ മുൻപേ പോയ ആളുടെ കൂടെ വന്നതാണെന്നും വിസിറ്റിംഗ് വിസയിൽ ഞങ്ങൾ ഒന്നിച്ച് ആണ് അമേരിക്കയിൽ പോകുന്നത് എന്നും പറഞ്ഞു. സെക്യൂരിറ്റി എന്നെ ഇറിച്ച് ഒന്ന് നോക്കി. നല്ല ചൂട് കാലം. ഞാൻ ആംഗ്യ ഭാഷയിലും ഭാവത്തിലും ചൂടും വെയിലും കഷ്ടപ്പാടും അയാളെ ബോധ്യ പെടുത്തി. അയാൾക്ക് എന്തോ കരുണ തോന്നിക്കാണും എന്നോട്ടും അകത്തു കടന്നോളാൻ പറഞ്ഞു. നല്ല ആളെയാണ് എംബസ്സിക്കാർ സെകരിറ്റി ആയി വെച്ചിരിക്കുന്നത് എന്ന് ഞാൻ മനസ്സിൽ ഓർത്തു. അകത്ത് ഇരിക്കുന്ന സ്റ്റാഫ്, ഞാൻ വന്ന കാര്യം തിരക്കി. അയാളോട്ടും ഞാൻ ജോലിയുടെ ആഗ്രഹം പറഞ്ഞു. അപേക്ഷ എഴുതി കൊട്ടുക്കുവാൻ അദ്ദേഹം ആവശ്യപ്പെട്ടു. ആ ഉദ്യോഗസ്ഥൻ എനിക്ക് വേണ്ട എല്ലാ സൗകര്യവും ചെയ്ത തന്നു. അപേക്ഷ എഴുതി കൊട്ടുത്തു ഞാൻ ടോണിയോടൊപ്പം തിരിച്ച പോരുകയും ചെയ്തു. വിസിറ്റിംഗ് വിസയിൽ അമേരിക്കയിൽ പോയ ടോണിയെ പിന്നെ ഞാൻ കണ്ടിട്ടില്ല.

അതിന് ശേഷം ഇരുപത്തേഴ കൊല്ലം കഴിഞ്ഞാണ് വീണ്ടും ഞാൻ അമേരിക്കൻ എംബസ്സിയിൽ പോകുന്നത്. എന്റെ മൂത്ത മകൾ സമിത ബി.ടെക് കഴിഞ്ഞ് ഉന്നത പഠനത്തിനായി ഉള്ള തയാറെടുപ്പിന്റെ ഭാഗമായി.

ടി കെ എം എഞ്ചിനീയറിംഗ് കോളേജിലെ മകളുടെ അവസാന സെമസ്റ്റർ കമ്പ്യൂട്ടർ സയൻസ് പരീക്ഷ 1999 സെപ്റ്റംബർ/ ഒക്ടോബർ മാസം അവസാനിക്കും. പിന്നെ വിട പറയലും റിസൽട്ടും തൊഴിൽ അന്വേഷണവും കല്യാണവും ഒക്കെ അജണ്ടയിൽ ഉണ്ട്. കഴിഞ്ഞ എല്ലാ സെമസ്റ്റർകളും ഒരു പേപ്പർ പോലും വിടാതെ അവൾ നല്ല മാർക്കോടെ പാസ് ആയിട്ടുണ്ട്. അതുകൊണ്ട് എവിടെ എങ്കിലും ജോലി എന്തെങ്കിലും കണ്ടെത്താൻ വിഷമം ഉണ്ടാവില്ല എന്ന് ഞങ്ങൾക്ക് രക്ഷിതാക്കൾക്ക് ഉറപ്പ് ആയിരുന്നു. ഞാൻ ജോലി ചെയ്യുന്ന കമ്പ്യൂട്ടർ കമ്പനിയിൽ ഓയിൽ കമ്പനി സ്റ്റാഫുകൾക്ക് ട്രെയിനിംഗ് കൊടുക്കുന്ന സെക്ഷൻ പ്രവർത്തിച്ചിരുന്നു. അതിൽ ആരതി ഷേണായ് എന്ന പെൺ കുട്ടി ആണ് ക്ലാസ് എടുത്തിരുന്നത്. ബാംഗ്ലൂർ ആണ് സ്വദേശം. കമ്പ്യൂട്ടർ സയൻസിൽ ഐഐടി റാങ്ക് ഹോൾഡർ ആണ്. ആ കുട്ടിയോട് ജോലി, ട്രെയിനിംഗ് മുതലായ കാര്യങ്ങളെ പറ്റി സംസാരിച്ചു. എന്റെ മകൾക്ക് ഉപകാരപ്പെടുന്ന ഗൈഡൻസ് നൽകണം എന്ന് പറഞ്ഞപ്പോൾ ആരതി സന്തോഷത്തോടെ ഓക്കേ പറഞ്ഞു.അടുത്ത ഒരാഴ്ച കഴിഞ്ഞ് കാണാം. ആരതിയും ഞാനും ഓഫീസ് സംബന്ധമായ ചില കാര്യങ്ങൾ പറയുന്നതിന് ഇടയിൽ എന്റെ മകളുടെ കാര്യവും അന്വേഷിച്ചു. പരീക്ഷ എന്ന് കഴിയും അബ്ദ ദാബിയിൽ എന്ന് എത്തും അവളുടെ അംബിഷൻ എന്തൊക്കെ ആണ് എന്നെല്ലാം. കൂട്ടത്തിൽ ഇത് കൂടി പറഞ്ഞു." എന്നെ നോക്കൂ അഷ്റഫ്. ഐ.ഐ.ടി. റാങ്ക് ഹോൾഡർ. ജോലി ട്രെയിനിംഗ് ക്ലാസ് എടുക്കൽ. എന്റെ ആഗ്രഹം അമേരിക്കയിൽ ഉന്നത വിദ്യാഭ്യാസം നേടണം എന്നായിരുന്നു. അച്ഛന്റെ കയ്യിൽ അതിനുള്ള പൈസ ഉണ്ടായിരുന്നില്ല. അതുകൊണ്ട് എന്റെ ആ സ്വപ്നം ഞാൻ മറന്ന കളഞ്ഞു. അങ്ങനെ പൊലിയുന്ന സ്വപ്നങ്ങളുമായി ഒരു പാട് മിടുക്കന്മാരും മിടുക്കികളും നമ്മുടെ രാജ്യത്ത് ഉണ്ട്. പലർക്കും നല്ല തൊഴിൽ പോലും ഇല്ല, എന്നെപ്പോലെ. നിങ്ങൾക്ക് രണ്ടുപേർക്കും, അതായത് എനിക്കും ഭാര്യക്കും നല്ല ജോലി ഉണ്ടല്ലോ. നിങ്ങളുടെ മകൾ ഭാഗ്യവതി ആണ്. അവൾക്ക് ഇഷ്ടമാണെങ്കിൽ മാത്രം ഒട്ടും വൈകാതെ അമേരിക്കയിൽ വിട്ട് ഉന്നത വിദ്യാഭ്യാസം നൽകൂ. അതാണ് എനിക്ക് പറയാൻ ഉള്ളത്. മകളോട് കൂടി ആലോചിച്ച് തീരുമാനം എടുക്കൂ."അന്നുവരെ എന്റെ ഉള്ളിൽ ഇല്ലാതിരുന്ന ഒരു വഴിയിലേക്കാണ് ആരതിയുടെ ടോർച്ച് വെള്ളി വെളിച്ചം വീശിയത്. ഞാൻ ഭാര്യയുമായും ഇളയ മകൾ ലൈസയുമായും കൂടിയിരുന്ന് ഈ വിഷയം ചർച്ച ചെയ്തു. എല്ലാവർക്കും സ്വീകാര്യമായ ഒരു വഴി കണ്ടെത്തിയതിൽ വളരെ സന്തോഷം തോന്നി. ഇടർന്ന് അമേരിക്കയിൽ പഠിക്കുവാൻ ബി.ടെക് കാരിക്കും തീരെ വിരോധം ഉണ്ടായിരുന്നില്ല. ആരതിയോട് പ്രത്യേകം നന്ദിയും കൃതാർത്ഥതയും അറിയിച്ചു.

ഞങ്ങളുടെ സുഹൃത് വലയത്തിൽ ടി.സ്. അയ്യരെ പറ്റി അറിയാത്തവർ വളരെ ചുരുക്കം. നല്ല സാമൂഹ്യ പരിഷ്കർത്താവും ജീവ കാരുണ്യ പ്രവർത്തകനും ആയ അയ്യര് വിദ്യാഭ്യാസ പ്രബുദ്ധത ഉള്ള ആളാണ്. പഠനത്തെ പറ്റി എപ്പോൾ വേണമെങ്കിലും ഗൈഡൻസ് നല്ലാൻ അയ്യർ റെഡി ആണ്. അദ്ദേഹത്തിന്റെ മകൻ ഒറിഗോൺ യ്യണിവേഴ്സിറ്റിയിൽ അക്കൊല്ലം എം.ടെക് കമ്പ്യൂട്ടർ സയൻസിന് ചേർന്ന സമയം.ഞാൻ എന്റെ മകളുടെ കാര്യം പറഞ്ഞപ്പോൾ തന്നെ അയ്യർ അത് സ്വന്തം മകളുടെ കാര്യം പോലെ എറ്റെടുക്കകയും ഞങ്ങൾ ഒരുമിച്ച് പല യ്യണിവേഴ്സിറ്റി കളിലേക്കം അപേക്ഷകൾ അയക്കകയും ചെയ്തു. ഇന്റർ നെറ്റും ഇമെയിലും പ്രചാരത്തിൽ ആയി വരുന്ന കാലം. അല്ലാത്ത പക്ഷം എല്ലാ അപേക്ഷകളും പോസ്റ്റൽ വഴി അയക്കേണ്ടി വരികയും അതുവഴി കാല താമസം ഉണ്ടാവുകയും ചെയ്യമായിരുന്നു. അഡ്മിഷൻ കിട്ടിയ മൂന്ന് യ്യണിവേഴ്സിറ്റികൾ ഒന്നിനൊന്ന് മെച്ചം. അമേരിക്കയിൽ ഞങ്ങൾക്ക് പരിചയക്കാർ അങ്ങനെ ആരും ഇല്ലായിരുന്നു. പിന്നെ അയ്യരുടെ മകൻ കൃഷ്ണൻ പഠിക്കുന്ന യ്യണിവേഴ്സിറ്റി ഓഫ് ഒറിഗൺ, പോർട്ലാന്റ് യ്യണിവേഴ്സിറ്റിക്ക് അടുത്ത് ആയിരുന്നു. അത് കൊണ്ട് കൂടി ആണ് ഞങ്ങൾ പോർട്ലാന്റ് സ്റ്റേറ്റ് യ്യണിവാഴ്സിറ്റി തെരഞ്ഞെടുത്തത്.

ടി.കെ.എം. കോളേജിലെ കോഴ്സ് സർട്ടിഫിക്കറ്റ് തല്ലാലം അംഗീകരിക്കപ്പെട്ട. ഒറിജിനൽ ഡിഗ്രീ സർട്ടിഫിക്കറ്റ് അഡ്മിഷൻ സമയത്ത് കാണിച്ചാൽ മതി എന്ന ഉറപ്പും കിട്ടി. മറ്റെല്ലാ പേപ്പറുകളും ശരിയായി. ടോഫെൽ, ജി.ആർ.ഇ. പാസ്സ് സമയത്തിന് തന്നെ പാസ്സായി. അങ്ങനെ സമിമോളുടെ അഡ്മിഷൻ ശരിയായി. ഇനി വേണ്ടത് അമേരിക്കൻ വിസ ആണ്. അതിനുള്ള വേണ്ട തയ്യാറെടുപ്പുകളിലേക്ക് കടന്നു.

അക്കാലത്ത് ഇന്നത്തെ പോലെ ഓൺലൈൻ വഴി ഉള്ള കൂടിക്കാഴ്ച ബുക്കിങ് ഇല്ല. നേരത്തേ ചെന്ന് ക്യൂവിൽ ഇരിക്കക. മൂന്നോ നാലോ കൗണ്ടറുകൾ കാണം. ഞങ്ങളുടെ ഊഴം എത്തി. എമിഗ്രേഷൻ ഓഫീസറുടെ ചോദ്യങ്ങൾക്ക് കൃത്യമായി മറുപടിപറഞ്ഞു. ആവശ്യപ്പെട്ട രേഖകളും കാണിച്ചു കൊടുത്തു. എല്ലാം വിലയിരുത്തിയ ശേഷം അദ്ദേഹം തീരുമാനം അറിയിച്ചു:

രക്ഷിതാക്കൾക്ക് വിസ തരാം. മകൾക്ക് ഇല്ലാ.വിസ ഓഫീസറോട് അങ്ങിനെ മറുത്ത് ഒന്നും പറയാൻ പറ്റുന്നത് അല്ല. എങ്കിലും, ഞങ്ങൾക്ക് ട്ടർ ചെയ്യാൻ പ്ലാൻ ഇല്ലെന്നും പഠിക്കാൻ പോകുന്ന മകൾക്ക് ആണ് വിസയുടെ ആവശ്യം എന്നും അയാളെ ബോധ്യപ്പെടുത്തി. ഒറിജിനൽ ബി.ടെക് സർട്ടിഫിക്കറ്റ് ഇല്ലാതെ വിസ എങ്ങിനെ നൽകും എന്ന് ഓഫീസർ. അത് ഇല്ലാതെ പഠിക്കാൻ യ്യണിവാഴ്സിറ്റിയിൽ അഡ്മിഷൻ കിട്ടിയ രേഖയും മറ്റം അദ്ദേഹത്തെ കാണിച്ചു.

മാത്രമല്ല ഞങ്ങൾ രക്ഷിതാക്കൾക്ക് മാത്രം വിസ കിട്ടിയിട്ട് പ്രയോജനം ഇല്ലെന്ന കാര്യം ആ ഉദ്യോഗസ്ഥനും മനസ്സിലായി. ഞങ്ങളോട് അൽപനേരം വെയിറ്റ് ചെയ്യാൻ പറഞ്ഞു. ഞാൻ കൊടുത്ത എല്ലാ രേഖകളുമായി അദ്ദേഹം അകത്തേക്ക് പോയി. മാനേജരുമായി ചർച്ച ചെയ്യാൻ വേണ്ടി ആവാം. തിരിച്ച വന്ന അഭിനന്ദനങ്ങളോടെ ചിരിച്ച കൊണ്ട് പറഞ്ഞു: എല്ലാവർക്കും വിസ നൽകാം.

ഞങ്ങൾ എല്ലാവരുടെയും പാസ്പോർട്ട്കളും എംബസ്സിയിൽ ഏൽപ്പിച്ചു. ഒരാഴ്ചക്കകം മകൾക്ക് അഞ്ച് കൊല്ലത്തെ കൊല്ലത്തെ സ്റ്റുഡന്റ് വിസയും ഞങ്ങൾ രക്ഷിതാക്കൾക്ക് പത്ത് കൊല്ലത്തെ വിസിറ്റ് വിസയും അടിച്ച് കിട്ടി.

ടി കെ എം എഞ്ചിനീയറിംഗ് കോളേജിന് മുൻപിൽ സമിതയും കൂട്ടുകാരിയും.

17

അമേരിക്കൻ യാത്രകൾ ആദ്യത്തേത്
1999 ഡിസംബർ 25 ഭാഗം–2:

ഞങ്ങളടെ ആദ്യത്തെ അമേരിക്കൻ യാത്രക്ക് വേണ്ട എല്ലാ തയ്യാറെടുപ്പുകളും ഓരോന്നായി പൂർത്തീകരിച്ചു ഇടങ്ങി. യാത്രക്ക് വേണ്ട ബ്രിട്ടീഷ് എയർവെയ്സ് ടിക്കറ്റുകൾ അബൂ ദാബിയിലെ പ്രശസ്തമായ ഒമീർ ട്രാവൽ ഏജൻസിയിൽ നിന്ന് എടുത്തു. ഇപ്പോഴും അവിടത്തെ മാർക്കറ്റിംഗ് ഡയറക്ടർ ആയ എൻ. എ. കരീമിന്റെ ഉപദേശ പ്രകാരം ദുബായിൽ നിന്ന് യുകെയിലെ ഹിത്രോ വിലേക്കും അവിടെ നിന്ന് വിർജിൻ അറ്റ്ലാന്റിക് ഫ്ലൈറ്റിൽ ന്യൂയോർക്കിലെ ജോൺ എഫ് കെന്നഡി എയർപോർട്ടിലേക്കും ഇടർന്ന് പോർട്ട്ലാന്റിലേക്കും ഉള്ള വിമാന ടിക്കറ്റുകൾ എടുത്തു.

ഞങ്ങളടെ ഇളയ മകളടെ സംരക്ഷണം എന്റെ കസിൻ സഹോദരൻ ആയ മുഹമ്മദ് ആലിയും ഭാര്യ ഷീബയും ഏറ്റെടുത്ത് അവളടെ കൂടെ ഫ്ലാറ്റിൽ താമസിക്കാം എന്ന് സന്തോഷ പൂർവം അറിയിച്ചു. ഡിസംബർ മാസം ആയതുകൊണ്ട് അമേരിക്കയിൽ നല്ല തണുപ്പ് ആയിരിക്കും. ആ കാലാവസ്ഥക്ക് പറ്റിയ വസ്തുക്കൾ ഓരോന്ന് വീതം വാങ്ങി. ബാക്കി പറ്റിയത് അവിടന്ന് ഷോപ്പിങ്ങ് നടത്താം. പാക്കിങ്ങ് എല്ലാം കഴിഞ്ഞു. ടിക്കറ്റ് എടുത്തിട്ടുള്ളത് ഡിസംബർ ഇരുപത്തഞ്ച്ന്. ക്രിസ്ത്മസ് ദിനം.കൊള്ളാം. നല്ല ദിവസം എന്നൊക്കെ കരുതി. ദുബൈ എയർ പോർട്ടിലേക്ക് ഞങ്ങളെ കൊണ്ടാക്കവാൻ കസിൻ സഹോദരൻ മുഹമ്മദലിയെ തന്നെ കൂട്ടി. നാളെ പുറപ്പെടുകയാണ്.നഅപ്പോൾ അതാ പൊട്ടന്നനെ ടെലിവിഷനിൽ ബ്രേക്കിംഗ് ന്യൂസ് വരുന്നു : ഇന്ത്യൻ എയർലൈൻസ് വിമാനം ഹൈജാക് ചെയ്ത് ദുബായിൽ ഇറക്കി....!
എയർപോർട്ട് താൽക്കാലികമായി അടച്ചു!
ഞങ്ങൾ ആകെ കൺഫ്യൂഷനിൽ ആകുകയും കാണുന്ന വാർത്തയുടെ പുറകെ പോവുകയും ചെയ്തുപുറത്ത് എങ്ങും പോകാതെ എല്ലാവരും ടിവിയുടെ മുൻപിൽ വാർത്തകൾ കേട്ട് ഇരുപ്പ് ആയി. ഏതു നിമിഷവും പുറപ്പെടാൻ തയ്യാറായി ലഗേജ്ജകളും മറ്റു യാത്ര രേഖകളും മുന്നിൽ തന്നെ നിരത്തി വെച്ചു. ഡ്രസ്സ് ചെയ്യാൻ മാത്രമേ ഇനി ബാക്കി ഒള്ള.

സംഭവം ഇതാണ്: 1999 ഡിസംബർ 24ന് നേപ്പാളിലെ കാഠ്മണ്ഡു ത്രിഭുവൻ ഇന്റർ നാഷണൽ എയർ പോർട്ടിൽ നിന്നും ഡൽഹി ഇന്ദിരാഗാന്ധി ഇന്റർ നാഷണൽ എയർപോർട്ടിലേക്ക് നൂറ്റി എഴുപത്തി ആറ് യാത്രക്കാരുമായി പുറപ്പെട്ട ഇന്ത്യൻ എയർ ലൈൻസ് വിമാനം യാത്രക്കാരിൽ പെട്ട അഞ്ച് തോക്കധാരികൾ റാഞ്ചിയെടുത്ത് ആദ്യം അമൃത്സർ, അത് കഴിഞ്ഞ് ലാഹോർ, പിന്നെ ദുബൈ എയർ പോർട്ടിൽ എത്തുകയും ചെയ്തു.

ദുബായിൽ വെച്ച് താലിബാൻ വിമാന റാഞ്ചികളെ എതിർത്ത ഒരാളെ കൊല്ലുകയും പതിനേഴോളം യാത്രക്കാരെ ആക്രമിക്കുകയും ചെയ്തു ശേഷം റാഞ്ചികൾ വിമാനം അവസാനം ഇരുപത്തി ആറാം തിയ്യതി വെളുപ്പിന് അഫ്ഘാനിസ്ഥാനിലെ കാണ്ഡഹർ എയർ പോർട്ടിലേക്ക് കൊണ്ട് പോവുകയും ചെയ്തു. അന്ന് തന്നെ ദുബായ് എയർ പോർട്ട് ഇറങ്ങു. ഞങ്ങൾ വീട്ടിൽ നിന്ന് വൈകുന്നേരത്തോടെ പുറപ്പെട്ടു. യാത്ര മദ്ധ്യേ ഹൈജാക്ക് വാർത്തകളും മറ്റും ചർച്ച ചെയ്തു സമയം പോയത് അറിഞ്ഞില്ല.ഇരുപത്തി ഏഴാം തിയ്യതി വെളുപ്പിന് ഒരു മണിക്ക് മുൻപ് ഉള്ള ബി ഓ എ സി വിമാനത്തിൽ ഞങ്ങൾ യുകെയിലെ ഹിത്രൂ വിമാന താവളത്തിലേക്ക് പുറപ്പെട്ടു. ഇവിടന്ന് യുറോപ്പിലേക്കും അമേരിക്കയിലേക്കും പോകുമ്പോൾ സമയവും പുറകിലോട്ടാണ് പോവുക. അത് കൊണ്ട് ഞങ്ങൾ ഹിത്റൂവിൽ എത്തിയതും രാത്രിയിൽ ആയിരുന്നു.

അന്ന് രാത്രി ന്യൂയോർക്കിലേക്ക് ഞങ്ങൾ ലൈൻ അപ് ആയി. ഏഴു മണിക്കൂർ കൂടി യാത്ര ചെയ്യണം. ഉറക്കമൊന്നും ആർക്കും ശരി ആവുന്നില്ല. ഏകദേശം രാത്രി പത്തു മണിയോടെ ഞങ്ങൾ ജോൺ എഫ് കെന്നഡി എയർപോർട്ടിൽ എത്തി. ഇമ്മിഗ്രേഷൻ ഫോർമലിറ്റികൾ തീർക്കാൻ സമയം എടുക്കും എന്ന് ഉറപ്പായി. കാരണം ധാരാളം കൗണ്ടറുകൾ ഉണ്ടെങ്കിലും നീണ്ട നീണ്ട ക്യൂവിലേക്ക് യാത്രക്കാർ പല വഴിയായി ഒഴുകി വരുന്നു എന്ന് തന്നെ പറയാം. ന്യൂ യോർക്ക് എയർപോർട്ടിൽ മിനിറ്റുകൾക്കുള്ളിൽ ആണ് വിമാനങ്ങൾ ലാൻഡ് ചെയ്യുന്നത്. അത്കൊണ്ട് തന്നെ ഉദ്യോഗസ്ഥന്മാർ വളരെ തിരക്കിലും ജാഗ്രതയിലും ആണ്. ഞാൻ ആദ്യം മകളുടെ പാസ്സ്പോർട്ടും കോളേജ് പ്രവേശന കടലാസുകളും കൊടുത്തു. പ്രത്യേകിച്ച് ഒന്നും ചോദിച്ചില്ല.

പൈസ എത്ര ഉണ്ടെന്ന് അവർക്ക് അറിയണം! നാം എത്തിയിരിക്കുന്നത് ചെലവാക്കാൻ ആണല്ലോ!
അങ്ങനെ ഇരുപത്തെട്ട് മണിക്കൂറുകളിൽ....!
മൂന്ന് രാത്രികൾ ....!
മൂന്ന് എയർ പോർട്ടുകൾ ...!

ഇനിയും രണ്ട് എയർ പോർട്ട് കൂടി ബാക്കിയുണ്ട്. അതിൽ ഒന്ന് ആണ് പോർട്ലാന്റ്. അവിടെ എത്താൻ കെന്നഡിയിൽ നിന്നും തൊട്ട് അടുത്ത് തന്നെ ഉള്ള ന്യൂ വാർക്ക് എയർ പോർട്ടിൽ എത്തണം. അവിടന്ന് രാവിലെ എട്ട് മണിക്കാണ് വിമാനം പുറപ്പെടുക. ഞങ്ങൾ പതുക്കെ വിമാന താവളങ്ങളെ ബന്ധിക്കുന്ന മെട്രോ ലക്ഷ്യമാക്കി നീങ്ങി. ലിഫ്റ്റിൽ പോയാലേ മെട്രോ ഗേറ്റിൽ എത്തുകയുള്ളൂ. മെട്രോ വന്ന ഉടനെ തന്നെ ലിഫ്റ്റിന്റെ വാതിൽ തുറന്നു.വൈകാതെ എല്ലാവരും ന്യൂ വാർകിൽ എത്തുകയും ചെയ്തു. ഇനിയും കുറേ നേരം അതായത് ആറ് മണിക്കൂറോളം കാത്തിരിക്കണം. ഓരോ കോഫിയും കുടിച്ച് ടെലിവിഷൻ വാർത്ത നോക്കി ഇരുന്നു. മില്ലേനിയം ഹൈജാക് അല്ലാതെ മറ്റൊരു വാർത്തയും ഇല്ലാ. അത് ആണെങ്കിൽ ചർച്ച എങ്ങും എത്തീട്ടും ഇല്ല. അമേരിക്കൻ എയർ ലൈൻസ് വിമാനം ക്രിത്യം എട്ട് മണിക്ക് തന്നെ ന്യൂ വാർക്കിൽ നിന്നും പുറപ്പെട്ട് പന്ത്രണ്ട് മാണിയോട് കൂടി പോർട്ലാന്റിൽ എത്തി.

എയർപോർട്ടിൽ ഞങ്ങളെ കാത്ത് യൂണിവേഴ്സിറ്റി പ്രതിനിധി മിസ്റ്റർ വിക് വാരിസും ഭാര്യ കാത്തി വാരിസും സമിത അഷ്‌റഫ് എന്ന് എഴുതിയ ചെറിയ ബോർഡുമായി നില്ലുണ്ടായിരുന്നു. അന്ന് മുതൽ അവർ ആയിരുന്നു എന്റെ മകളുടെ സ്റ്റുഡന്റ് അഡൈ്വസർ. അവിടെ ഞങ്ങൾക്ക് താമസിക്കാൻ ഹോട്ടൽ ബുക്കിംഗ് നടത്തിയിരുന്നില്ല. അതേ പറ്റി സംസാരിച്ചപ്പോൾ മകൾക്കുള്ള ഹോസ്റ്റൽ മുറിയിൽ ഞങ്ങൾ രക്ഷിതാക്കൾക്കും കൂടി താമസിക്കാൻ അവർ അവസരം ഒരുക്കി തന്നു. ഞങ്ങൾ ഹോസ്റ്റലിൽ എത്തിയപ്പോൾ രണ്ട് കട്ടിലുകൾ ഉള്ള സാമാന്യം നല്ല ഒരു മുറി തയ്യാർ. യാത്ര ക്ഷീണം മാറുന്ന വരെ അവിടെ കിടന്ന് ഉറങ്ങി.പിറ്റേന്ന് തന്നെ യൂണിവേഴ്സിറ്റിയിൽ പോയി. അന്ന് മിസ്സ്. ആൻഡ്രിയ ഹാൾട്ടർ ആയിരുന്നു സമിതയുടെ യൂണിവേഴ്സിറ്റി അഡ്മിൻ. വളരെ പെട്ടന്ന് തന്നെ സമിത വിന്റർ ടേമ് സ്റ്റുഡന്റ് ആയി എൻറോൾ ചെയ്യപ്പെട്ടു. ക്രിസ്മസ് ന്യൂ ഇയർ ആഘോഷങ്ങൾ കഴിഞ്ഞ് ജനുവരി പത്തോട് കൂടി ക്ലാസ്സ് തുടങ്ങും എന്ന് അറിഞ്ഞു.

അന്ന് വൈകുന്നേരം നല്ല ചാറ്റൽ മഴ ഉണ്ട്. ഞങ്ങൾ ടൗണിൽ നടക്കാൻ ഇറങ്ങി. റോഡരുകിൽ കുറെ കച്ചവടക്കാർ. നല്ല ചൂട് ഉള്ള ഹോട് ഡോഗിന്റെ മണം വരുന്നു. മൂന്ന് ആളും ഓരോന്ന് കഴിച്ചു. തൊട്ടടുത്ത് തന്നെ നല്ല അലങ്കരിച്ച ഒരു വണ്ടിയിൽ കോൺ ഡോഗ് കച്ചവടം ചെയ്യുന്ന ചെറുപ്പക്കാരൻ. ഒരെണ്ണം വാങ്ങാതെ പോകരുത് എന്ന് അയാൾക്ക് നിർബന്ധം. നിന്റെ കോണിനേക്കാൾ വണ്ടിയാണ് എനിക്ക് ഇഷ്ട്ട പെട്ടത് എന്ന് പറഞ്ഞപ്പോൾ അതും വിൽക്കാൻ തയ്യാറായി കുറേ നേരം എന്റെ പുറകേ നടന്നത് പറഞ് ഞങ്ങൾ ഇടക്ക് ചിരിക്കുമായിരുന്നു. ഞാൻ കുടയും ചൂടി മുന്നിൽ നടക്കുന്നു. പത്തു അടിയോളം പുറകിൽ ഭാര്യയും മകളും വരുന്നുണ്ട്. പെട്ടന്ന് ഒരു സുന്ദരി സ്ത്രീ എന്റെ മുന്നിൽ

വന്നു ബ്ലോക് ചെയ്ത് നിന്നു. ഈ സുന്ദരിമാരായ ഭാര്യയെയും മകളെയും ഇങ്ങനെ ചറ്റി പിടിച്ച് നടക്കൂ എന്നു പരഞ്ഞ് ഞങ്ങൾ എല്ലാവരും ഒന്നിച്ച് കുറേദൂരം പുറം ചറ്റി പിടിച്ച് നടന്നു. മാത്രമല്ല ഞങ്ങൾ അത് ഇടരുന്നുണ്ടോ എന്ന് കുറേ നേരം വരെ അവർ നോക്കി നിന്നു.

"ദിസ് ഈസ് അമേരിക്ക. യു പ്രൊട്ടക്ട് യുവർ ഫാമിലി." അവരുടെ ശബ്ദത്തിന് നല്ല മുഴക്കം ഉണ്ടായിരുന്നു. വിക് വാരിസ് എല്ലാ ദിവസവും ഞങ്ങളെയും കൂട്ടി പല സ്ഥലങ്ങളിലും ചുറ്റി കറങ്ങുക ഉണ്ടായി . മൗണ്ട് ഫുഡ് എന്ന ചെറിയ അഗ്നി പർവ്വതം, പ്രസിദ്ധമായ മാൾട്ടോനോമ വെള്ളച്ചാട്ടം, ചില വലിയ പാലങ്ങൾ, പസിഫിക് കടൽ കരയിലെ സുന്ദരമായ ബീച്ചുകൾ എന്നിവ അതിൽ ഉൾപ്പെടുന്നു. നല്ല ഇന്ത്യൻ റെസ്റ്ററന്റ് പോകണം എന്ന് പറഞ്ഞപ്പോൾ അദ്ദേഹം ഞങ്ങളെ കൊണ്ട് പോയത് ഹിന്ദി നടൻ ഗോവിന്ദ ഡാൻസ് പോസിൽ നിൽക്കുന്ന വലിയ ഒരു ഫോട്ടോ ഒട്ടിച്ച വച്ച കടയിൽ ആയിരുന്നു. അവിടെ മുഴുവൻ ഗോവിന്ദ യുടെ ഫോട്ടോകൾ ആയിരുന്നു. സന്തോഷം കൊണ്ട് എന്റെ മകൾ ചില സ്റ്റെപ്പുകളും വെക്കാൻ മറന്നില്ല.അത് കൂടാതെ ഇന്റർനാഷണൽ സ്റ്റുഡൻസ് ഗെറ്റ് ടുഗതർ ഒരെണ്ണം നടത്തുകയും ചെയ്തു. ഞങ്ങൾ തിരിച്ച പോരുന്നതിന്ന് മുൻപുള്ള ആ ചടങ്ങിൽ മകളോടൊപ്പം പങ്കെടുക്കാൻ പറ്റിയതിൽ ഞങ്ങൾക്ക് വളരെ സന്തോഷം തോന്നി. അങ്ങനെ പല രാജ്യങ്ങളിൽ നിന്നും പഠിക്കാൻ വന്ന കുറെ പ്രതിഭകളെ കാണാൻ പറ്റി. വിക് വാരിസ് ഞങ്ങളിൽ നിന്ന് പ്രതിഫലം ഒന്നും പ്രതീക്ഷിക്കുന്നില്ല. പെട്രോൾ അടിച്ച കൊടുക്കാം എന്ന് പറഞ്ഞാൽ അതും വാങ്ങുന്നില്ല. അങ്ങനെ ഭക്ഷണം എങ്കിലും ഞങ്ങൾ കൊടുക്കാം എന്ന ധാരണയിൽ എത്തി. ഏതെങ്കിലും ഐറ്റം ബാക്കി അയാൾ അത് നന്നായി പാക്ക് ചെയ്ത് വീട്ടിൽ കൊണ്ടുപോകും.

വീട് വിട്ട് പോന്നതിന്ന് ശേഷം ചോറും കറിയും കഴിച്ചിട്ടില്ല. ഞങ്ങൾ സേഫ് വേ സൂപ്പർ മാർക്കറ്റിൽ പോയി സാധനങ്ങൾ വാങ്ങി. ആദ്യമായി സാൽമൺ ഫിഷ് അന്നാണ് ടേസ്റ്റ് ചെയ്യാൻ തോന്നിയത്. പരിപ്പ് കറി, ചോറ് പിന്നെ സാൽമൺ ഫ്രൈ. അത്ര രുചിയുള്ള ചോറും കറിയും അടുത്ത കാലത്തൊന്നും കഴിച്ചതായി തോന്നിയില്ല.

സമിത ക്ളാസിൽ പോയി. ഞാനും ഭാര്യയും കോളേജിന് മുൻപിൽ നിൽക്കുന്നു. ഒമ്പത് മണി സമയം. നന്നായി ഡ്രസ്സ് ചെയ്ത ഒരാൾ നല്ല വേഗത്തിൽ നടന്ന് വരുന്നു. ഇതിന്ന് മുൻപും ഒരു ദിവസം ഇങ്ങനെ കണ്ടിട്ടുണ്ട്. എന്താണാവോ ഇത്ര തിരക്ക്. ആകാംക്ഷയോടെ അയാളുടെ പുറകേ പോയി. തൊഴിലില്ല വേതനം കൊടുക്കുന്ന ഓഫീസിന്റെ മുൻപിൽ അയാൾ അതാ

നിൽക്കുന്നു . എന്താണ് എന്നറിയാൻ വേണ്ടി ഞങ്ങളും അയാളുടെ പുറകിൽ നിന്നു. എന്നോട് ഐഡി ചോദിച്ചു. ഞാൻ പാസ്പോർട്ട് കാണിച്ചു. എനിക്കും ഭാര്യക്കും കൂടി പത്ത് ഡോളർ തന്നു. കുറച്ച അപ്പറം കാണുന്ന കെട്ടിടം ചൂണ്ടി അവിടെ രജിസ്റ്റർ ചെയ്യവാനും നാളെ അവിടത്തെ നമ്പർ ഉണ്ടെങ്കിലേ ഇനി പൈസ തത്ര എന്നും പറഞ്ഞു. ഞങ്ങൾ നേരെ അവിടെ ചെന്നു. എന്റെയും ഭാര്യയുടെയും പാസ്പോർട്ട് സർട്ടിഫിക്കറ്റകൾ എന്നിവയുടെ കോപ്പികൾ എടുത്ത് ഞങ്ങൾക്ക് ടെമ്പററി നമ്പർ തരികയും ചെയ്ത. കൂടാതെ ഭാര്യയുടെ മറൈൻ ബയോളജി എംസ്സി സർട്ടിഫിക്കറ്റ് കണ്ടപ്പോൾ യൂണിവേഴ്സിറ്റി റിസേർച്ച് സെന്ററിൽ പിഎച്ഡ്ഡി ചെയ്യവാനും സ്കോളർഷിപ് കിട്ടവാൻ വേണ്ട മറ്റൊരു പേപ്പറും നൽകി. ഞങ്ങൾക്ക് അതിനൊന്നും പ്ലാൻ ഇല്ലെങ്കിലും ഇത്ര സുതാര്യമായ സംവിധാനം അത്ഭുത പെടുത്തുക മാത്രമല്ല കൂടുതൽ അറിയുവാൻ കൗതുകം തോന്നി. നേരെ റിസേർച്ച് സെന്ററിൽ ചെന്നു. ഫോം എല്ലാം പൂരിപ്പിച്ച് കൊടുത്തു. അഡ്മിഷൻ, സ്കോളർഷിപ്, താമസം എല്ലാം റെഡി. ആവശ്യമുള്ള മറ്റ് രേഖകൾ പിന്നീട് കൊടുത്താൽ മതി. നമ്മുടെ നാട്ടിൽ പഞ്ചായത്തിൽ നികുതി അടച്ച കടലാസ്സ് കിട്ടാൻ പോയ കഥ ഓർത്തു പോയി. കിട്ടിയ അഡ്മിഷൻ അടുത്ത കൊല്ലത്തേക്ക് നീട്ടി വെപ്പിച്ച് തല്ലാലം തടിയൂരി.

അക്കൊല്ലത്തെ ന്യൂ ഇയർ വളരെ പ്രത്യേകതകൾ നിറഞ്ഞ ഒന്നായിരുന്നു. ഇരുപതാം നൂറ്റാണ്ടിന്റെ അവസാനവും ഇരുപത്തൊന്നാം നൂറ്റാണ്ടിന്റെ ഇടക്കവും ലോകത്ത് അവസാനം ആഘോഷിച്ച സ്ഥലം പോർട്ടാൻറ ആയിരുന്നു. അലാസ്കയിൽ ആഘോഷിക്കാൻ ഇരുന്നത് ആയിരുന്നെങ്കിലും ശക്തമായ മഞ്ഞു വീഴ്ച കാരണം ആർക്കും എത്തിപ്പെടാൻ കഴിയാത്ത പരിസ്ഥിതി പ്രശനം മൂലം നല്ല കാലാവസ്ഥ ഉള്ള പോർട്ടാന്റിലേക്ക് ആഘോഷം മാറ്റുകയാണ് ഉണ്ടായത്. ഞങ്ങൾ അതിൽ പങ്കെടുക്കുകയും ജീവിതത്തിൽ ഇനിയും ഇതുപോലൊരു സെലിബ്രേഷൻ അനുഭവിക്കാൻ പറ്റമോ എന്ന കാര്യവും സംശയം ആണ്. നേരം വെളുക്കുന്നത് വരെ പാട്ടും ഡാൻസും കരി മരുന്ന് പ്രയോഗങ്ങളും മായി ലോകത്തിന്റെ പല പല നഗരങ്ങളിൽ നിന്നും വന്ന വ്യത്യസ്ഥ നിറ വർണ്ണ വേഷങ്ങളോടെ ഉള്ള ജനങ്ങളുടെ ആഹ്ലാദ തിമർപ്പ് ഒന്ന് കാണേണ്ടത് തന്നെ ആയിരുന്നു.

പ്രധാന മായ മറ്റൊരു സംഭവം മകളുടെ പെണ്ണുകാണൽ ചടങ്ങും അവിടെ വെച്ച് നടക്കുക ഉണ്ടായി. വിവാഹം എല്ലാം ഉറപ്പിച്ച ആറു മാസം കഴിഞ്ഞു നാട്ടിൽ വന്ന് വിവാഹം നടത്താം എന്ന് തീരുമാനിച്ചു.എല്ലാം കഴിഞ്ഞു രണ്ടായിരത്തി ഇരുപത് ജനുവരി പതിനെട്ടാം തിയ്യതി വെളുപ്പിന് ഞാനും ഭാര്യയും അമേരിക്കയിൽ നിന്നും തിരിച്ച പോന്നു. പോരുമ്പോൾ അബു ദാബിയിൽ മകളെ വിളിക്കാൻ ടെലിഫോൺ ബൂത്തിൽ ക്യൂ നിൽക്കണം. നാലഞ്ചു പേര് ലൈനിൽ ഉണ്ട്. എന്റെ പുറകിൽ നിൽക്കുന്ന അമേരിക്ക കാരിയുടെ കയ്യിൽ ഒറ്റ ഡോളർ

കോയിൻ സഞ്ചി ആട്ടി കിലുക്കി രസിക്കുന്നു. എന്റെ കയ്യിൽ ഒരു ഡോളർ കോയിൻ മാത്രമേ ഉണ്ടായിരുന്നുള്ളൂ. ഞാൻ ഡയൽ ചെയ്യ്ത് മകൾ ഫോൺ എടുത്തപ്പോൾ മുതൽ പൈസ തീർന്നെന്ന റെഡ് സിഗ്നൽ മിന്നാൻ ഇടങ്ങി. ഞാൻ പോക്കറ്റ് തപ്പുന്നത് കണ്ട പിന്നിലെ യുവതി തന്റെ കയ്യിലുള്ള കോയിൻ പൊതി എന്റെ മുന്നിൽ വച്ചു. ഇഷ്ടം പോലെ സംസാരിക്കാൻ പറഞ്ഞു. എന്റെ ഒരു ഡോളർ തീർന്നപ്പോൾ കാള് അവസാനിച്ചു. ഞാൻ അവരോട് എന്റെ നന്ദിയും ക്രിതാർത്ഥതയും അറിയിച്ചു. അവരുടെ സ്ഥാനത്തു ഞാൻ ആയിരുന്നെങ്കിലോ എന്ന് വെറുതെ ഓർത്തുപോയി. മുപ്പത് മണിക്കൂർ കഴിഞ്ഞപ്പോൾ അബു ദാബിയിൽ തിരിച്ചു എത്തുകയും ചെയ്തു.

PSU

Vic and Cathey varis

PSU RESEARCH CENTER

Portland State University long view

18

അമേരിക്ക, കാനഡ യാത്രകൾ രണ്ടാമത്തേത്
2003 ഓഗസ്റ്റ് 15

രണ്ടാമത്തെ അമേരിക്കൻ യാത്ര രണ്ടായിരത്തി മൂന്നിലാണ്. അളം പ്ലാൻ ചെയ്യത് രണ്ടാമത്തെ മകൾ ലൈസയുടെ തുടർ പഠനാർത്ഥം എന്ന് പറയാം. അവൾ ഷാർജ അമേരിക്കൻ കോളേജിൽ ബിബിഎ ആദ്യത്തെ കൊല്ലം പൂർത്തികരിച്ച സമയം. മൂത്ത മകൾക്ക് ആദ്യത്തെ കുട്ടിയും പിറന്ന അവസരം. എന്തായാലും പോയെ പറ്റ.

ഞങ്ങൾ മൂന്നു പേർക്കും യാത്രക്കുള്ള ടിക്കറ്റ് ബുക്ക് ചെയ്ത. ലൈസ മോൾക്ക് വിസ കിട്ടുവാൻ അമേരിക്കൻ എംബസ്സിയിൽ പോയി. മറ്റെല്ലാ പേപ്പറുകളുടെയും കൂടെ കോളേജ് അഡ്മിഷൻ കിട്ടിയ ഡോക്യുമെന്റ്സും കൊടുത്തു. പക്ഷെ വിസ കിട്ടിയില്ല. രണ്ട് ആഴ്ച്ച കഴിഞ്ഞ് വീണ്ടും ചെന്ന. വിസ ഇപ്പോൾ തരുവാൻ പറ്റില്ല എന്ന് തന്നെ പറഞ്ഞു. ഞാനും ലൈസയും നാട്ടിൽ പോകാൻ തീരുമാനിച്ച. ചെന്നെയിൽ പോയി അവിടത്തെ അമേരിക്കൻ കോൺസുലെറ്റിൽ വിസക്ക് ശ്രമിക്കാം എന്ന് കരുതി. ഭാര്യയുടെ കൂടെ എന്റെ സഹോദരി സുഹറയുടെ മകൾ ജീന കൂട്ടിന് വരാം എന്നേറ്റ. അമ്മായി ഒറ്റക്ക് താമസിക്കുന്നതിൽ അവൾക്ക് വളരെ വിഷമം. അത് നന്നായി എന്ന് ഞാനും കരുതി.

നാട്ടിൽ വന്ന് മദ്രാസ്സിലെ അമേരിക്കൻ കൗൺസിലർ ഓഫീസിൽ പോയി ശ്രമിച്ച നോക്കി. അവിടെ വളരേ നേരത്തേ അപ്പോയ്ന്റ്മെന്റ് എടുത്താലേ ഇന്റർവ്യൂവിന് അനുമതി കിട്ട. ഞങ്ങൾ തിരക്കിയപ്പോൾ ഒരു മാസം എങ്കിലും കാത്ത നിൽക്കണം. അപേക്ഷ കൊടുത്ത് തിരിച്ച പോന്ന. പിന്നീട് അറിയാൻ കഴിഞ്ഞത് ഒന്നര മാസത്തിന് ശേഷം ഉള്ള ഒരു ദിവസം കുടിക്കാഴ്ച്ചക്ക് ഞങ്ങൾക്ക് അനുമതി കിട്ടി എന്നാണ്. കിട്ടിയത് ഒട്ടും ഉപകാരപ്പെടുന്ന സമയം ആയിരുന്നില്ല. അങ്ങനെ ആ ശ്രമവും വേണ്ടെന്ന വെച്ച. മാത്രമല്ല, ചൂട് കാലം ആയത് കൊണ്ട് ചെന്നൈ പട്ടണത്തിൽ കുപ്പി വെള്ളം പോലും വ്യാജൻ കിട്ടുന്ന സമയം. അത്കൊണ്ട് മുസംബി ജ്യൂസിൽ അഭയം കാണേണ്ടി വന്ന. അധികം അവിടെ നിന്നാൽ അസുഖം പിടി പെട്ടം എന്ന ഭയത്താൽ രണ്ട ദിവസം കഴിഞ്ഞ് ഞാനും മകളും നാട്ടിലേക്ക് തിരിച്ച പോന്ന.

സെപ്റ്റംബർ 11, 2001ലെ വേൾഡ് ട്രേഡ് സെന്റർ ആക്രമണത്തിന് ശേഷം ഉണ്ടായ ചില മുൻ കരുതലുകൾ കണക്കിലെടുത്ത് ഉണ്ടായ നടപടി ക്രമങ്ങളുടെ ഭാഗമായി എല്ലാ തരം വിസകൾക്കും നിയന്ത്രണം ഏർപ്പെടുത്തി അമേരിക്കൻ സർക്കാർ എടുത്തതീരുമാനം എന്ന് മാത്രമേ അതിനെ പറ്റി നമുക്ക് പറയാൻ പറ്റ.

മദ്രാസിൽ പോയത് കൊണ്ട് ആകെ ഉണ്ടായ ഗുണം എന്ന് പറയാൻ ഉള്ളത്, ഫൗസിയയുടെ മൂത്ത കസിൻ സഹോദരിയും വളരെ പ്രിയപ്പെട്ടവരും ആയ റെജു ഇത്തയെയും ഭർത്താവ് സേട്ട അവർകളെയും കാണുക, അവരോടൊപ്പം ഒന്ന് രണ്ട് ദിവസം താമസിക്കുക എന്നതുമാണ്. ഞങ്ങൾ തമ്മിൽ കണ്ടിട്ട് കുറെ നാൾ ആയി.

നാട്ടിൽ പിറ്റേന്ന് തന്നെ ഞങ്ങൾ എത്തി. അവിടെ നിന്ന് അടുത്ത ദിവസം അബൂ ദാബിയിലും തിരിച്ച് എത്തി. ഒരാഴ്ച കഴിഞ്ഞു, എന്റെ ഭാര്യ ഫൗസിയ ഓഗസ്റ്റ് പതിനഞ്ചിനു തന്നെ ബുക്ക് ചെയ്യ തിയ്യതിക്ക് ഇവിടെ നിന്നും കെൽഎം ഫ്ലൈറ്റിൽ ആംസ്റ്റർഡാം വഴി അമേരിക്കയിലെ ഡിട്രോയിറ്റ് എയർ പോർട്ടിലേക്ക് പോയി. അവിടെ സ്വീകരിക്കാൻ മകളും ഭർത്താവും എത്തിയിരുന്നു. മകൾ ലൈസ അടുത്ത ഒരു കൊല്ലവും കൂടി ഷാർജ കോളേജിൽ ഇടർന്ന് പഠിക്കാം എന്ന തീരുമാനം എടുത്തു. അവൾ കോളേജ് ഹോസ്റ്റലിലേക്ക് പോയി. എന്റെ ടിക്കറ്റ് സെപ്റ്റംബർ ആറിലേക്ക് മാറ്റി. മകളുടെ ടിക്കറ്റ് കാൻസൽ ചെയ്യുകയും ചെയ്തു.

ഞാൻ കരുതിയത് മകൾക്ക് ഇതുകൊണ്ട് വല്ല മനഃപ്രയാസം ഉണ്ടാകുമോ എന്നായിരുന്നു. അവൾ കൂസാതെ മറുപടി പറഞ്ഞു. ഒന്നല്ലങ്കിൽ മറ്റൊന്ന്. അമേരിക്ക അല്ലങ്കിൽ കാനഡ. നമുക്ക് അത് നോക്കാം. ഞാൻ അതിനോട് യോജിക്കുകയും അവൾ ഷാർജയിൽ പഠനം ഇടരുകയും ചെയ്തു. ഒട്ടും വൈകാതെ ഞാനും പുറപ്പെട്ടു. സെപ്റ്റംബർ ആറാം തിയ്യതി ഡെട്രോയ്റ്റിൽ വിമാനം ഇറങ്ങി. എയർപോർട്ടിൽ മരുമകൻ താജ് എത്തിയിരുന്നു. മകളും കുടുംബവും താമസിക്കുന്നത് ലാൻസിങ്ങ് എന്ന സ്ഥലത്ത് ആണ്. യൂഎസ്സിലെ മിഷിഗൺ സ്റ്റേറ്റ് തലസ്ഥാനം ആണ് ലാൻസിങ്ങ്.

ഡെട്രോയ്റ്റ് അവിടത്തെ ഇന്റർനാഷണൽ എയർ പോർട്ട് ആണ്. ഞങ്ങൾ അമേരിക്കയിൽ എത്തി കുറച്ച ദിവസം കഴിഞ്ഞു കാണും. വളരെ നിർഭാഗ്യകരം എന്ന് പറയട്ടെ, ഞങ്ങൾ നേരിൽ കണ്ട റെജു ഇത്ത മദ്രാസിൽ വെച്ച് മരണപ്പെട്ട വിവരം വളരെ ദുഃഖത്തോടെയാണ് അറിയാൻ കഴിഞ്ഞത്. കിഡ്നി സംബന്ധം ആയ അസുഖം മൂലം ചികിത്സയിൽ ആയിരുന്നു. അപ്പോൾ ഞാനും ഭാര്യയും മകളുടെ മിഷിഗണിൽ ഉള്ള വീട്ടിൽ ആയിരുന്നു. എല്ലാ ദിവസവും നടക്കുക, സൈക്ലിംഗ് ഇടങ്ങിയ വ്യായാമ മുറകൾ അവിടെയും ഇടർന്നു. ഞങ്ങക്ക് മുൻപേ താജുവിന്റെ മാതാ പിതാക്കൾ ആയ റാബിയ ടീച്ചറും നമ്പൂരി മഠത്തിൽ മുഹമ്മദ് മാസ്റ്ററും അവിടെ എത്തിയിരുന്നു. അവരുമായി ഇടക്കൊക്കെ പുറത്ത് പോകും. ലാൻസിങ്ങ് തടാകത്തിന് അരികിലും അതിന്ന് അടുത്തുള്ള പാർക്കിലും

കുറെ സമയം ഇരുന്ന് കാഴ്ചകൾ കണ്ടതായി ഓർക്കുന്നു. ലാൻസിങ്ങ് തടാകത്തിൽ ലിഷർ ബോട്ടിംഗ് നടത്തുക നല്ല അനുഭവം ആണ്.

ആദ്യമായി കാനഡയിൽ പോകുന്നത് ഈ സമയം ആയിരുന്നു. ഇതിനു ശേഷം ഞങ്ങൾ എപ്പോഴൊക്കെ അമേരിക്കയിൽ പോയിട്ടുണ്ടോ അപ്പോഴൊക്കെ കാനഡയിലും പോയിട്ടുണ്ട്. കാറിൽ പോകുവാൻ ഒരു പ്രത്യേക സുഖം ആണ്. നല്ല വിസ്തൃതമായ ലാൻഡ്സ്കേപ്പിങ്ങ് കാഴ്ചകൾ കാറിലൂടെ യാത്ര ചെയ്ത് കാണുക നയനാന്ദകരം തന്നെയാണ്.പത്ത് മണിക്കുറോളം വേണ്ടി വന്നു നയാഗ്ര വെള്ളച്ചാട്ടത്തിന്നു് തൊട്ടുള്ള ഹോട്ടലിൽ എത്തി ചേരുവാൻ. അവിടെ നിന്നാൽ ചുറ്റു നിന്നും ഒഴുകി വന്നുചേരുന്ന എല്ലാ പ്രവാഹങ്ങളും വീക്ഷിക്കാൻ പറ്റും. രണ്ടു ദിവസം അവിടെ താമസിച്ചു.

അടുത്ത ദിവസം പത്ത് മാണിയോട് കൂടി ഹെലിപാഡിൽ എത്തി. ഹെലോകോപ്ററിൽ ചുറ്റി കറങ്ങിയപ്പോൾ വെള്ളച്ചാട്ടം നല്ലപോലെ കാണാൻ പറ്റി. കൂടാതെ അന്ന് തന്നെ മറൈൻ സേഫ്റ്റി സർവീസ് ബോട്ടിൽ വെള്ളച്ചാട്ട പോയിന്റ് വരെ ചെല്ലാൻ പറ്റി. ആ യാത്രക്ക് വെള്ളത്തിൽ യാത്ര ചെയ്യമ്പോൾ വേണ്ട എല്ലാ സേഫ്റ്റി തയ്യാർ എടുപ്പുകളും വേണ്ടി വരും. കൂടുതലായി ചില വാട്ടർ പ്രൂഫ് ഡ്രസ്സുകളും ധരിക്കണം. ഫോട്ടോവിൽ യാത്ര ചെയ്ത ബോട്ടും ഡ്രസ്സ് ധരിച്ച നിൽക്കുന്ന ഞങ്ങളെയും കാണാം.

നല്ല അനുഭവങ്ങൾ തന്നെയാണ് ഇതെല്ലാം. അതോടൊപ്പം ടൊറന്റോ വില്ലും വിൻസർ നഗരത്തിലും കറങ്ങാൻ പറ്റി. ഫൗസിയയുടെ കസിൻ അല്ലുവും ഭർത്താവ് നിസാറും വിന്സറിൽ ആണ് താമസിക്കുന്നത്. നിസാറിന്റെ സഹോദരൻ അവിടെ അറിയപ്പെടുന്ന ഒരു ബിസിനസ്സ് കാരൻ ആണ്. അതു പോലെ അല്ലുവിന്റെ നാത്തൂൻ തഹിയയും ഭർത്താവായ ഡോക്ടർ മജീദും താമസിക്കുന്നത് ഡിട്രോയിറ്റ് നഗരത്തിൽ ആണ് . തിരിച്ച പോകുന്ന വഴി ഞങ്ങൾ അവിടെയും കയറുന്നുണ്ട്.അമേരിക്കക്കാർക്ക് അടിച്ച പൊളിക്കാൻ ഉള്ള രണ്ടു ദിവസങ്ങൾ ആണ് ശനിയും ഞായറും. ഞങ്ങളും അങ്ങനെ ആ ആഴ്ചയിലെ ഒഴിവു ദിവസം സന്തോഷ പൂർണമാക്കി.

ഫൗസിയയുടെ രണ്ട് മാസത്തെ ലീവ് കഴിയാറായി. ഞങ്ങൾ തിരിച്ച പോരാനുള്ള പാക്കിങ്ങ് തുടങി. മെയ്ജറിലും വാൾമാർട്ടിലും ഷോപ്പിംഗ് നടത്തിയില്ല എല്ലാ ദിവസവും അവിടെയൊക്കെ ചുറ്റി അടിക്കുക പതിവ് ചടങ്ങുകൾ ആണ്. പിന്നെ ഞങ്ങൾക്ക് മാത്രം ഒരു ഷോപ്പിംഗ് നടത്തേണ്ട ആവശ്യം ഇല്ല. കൂടാതെ നാട്ടിൽ ഇനി ആറു മാസം കഴിഞ്ഞേ പോകുന്നുള്ളൂ. അപ്പോൾ അബു ദാബിയിൽ നിന്നും ഷോപ്പിംഗ് നടത്താം.അങ്ങനെ ആ യാത്രയും കഴിഞ്ഞ് സുഖമായി ഞങ്ങൾ അബു ദാബിയിൽ സെപ്റ്റംബർ ആദ്യ ആഴ്ച തിരിച്ച് എത്തി.

View from Hotel

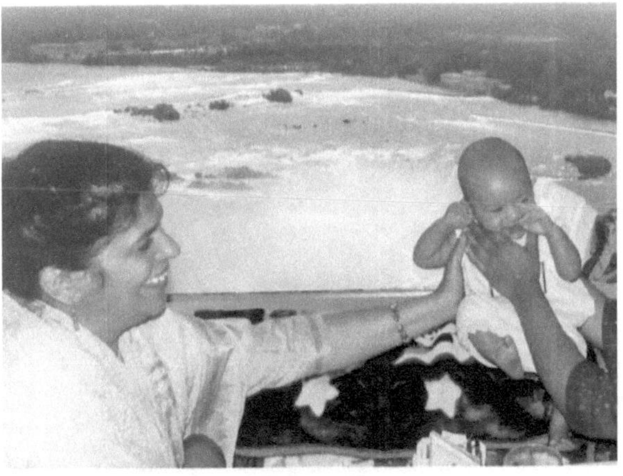

NABIL THREE MONTHS OLD

Lake Lansing

Getting ready for Cruise trip

NAIGARA Cruise trip

19

അമേരിക്കൻ യാത്രകൾ മൂന്നാമത്തേത്
2004 ആഗസ്റ്റ് 19

ഞങ്ങളുടെ അടുത്ത അമേരിക്കൻ യാത്ര രണ്ടായിരത്തി നാലിൽ ആയിരുന്നു. ഓഗസ്റ്റ് മാസം പത്തൊൻപതാം തിയ്യതി. പൂർണമായും മകൾ ലൈസയുടെ വിദ്യാഭ്യാസം മുൻ നിർത്തിയുള്ള യാത്ര എന്ന് പറയാം. കഴിഞ്ഞ കൊല്ലം വിസ പ്രശനം കൊണ്ട് പഠനം മുടങ്ങിയില്ല എങ്കിലും ഒരു കൊല്ലം കൂടുതൽ ഷാർജ കോളേജിൽ പഠിക്കേണ്ടി വന്നു. എല്ലാ വിദേശ സർവ്വകലാ ശാലകളും അത്രയും സെമസ്റ്റർ അംഗീകരിക്കണം എന്നില്ല. അപ്പോൾ പഠിച്ചത് തന്നെ വീണ്ടും ആവർത്തിക്കാൻ നിർബന്ധിതർ ആവ്വും. സമയവ്വും നഷ്ടം. അതുപോലെ പണത്തിന്റെ ചെലവ് കൂട്ടുകയും ചെയ്യും.

ഈ പ്രശ്ലങ്ങൾ ഞങ്ങൾ വെസ്റ്റേൺ മിഷിഗൺ സർവ്വകലാശാല അധികൃതരെ അറിയിച്ച് കൊണ്ടിരുന്നു. ഇതെല്ലാം സാവകാശം പരിഹരിക്കാം എന്ന് അവർ പറയുകയും ചെയ്യു. പക്ഷേ വിസ കാര്യത്തിൽ അവർക്ക് ഒന്നും ചെയ്യാൻ പറ്റുകില്ല എന്നും പറഞ്ഞു. അത് അമേരിക്കൻ ഇമ്മിഗ്രേഷൻ വകുപ്പിന്റെ മാത്രം നിയന്ത്രണത്തിൽ പെടുന്നതാണ്.അതുകൊണ്ട് കാനഡയിലെ വിൻസർ സർവ്വ കലാശാലയിൻ ഞങ്ങൾ അപേക്ഷിക്കുകയും അഡ്മിഷൻ കിട്ടുകയും ചെയ്യു. അവിടെ പോകുന്നതിന്റെ പ്രാഥമിക ഓറിയന്റേഷൻ നടന്നത് ദുബായ് അക്കാദമിക് സിറ്റിയിൽ വച്ച് ആയിരുന്നു. രണ്ടായിരത്തി നാല് മാർച്ച് മാസത്തോടെ ഞങ്ങൾ ഇതെല്ലാം ഉടങ്ങി വച്ചിരുന്നു.

എനിക്കും ഭാര്യക്കും കനേഡിയൻ വിസ നിലവിൽ ഉണ്ടായിരുന്നു. കഴിഞ്ഞ കൊല്ലം അവിടെ പോയത് ആണല്ലോ. ഇനി മകൾക്ക സ്റ്റഡൻറ് വിസ വേണം. അബു ദാബിയിൽ ഉള്ള കനേഡിയൻ എംബസിയിൽ പോയി. അവിടെ പ്രത്യേകം ആയി ഒന്നും തന്നെ ചോദിച്ചില്ല. അങ്ങനെ മകൾക്ക് കനേഡിയൻ സ്റ്റഡൻറ് വിസ ശരി ആയി.

ഒന്നുകിൽ ഞങ്ങൾ മൂന്നുപേരും അമേരിക്കയിൽ ആദ്യം പോകണം. അതിന്നു മകൾക്ക് അവിടത്തെ വിസവേണം. അല്ലെങ്കിൽ ഞങ്ങൾ ആദ്യം കാനഡ പോകണം. എന്നിട്ട് മകളുടെ കോളേജ് പ്രവേശനം കഴിഞ്ഞ് ഞങ്ങൾ രക്ഷിതാക്കൾക്ക് അമേരിക്കയിൽ മൂത്ത മകളുടെ അടുത്ത് പോകാം. പക്ഷേ എന്തുകൊണ്ട് വീണ്ടും ഒരു ശ്രമം അമേരിക്കൻ എംബസ്സിയിൽ നടത്തിക്കൂടാ എന്നൊരു ചിന്ത ഉടലെടുത്തു. ഒന്നുകിൽ വിസിറ്റ് വിസ അല്ലെങ്കിൽ സ്റ്റഡൻറ് വിസ കിട്ടിയാൽ മതി. അതോടൊപ്പം കനേഡിയൻ സ്റ്റഡൻറ് വിസ കിട്ടിയ കാര്യം അവരോട് പറയുക കൂടി ചെയ്യാം എന്ന് തീരുമാനിച്ചു. അതനുസരിച്ച്

അമേരിക്കൻ കാര്യാലയത്തിൽ ഞങ്ങൾ ചെന്നു. വിശദമായി എല്ലാം പറഞ്ഞു. കഴിഞ്ഞ കൊല്ലം സ്റ്റുഡന്റ് വിസ കിട്ടാഞ്ഞത് കൊണ്ട് ഉണ്ടായ സമയ നഷ്ടവും സാമ്പത്തിക നഷ്ടവും പറഞ്ഞ കൂട്ടത്തിൽ കാനഡയിൽ പഠിക്കുവാൻ അഡ്മിഷനും വിസയും ഇപ്പോൾ ശരി ആയിട്ടുണ്ട്. ഇനി ഞങ്ങൾക്ക് വിസിറ്റ് വിസ ആയാലും മതി എന്ന് പറഞ്ഞു. കേട്ടപ്പോൾ ആ ഉദ്യോഗസ്ഥൻ ഞങ്ങളെ ഒന്ന് നോക്കി.

"ഈ കുട്ടിക്ക് അമേരിക്കയിൽ പഠിക്കാൻ വിസ നൽകാം."

തീരെ പ്രതീക്ഷിക്കാതെ ഉള്ള അറിയിപ്പ് ആയിരുന്നു അത്. സന്തോഷ പൂർവ്വം പാസ്പോർട്ട് അവിടെ കൊടുത്തു പോന്നു. ഒരാഴ്ച്ചക്കകം വിസ അടിച്ച് പാസ്പോർട്ട് കയ്യിൽ കിട്ടുകയും ചെയ്തു. വെസ്റ്റേൺ മിഷിഗൺ യൂണിവേഴ്സിറ്റി യിൽ വിവരം അറിയിക്കുകയും അവർ അതനുസരിച്ച അഡ്മിഷൻ തിയ്യതി അയച്ച തരികയും ചെയ്തു. അങ്ങനെ ആണ് അഗസ്റ്റ് പത്തൊമ്പതിന് പോകാൻ തീരുമാനിച്ചത്. ആംസ്റ്റർ ഡാമിൽ വച്ച് തന്നെ യൂ എസ് ഇമ്മിഗ്രേഷൻ ചെക്കിങ്ങും നടത്തി. ലഗേജ് പാക്ക് ചെയ്ത് തന്നത് ആരാണ് എന്ന ചോദ്യം മകൾക്ക് സംശയം ആയി. അവസാനം സ്വയം ആണ് അതെല്ലാം ചെയ്തത് എന്ന് പറഞ്ഞു. അതായിരുന്നു ശരിയും. ഇതേ ചോദ്യം ഭാര്യയോട്ടും ചോദിച്ചപ്പോൾ ഭർത്താവ് ആണന്ന് മറുപടി പറഞ്ഞു. ഉടനെ മറ്റ ചോദ്യം, ഭർത്താവിനെ വിശ്വസിക്കാമോ എന്ന്. ഇതൊക്കെ കേട്ട് പിന്നിൽ നിൽക്കുന്ന എന്നെ ചൂണ്ടി ഭാര്യ "കൂടെ ഉണ്ട് ."

പിന്നെ കാര്യമായി ചോദ്യോത്തരങ്ങൾ ഒന്നും ഉണ്ടായില്ല.

പറഞ്ഞ സമയത്തിനു തന്നെ വിമാനം ഡിട്രോയിറ്റ് എയർ പോർട്ടിൽ എത്തി. ഞങ്ങളെ സ്വീകരിക്കാൻ മൂത്ത മകൾ സമിതയും കുടുംബവും വന്നിരുന്നു. മിഷിഗണിലെ കലമാസൂ എന്ന സ്ഥലത്ത് ആണ് വെസ്റ്റേൺ മിഷിഗൺ യൂണിവേഴ്സിറ്റി ഉള്ളത്. മൂത്ത മകൾ താമസിക്കുന്ന ലാൻസിങ്ങിൽ നിന്ന് സ്റ്റേറ്റ് ഹൈവേ യിൽ ഒരു മണിക്കൂർ യാത്ര ഉണ്ട്. നല്ല സുന്ദരമായ സ്ഥലം. അമേരിക്കയിലെ എല്ലാ സ്ഥലങ്ങളും മനോഹരം ആണ്.

ഞങ്ങൾ കൃത്യ സമയത്ത് തന്നെ സർവ്വകലാശാല ആസ്ഥാനത്ത് എത്തി. അഡ്മിഷൻ ഓഫീസർ അവസാനത്തെ രണ്ട് സെമസ്റ്റർ ഷാർജയിൽ ചെയ്തത് അംഗീകരിക്കാൻ തയ്യാർ ആവുന്നില്ല. ഉണ്ടായ സംഭവങ്ങൾ വിവരിച്ച കൊടുത്തു. അവസാനം ഒരു സെമസ്റ്റർ ആക്കി കുറക്കാം എന്നായി. ഞങ്ങൾ അഡ്മിഷൻ വേണ്ട എന്ന് പറഞ്ഞില്ല എങ്കിലും സംസാരത്തിൽ അത്ര വരെ എത്തി. അറ്റ കൈ എന്ന നിലക്ക് ഞങ്ങൾ മൂന്ന് പേരും കൂടി ഒരു സീനിയർ പ്രൊഫസ്സറെ ചെന്ന് കണ്ട വിശദമായി എല്ലാം ബോധ്യപ്പെടുത്തി. തീരെ പ്രതീക്ഷ ഇല്ലായിരുന്നു എങ്കിലും കേട്ടപ്പോൾ വളരെ സന്തോഷവും പ്രതീക്ഷയും തോന്നി. ചെയ്ത എല്ലാ സെമസ്റ്റർകളും അംഗീകരിച്ചു. മകളെ ഹോസ്റ്റലിൽ ആക്കി ഞങ്ങൾ

വീട്ടിലേക്കും പോന്നു. തിരിച്ച അബ്ബ ദാബിക്ക് പോരുന്നത് വരെ എല്ലാ ആഴ്ചയിലും മകളെ കാണാൻ കലമാസൂവിൽ പോകുന്നത് പതിവാക്കി.

ലാൻസിങ്ങിന് ചുറ്റം ഉള്ള കുറെ നല്ല സ്ഥലങ്ങൾ ചുറ്റി കറങ്ങാൻ എല്ലാ ദിവസവും കാറിൽ പോകും. അമേരിക്കയിലെ കാറു നിർമ്മാണ കമ്പനികൾ അധികവും ഡിട്രോയിറ്റ് ഭാഗത്താണ്. അവിടെ പല വട്ടം പോയി. ചോക്ലേറ്റ് സിറ്റി എന്ന് പറയുന്ന ഫ്രാങ്കൻ മോത് എന്ന സ്ഥലത്ത് പോയി. ചോക്ലേറ്റ് ഉണ്ടാക്കുന്നഇ മുതൽ അത് ഇഷ്ടാനുസരണം ടേസ്റ്റ് ചെയ്യാൻ തരുന്നതിൽ വരെ തീരെ പിശുക്കും അനിഷ്ടവും അവിടത്തുകാർ പ്രകടിപ്പിച്ചില്ല. ആ പ്രദേശത്തു ചോക്ലേറ്റ് ഒരു കുടിൽ വ്യവസായം ആണെന്ന് പറയാം. ജർമനിയിൽ നിന്നും ഉള്ള കുടിയേറ്റക്കാർ ആണ് മിക്കവരും. പിന്നെ സ്ഥിരം പോകാറുള്ളത് ക്യാപിറ്റൽ ലൈബ്രറിയിൽ ആണ്. അവർ ഞങ്ങൾക്ക് സ്ഥിരം മെമ്പർഷിപ് കാർഡും തന്നു. വളരെ നല്ല ബുക്കുകളുടെ വൻ ശേഖരം ഉള്ള, പ്രശാന്ത സുന്ദരമായ ലൈബ്രറി. ആർക്കും ഇപ്പോഴും പോകാൻ പറ്റിയ ഒരു സ്ഥലം. അതോടൊപ്പം പോകാറുള്ള ഒരു സ്ഥലം കൂടി ഉണ്ട്. എം എസ് യു ക്യാമ്പസ്. അതായത് മിഷിഗൺ സ്റ്റേറ്റ് യൂണിവേഴ്ലിറ്റി കോമ്പൗണ്ട്.   ലോകത്തിലെ   തന്നെ   ഏറ്റവും   വലിയ ബൊട്ടാണിക്കൽ ഗാർഡൻ ഇവിടെയാണ്. ഇരുന്നൂറ് കൊല്ലത്തിൽ അധികം പ്രായം ഉള്ള പല വിധമരങ്ങളും ഇവിടെ ഉണ്ട്. ഒരിക്കൽ, എന്റെ മരുമകൻ താജ്ജവിന്റെ പിതാവായ അന്തരിച്ച മുഹമ്മദ് ഇക്കയും ഞാനും കൂടി ഒരു വൻമരം വട്ടം കൈ കോർത്ത് ചുറ്റി തൊടാൻ ശ്രമിച്ചെങ്കിലും പറ്റിയില്ല. ഒരു മീറ്ററിൽ അധികം കൂടി വണ്ണം ആ മരത്തിന്ന് ഉണ്ടായിരുന്നു.അഇപോലെ തന്നെ എല്ലാ തരം സസ്യ ലതാതികളും അവിടെ കാണാം. വിശതീകരണം അസാധ്യമാണ്.

ആയിരക്കണക്കിന് ഏക്കറിൽ പരന്ന കിടക്കുന്ന ഇവിടം മുഴുവൻ കാണാൻ ഇഇവരെ ഞങ്ങൾക്ക് പറ്റിയിട്ടില്ല. എപ്പോഴൊക്കെ ഞങ്ങൾ മിഷിഗണിൽ പോയിട്ടുണ്ടോ അപ്പോഴെല്ലാം ഈ ബൊട്ടാണിക്കൽ ഗാർഡനില്ലും ഞാനും ഭാര്യയും പോകാറുണ്ട്. ഡിഗ്രിക്ക് ഭാര്യയുടെ മെയിൻ ബോട്ടണി ആയിരുന്നു. ഞാനും പ്രീ ഡിഗ്രി ബോട്ടണി സുവോളജി ഗ്രൂപ് പഠിച്ചതാണ്. പക്ഷേ താല്പര്യ കുറവ് വളരെ കൂടുതൽ ആയിരുന്നു. എന്റെയും ഭാര്യയുടെയും അമേരിക്കൻ ഡ്രൈവിംഗ് ലൈസൻസ് ഇഷ്യൂ ചെയ്തിട്ടുള്ളഇും ഇവിടത്തെ എം സ് യു യൂണിവേഴ്ലിറ്റി ഡി എം വി സെന്ററിൽ നിന്നും ആണ്.

ഞങ്ങൾക്ക് തിരിച്ച പോരാനുള്ള സമയം അടുത്തു. ഏതാനും ദിവസങ്ങൾ കൂടി ബാക്കി ഉണ്ട്. ആ ആഴ്ച അവസാനം ഞങ്ങളെ യാത്ര അയക്കുവാൻ ലൈസ വരികയും ഞങ്ങൾ എല്ലാവരും കൂടി ഒരുമിച്ച് അവിടെ അടുത്തുള്ള ലാൻസിങ്ങ് മെക്സിക്കൻ റെസ്റ്റൊറന്റിൽ പോയി ഡിന്നർ കഴിച്ചു. പിറ്റേന്ന് രാവിലെ ഞാനും ഭാര്യയും ഞങ്ങളുടെ മടക്ക യാത്രയും ആരംഭിച്ച

WMU MAIN BUILDING

LAIZA WITH CLASS MATE

WMU CAMPUS

LAIZA WITH COLLEGE MATES

20

അമേരിക്കൻ യാത്രകൾ നാലാമത്തേത്
18ഡിസംബർ 2005   ഭാഗം 1

ഞാനും ഭാര്യയും ഒരുമിച്ച് രണ്ടായിരത്തി അഞ്ച് ഡിസംബർ മാസം പതിനെട്ടാം തിയ്യതി അബു ദാബിയിൽ നിന്നും ആംസ്റ്റർഡാം വഴി ഡെട്രോയിറ്റിൽ എത്തി. ഉടർന്ന് മകളുടെ വീട്ടിലും.ഇരുപതാം തിയ്യതി ലൈസ മോളുടെ ഡിഗ്രി കോൺവൊക്കേഷനിൽ പങ്കെടുക്കാനായി വന്നതാണ്. ഡിസംബർ മാസം ആയത് കൊണ്ട് അതി കഠിനമായ തണുപ്പ് കാലം ആയിരുന്നു. എന്തുകൊണ്ടോ എനിക്ക് അന്നത്തെ തണുപ്പ് തീരെ താങ്ങാൻ പറ്റുന്നത് ആയിരുന്നില്ല. മകളുടെ വീടും പരിസരവും മൂന്ന് അടിയോളം ഘനത്തിൽ ഐസ് കട്ട പിടിച്ച് കിടന്നിരുന്നു. നിലാവുള്ള രാത്രിയിൽ പുറത്തേക്ക് നോക്കിയാൽ പകൽ ആണെന്നേ പറയൂ. ഐസിന്റെ മുകളിൽ വീഴുന്ന ചന്ദ്ര കിരണങ്ങൾ റിഫ്ലക്ട് ചെയ്ത് രാത്രിയും പകലും ഒരുപോലെ ആകുന്ന പ്രതിഭാസം. ഉറങ്ങാൻ രാത്രി തന്നെ വേണം എന്ന് നിർബന്ധം ഇല്ലാതെ ആയി.

ഇരുപതാം തിയ്യതി ഞങ്ങൾ എല്ലാവരും കലാശാല ആസ്ഥാനത്ത് എത്തി. പ്രോഗ്രാം നടക്കുന്ന ഹാളിൽ നല്ല ഇരുട്ട് ആയിരുന്നു. കോൺവൊക്കേഷനുള്ള ഡ്രസ്സും കറുത്തതാണല്ലോ. ഫോട്ടോകൾക്ക് കറുത്ത ബാക്ക്ഗ്രൗണ്ട് ആകാൻ കാരണം അതാണ്. എന്നിരുന്നാലും എല്ലാം ഭംഗിയായി നടന്നു. ലൈസ ഡിഗ്രി എടുത്തു. ബി ബി എ ഡിസ്റ്റിംഗ്ഷനോടെ പാസ്സായി. ഇനി ആറുമാസം ഏതെങ്കിലും ഒരു സ്ഥാപനത്തിൽ ഇന്റേൺഷിപ് ചെയ്യേണ്ടത് ഉണ്ട്.അവൾക്ക് അതിനുള്ള അവസരം കിട്ടിയത് പ്രശസ്ത ഹോസ്പിറ്റൽ സപ്ലൈസ് നിർമ്മാതാക്കൾ ആയ സ്റ്റൈക്കർ കമ്പനിയിൽ ആണ്. അവിടെ ജോലി ചെയ്യുന്നതോടൊപ്പം എം ബി എ അഡ്മിഷന് ഉള്ള സ്പെഷൽ ടെസ്റ്റ് എഴുതി, പാസ്സായി. അങ്ങനെ ആറു മാസം ഇന്റേർഷിപ് കഴിഞ്ഞാൽ അവൾക്ക് ആ കൊല്ലം ഫാൾ സെമെസ്റ്ററിൽ തന്നെ എം ബി എ ക്ക് ചേർന്ന് പഠിക്കാം.

അന്ന് ബാങ്കിൽ മാനേജർ ആയിരുന്ന വളരെ വേണ്ടപ്പെട്ട കെ കെ അഷ്റഫ് ഒരു ഉപകാരം ചെയ്ത് തന്നു. എന്റെ ഭാര്യയുടെ പേരിൽ ഉണ്ടായിരുന്ന ഒരു ഡെപോസിറ്റിന്റെ ഗാരണ്ടിയിൽ നല്ല ഒരു ഇക ദിർഹംസ് ആയി ഓവർ ഡ്രാഫ്റ്റ് അനുവദിച്ചു. സ്റ്റുഡന്റ് ജോബും പിന്നെ ചെറിയ സ്കോളർഷിപ്പും കിട്ടിയത് കൊണ്ട് ആ സഹായം ഉപയോഗിക്കേണ്ടി വന്നില്ല. ആവശ്യം വന്നാൽ ഇഇപോലുള്ള സൗകര്യം കുട്ടികളുടെ വിദ്യാഭ്യാസം സുഗമമാക്കൻ ഉപകാരപ്പെടും. മകളുടെ ഡിഗ്രി കഴിഞ്ഞ നിലക്ക് ഞങ്ങൾ എല്ലാവരും കൂടി ഒരു യാത്ര പരിപാടി ആസൂത്രണം ചെയ്തു. അടുത്ത രണ്ടു ദിവസങ്ങൾ കഴിഞ്ഞ് ഉച്ചയോടെ കാലിഫോർണിയയിൽ എത്തി. ഈ യാത്രകൾ എല്ലാം തന്നെ മൂത്ത മകൾ സമിതയും ഭർത്താവ് താജുവും പ്ലാൻ ചെയ്തത് അനുസരിച്ച് ആയിരുന്നു. അന്ന് മറ്റ സഫാരി പരിപാടികൾക്ക് ഇനി സമയം ഇല്ല. ആദ്യം ഒരു റെന്റെ കാർ എയർ പോർട്ടിൽ നിന്ന് എടുത്തു. നേരത്തെ തന്നെ ബുക്ക് ചെയ്ത ഹോട്ടലിൽ എത്തി, അന്നവിടെ വിശ്രമിച്ചു.

SARROUNDING AREA

HOUSE COVERED WITH ICE

LAIZA WITH US

LAIZA WITH FAMILY

LAIZA WITH CLASS MATES

21

അമേരിക്കൻ യാത്രകൾ നാലാമത്തേത്
ഭാഗം 2 ഹോളിവുഡ് , 18ഡിസംബർ 2005

ലോകത്തിലെ വളരെ തിരക്കും അതിന്ന് അനുസരിച്ച സൗകര്യവും ഉള്ള എയർപോർട്ട കളിൽ ഒന്നാണ് കാലിഫോർണിയയിലെ ലോസ് ഏഞ്ചൽസ്. ഉച്ചക്ക് രണ്ട മണി ആയികാണും ഞങ്ങൾ അവിടെ എത്തിയപ്പോൾ. മിഷിഗനിൽ ഉള്ള അത്രക്ക് തണുപ്പ് കാലിഫോർണിയയിൽ അല്ലെങ്കിൽ ലോസ് ആൻജെലസിൽ ഇല്ല. എങ്കിലും ചില നേരങ്ങളിൽ എല്ലിന് ഉള്ളിലേക്ക് എന്തോ ഒന്ന് ഇളച്ച കയറുന്ന പോലെ തോന്നും. എന്നാലും യാത്രക്ക് പറ്റിയ നല്ല സ്ഥലം തന്നെയാണ് കുട്ടികൾ തെരഞ്ഞെടുത്തത്.അന്ന് ചുറ്റി കറങ്ങുവാൻ സമയം അത്രക്കില്ല. അതുകൊണ്ട് ഹോട്ടലിൽ പോയി. വൈകുന്നേരം പ്രശസ്ത മായ വെനീസ് ബീച്ച്, ലോക്കീ ബീച്ച് എന്നിവ കാറിൽ ഇരുന്ന് കറങ്ങി കണ്ടു. ബീച്ചിൽ ഇറങ്ങാൻ ആർക്കും താല്പര്യം ഇല്ല.കാറിൽ ഇരുന്നു. അവിടെ ബീച്ചിൽ എല്ലാവരും ധരിച്ചിരിക്കുന്ന ഡ്രസ്സ് ബിക്കിനി ആണ്. ഞങ്ങളുടെ ഇന്ത്യൻ കൊസ്റ്റ്യും അപ്പോൾ അവിടെ ഉചിതമല്ല. ഫോട്ടോ പോലും എടുത്തില്ല. അപരിചിതരുടെ അർദ്ധ നഗ്ന ഫോട്ടോ എടുത്തിട്ട് എന്ത് കാര്യം.

അടുത്ത ദിവസം രാവിലെ ഹോളിവുഡ് എന്ന ലോക സിനിമയുടെ സ്വപ്ന ലോകത്തേക്ക് പുറപ്പെട്ടു. ഹോളിവുഡ്ദിന്റ് മറ്റൊരു പേരാണ് ടിൻസൽ ടൌൺ. ലോസ്ആഞ്ജലസ് വിമാന താവളത്തിൽ നിന്നും വളരെ അടുത്താണ് ഹോളിവുഡ്. അതൊരു മല മുകളിൽ ആണ്. കൂടിയാൽ ഒരു പത്ത് കിലോമീറ്റർ ദൂരം അല്ലെങ്കിൽ പത്തു പതിനഞ്ചു മിനിറ്റ് സമയം ഡ്രൈവ് വേണ്ടി വരും . വളവും തിരിവും ഇല്ലാത്ത നല്ല വീതിയും വൃത്തിയും ഉള്ള റോഡ്. ഇരുവശവും നല്ല കൂർത്ത പാം മരങ്ങൾ ഉണ്ട്. ദൂരെ നിന്ന് തന്നെ ഉയരത്തിൽ മലയോട് ചേർന്ന് ഹോളിവുഡ് എന്ന് എഴുതിയത് കാണാം.

ഞങ്ങൾ താമസിക്കുന്ന ഹോട്ടലിൽ നിന്നും വലത്ത് തിരിഞ്ഞാൽ മേൽ പറഞ്ഞ റോഡിൽ എത്തും. നേരെയുള്ള കിലോമീറ്റുകൾ നീളം ഉള്ള റോഡ് ഹോളിവുഡ് ലക്ഷ്യമാക്കി ഉള്ളത് ആണ്. ചെറിയ പാർക്കിംഗ് എന്ന് എഴുതി വച്ചിടത്ത് കാറ് പാർക്ക് ചെയ്യാൻ മണിക്കൂറിന്ന് രണ്ട് ഡോളർ അക്കാലത്ത കൊടുത്തു. 1929 മുതലേ ഉള്ളതാണ് ഗ്രാൻഡ് പാർക്കിംഗ് എന്ന് പേരുള്ള ആ

സ്ഥലം. കാറിൽ നിന്ന് ഇറങ്ങുന്നത് തന്നെ വാക് ഓഫ് ഫെയിം എന്ന പ്രസിദ്ധമായ ഹോളിവുഡ് തെരുവിലേക്ക് ആണ്. ലോക പ്രശസ്തര് ആയ അനേകം സിനിമ പ്രതിഭ കളുടെ പേരുകൾ നിര നിരയായി ആലേഖനം ചെയ്ത വച്ചിട്ടുണ്ട് നടന്നു പോകുന്ന വഴികൾ മുഴുവൻ. ആ പ്രഗത്ഭരുടെ പേരുകൾ പിച്ചള കവചമുള്ള നക്ഷത്ര ഫലകത്തിൽ അതിന്നു അനുയോജ്യമായ നിറത്തിൽ ഒട്ടിച്ച് വച്ചത് കാണുവാൻ നല്ല തിരക്ക് ആയിരുന്നു. അത്ര കണ്ട് ആകര്ഷണീയവും ആണ്.

അവിടെ അടുത്ത് തന്നെയാണ് കൊഡാക് തിയേറ്റർ സ്ഥിതി ചെയ്യുന്നത്. ഹോളിവുഡിലെ ഒട്ട മിക്ക അവാർഡ് പരിപാടികളും അരങ്ങേറുന്നത് അവിടെയാണ്. ഇപ്പോൾ അതിന്റെ പേര് ഡോൾബി തിയേറ്റർ എന്നാക്കി മാറ്റിയിട്ടുണ്ട്. അക്കാദമി അവാർഡ്സ് നല്ലീയിരുന്നത് കൊഡാക് തിയേറ്ററിൽ വച്ചായിരുന്നു. ഓസ്കാർ അവാർഡുകളും അവിടെ നടക്കുക പതിവാണ്.

പ്രഗത്ഭരായ ആയ ചാർലി ചാപ്ലിൻ, സിൽവസ്റ്റർ സ്റ്റാലോൺ ഉടങ്ങി പല നടീ നടന്മാരുടെയും ഡുപ്ലികൾ അവിടെ റോഡിൽ നിറയെ കാണാം. അവരെ നാം ഒന്ന് നോക്കി ചിരിച്ചു പോയാൽ കുടങ്ങിയത് തന്നെ. പിന്നെ നമ്മെ കൂടെ നിർത്തി ഒരു ഫോട്ടോ എങ്കിലും എടുക്കാതെ വിട്ടന്ന പ്രശനം ഇല്ല. ഫോട്ടോവിന് പോസ് ചെയ്യിക്കാൻ അവർ വളരെ മിടുക്കന്മാരും നല്ല ഫോട്ടോകൾ എടുക്കാൻ നിർബന്ധിക്കുകയും ചെയ്യും. അങ്ങനെയും ഒരു ജീവിത മാർഗം. കാലിഫോര്ണിയയയിലെ കലാ സാംസ്കാരിക കേന്ദ്രം തന്നെയാണ് ഹോളിവുഡ്. എല്ലാ ദിവസവും എന്തെങ്കിലും നല്ല കലാ സൃഷ്ടികൾ അവിടത്തെ കലാ കേന്ദ്രങ്ങളിൽ ഉണ്ടായിരിക്കും.

ഞങ്ങൾ ഏതാനും മണിക്കൂറുകൾ അവിടെ ചുറ്റി കറങ്ങി. രാത്രിയിൽ വളരെ തിരക്ക് കൂടുവാൻ സാധ്യത ഉണ്ട്. കാരണം ഡാൻസ് ബാറുകളും കാസിനോകളും സജീവം ആകുന്നത് അപ്പോഴാണ്. തിയേറ്റർ ഡ്രാമകളും കലാ സാംസ്കാരിക പ്രകടനങ്ങളും അരങ്ങേറുന്നതും അപ്പോൾ ആണ്. വളരെ പ്രസിദ്ധര് ആയവരുടെ സംഗീത സായാഹ്ന സംരംഭങ്ങൾ ഉടങ്ങുന്നത് അവിടന്നാണ്.

ഞങ്ങൾ സന്ധ്യക്ക് മുൻപേ അവിടന്ന് മടങ്ങി, ഹോട്ടലിൽ എത്തി. അടുത്ത ദിവസം ഒരു ഫിലിം സിറ്റിയിൽ പോകാം എന്ന പ്രതീക്ഷയോട

We are close to Hollywood

Look alike Charlie Chaplin and Silvestor Stallone

ART GALLERY BEHIND

Music Theater behind

22

അമേരിക്കൻ യാത്രകൾ നാലാമത്തേത്

ഭാഗം-3 ഡിസ്നി ലാൻഡ്, 18 ഡിസംബർ 2005

ആ ദിവസം ക്രിസ്മസ് തലേന്ന് ആണ്. വളരെ പ്രാധാന്യം ഉള്ള ഒരു ദിവസം, ക്രിസ്മസ് പോലെ തന്നെ, അത് ആഘോഷിക്കുന്നവർക്ക്. അന്ന് ഡിസ്നി ലാൻഡിൽ ഒരു പാട് ആഘോഷങ്ങൾ ഉണ്ട്. അത് അറിഞ്ഞുകൊണ്ട് തന്നെയാണ് ഞങ്ങൾ അവിടെ പോകുന്നത് അന്നേക്ക് മാറ്റി വച്ചത്. ആഘോഷിക്കാൻ വേണ്ടി. വൈകിട്ട് നാല്മണിയോടെ ഞങ്ങളുടെ കുടുംബം അവിടെ എത്തി. ഒരുവിധം എല്ലാം ചുറ്റി കറങ്ങി കണ്ടു. കുട്ടികൾക്കും മുതിർന്നവർക്കും എല്ലാം ഉള്ള എന്റർടൈൻമെന്റുകൾ അവിടെ ഉണ്ട്. അത് കൊണ്ട് തന്നെ ഡിസ്നി ലാൻഡ് അറിയപ്പെടുന്നത് എന്റർടൈൻമെന്റ് റിസോർട് എന്നാണ്. സന്ധ്യ ആയതോടെ ജനത്തിരക്കം കൂട്ടവാൻ ഇടങ്ങി. സിൻഡ്രല്ല ഡാൻസ്, റോപ് ഡാൻസ് എന്നിവ എടുത്ത് പറയേണ്ടവ തന്നെ ആണ്. എഴുതി വിശദീകരിക്കുക എളുപ്പവും അല്ല. കുറച്ച് ഫോട്ടോകൾ താഴെ കാണാം. ചിലപ്പോൾ അങ്ങനെയാണ് . എഴുത്തിനേക്കാൾ വാചാലത ചില ഫോട്ടോകൾ കാണുമ്പോൾ അനുഭവപ്പെട്ടും.

23

അമേരിക്കൻ യാത്രകൾ അഞ്ചാമത്തേത്

ഭാഗം -1 ന്യൂയോർക്ക്, 13 ഓഗസ്റ്റ് 2007

ഡിസ്നി ലാൻഡിൽ നിന്നും തിരിച്ച് ഹോട്ടലിൽ വന്നു വിശ്രമിച്ചു. അടുത്ത ദിവസം രാവിലെ പത്തു മണിയോടെ ലോസ് ഏഞ്ചൽസ് എയർപോർട്ടിൽ വന്നു. പന്ത്രണ്ട് മണിക്കുള്ള വിമാനത്തിൽ ഡിട്രോയിറ്റില്ലും അവിടന്ന് നേരെ വീട്ടില്ലും എത്തി. അടുത്ത രണ്ട് ആഴ്ച അവിടെ അടുത്തുള്ള സ്ഥലങ്ങളിൻ ചുറ്റി കറങ്ങി. കൂട്ടത്തിൽ തിരിച്ച വരുന്നതിന്റെ മുന്നോടിയായി ചില വീട്ടു ഉപയോഗ സാധനങ്ങൾ വാങ്ങി. മാത്രവുമല്ല അബു ദാബിയിൽ എത്തി രണ്ടാഴ്ച കഴിഞ്ഞ് നാട്ടില്ലും പോകണം. രണ്ടായിരത്തി ആറ് ജനവരി പത്തിന് ഞങ്ങൾ അബുദാബിയിൽ തിരിച്ച് എത്തി. ഫെബ്രുവരി ആദ്യം നാട്ടിലേക്കും പോയി. അക്കൊല്ലം പിന്നെ യാത്രകൾ ഒന്നും ഉണ്ടായില്ല. രണ്ടായിരത്തി ഏഴ് ഓഗസ്റ്റ് പതിനെട്ടിന്ന് അതായത് അടുത്ത കൊല്ലം വീണ്ടും ഞങ്ങൾ ആംസ്റ്റർഡാം വഴി ലാൻസിങ്ങിൽ എത്തി. ലൈസയുടെ എം ബീ എ കോൺവൊക്കേഷൻ അക്കൊല്ലം അവസാനം ആണ് ഉണ്ടാവുക. അപ്പോൾ വരാൻ പറ്റു എന്ന് തോന്നുന്നില്ല. പിന്നെ പറ്റിയാൽ വരാം എന്ന് മാത്രം.

അന്നൊരു ദീർഘ ആഴ്ച അവധി കാലം ആയിരുന്നു. രണ്ടു മൂന്നു ദിവസം ഒഴിവ്വുണ്ട്. ഞങ്ങൾ കുടുംബസമേതം നേരെ ഡ്രൈവ് ചെയ്തു ന്യൂയോർക്ക് ലക്ഷ്യ മാക്കി പുറപ്പെട്ടു. ഇന്റർ സ്റ്റേറ്റ് ഹൈ വേ വഴി ഏകദേശം പത്തു മണിക്കൂറിൽ അധികം യാത്ര ഉണ്ടായിരുന്നു. ന്യൂയോർക്കിൽ മുൻപ് പോയിട്ടുണ്ട്. എങ്കിലും ചുറ്റി കറങ്ങി കാണുവാൻ ആദ്യമായി പുറപ്പെടുകയാണ്. റോഡ് വഴി ഉള്ള യാത്ര ആണെങ്കിലും യാതൊരു വിധ മുഷിപ്പോ മടുപ്പോ അനുഭവപെട്ടില്ല. നേരത്തെ തന്നെ എംബസി സ്യൂട്ട്സിൽ മുറികൾ എടുത്തിരുന്നു. ടൈം സ്ക്വയർ, ബ്രൂക്ലിൻ ബ്രിഡ്ജ്, സെൻട്രൽ പാർക്ക്, വേൾഡ് ട്രേഡ് സെന്റർ കെട്ടിടം നിന്നിരുന്ന സ്ഥലം- ഈ സ്ഥലം അന്ന് അറിയ പെട്ടിരുന്നത് ഗ്രൗണ്ട് സീറോ എന്നായിരുന്നു, എമ്പറൻ സ്റ്റേറ്റ് ബിൽഡിങ്, സ്റ്റാച്യു ഓഫ് ലിബർട്ടി ബ്യൂൾ സ്ട്രീറ്റ്, നാസ്ഡാക് എന്നിവ ചുറ്റി കാണുക കൗതുകം തന്നെ ആണ്.

ഇന്നലെ ആയിരുന്നു ആ ദിവസം. വേൾഡ് ട്രേഡ് സെന്റർ ബിൽഡിങ് ആക്രമണം കഴിഞ്ഞിട്ട് ഇരുപത് കൊല്ലം ആവാൻ പോകുന്നു. 11.09.2001.ഞങ്ങൾ

രണ്ടായിരത്തി ഏഴിൽ അവിടെ എത്തിയതും ഇതേ ദിവസം ആയിരുന്നു. തീവ്ര വാദി ആക്രമണത്തിൽ കത്തി അമർന്നു കൊണ്ടിരുന്ന ആ ഇരട്ട കെട്ടിടത്തിന്റെ തീ ആണക്കുവാൻ പരിശ്രമിക്കുന്നതിനിടയിൽ പരിക്ക് പറ്റി ആജീവനാന്തം വികലാംഗനും പരാശ്രയനും ആകേണ്ടി വന്ന ഒരു ഫയർ ഫൈറ്ററെ വീൽ ചെയറിൽ ഇരുത്തി ജാഥയായി കൊണ്ട പോവുകയും ആദരിക്കുകയും ചെയ്യുന്നത് കണ്ടത് ഇപ്പോൾ ഓർത്തു പോയി. ലോകത്ത് സമാധാനം നില നില്ക്കാൻ എല്ലാ രാജ്യങ്ങളും ജനങ്ങളും അതാത് ഭരണ കൂടങ്ങളും മനസ്സ് വെച്ചാൽ മാത്രമേ സാധ്യമാകൂ എന്നും മറ്റ പലരോടും ഒപ്പം ഞാനും ഉറച്ച് വിശ്വസിക്കുന്നു.

home is,
wan.
ER OF YES.

24

അമേരിക്കൻ യാത്രകൾ ആറാമത്തേത്

28 ഓഗസ്റ്റ് 2008
കണക്ടിക്കട്ട്. ബോസ്റ്റൺ. ഷിക്കാഗോ. ഫിലാഡൽഫിയ ,കലമസൂ

എന്റെ മകൾ ലൈസയുടെ എം ബി എ കഴഞ്ഞുള്ള കോൺവോകേഷൻ രണ്ടായിരത്തി ഏഴ് ഡിസംബർ മാസം തന്നെ ആയിരുന്നു. അതോടെ പഠനം തൽക്കാലം കഴിഞ്ഞു എന്നു പറയാം. വെസ്റ്റേൺ മിഷിഗൺ യൂണിവേഴ്സിറ്റിയോട് അവൾ വിടപറയുകയും അതോടൊപ്പം ഏണസ്റ്റ് യംഗ് ഓഡിറ്റിംഗ് കംമ്പനിയിൽ ജോലിയിൽ പ്രവേശിക്കുകയും ചെയ്തു.

2008 ആഗസ്റ്റ് മാസം ഇരുപത്തി എട്ടിന് വീണ്ടും ഞങ്ങൾ അമേരിക്കയിൽ എത്തുമ്പോൾ ലൈസക്ക് കണക്ടിക്കട് ൽ ഉള്ള സിസ് ബാങ്കിൽ ഏണസ്റ്റ് യംഗിന്റെ ഓഡിറ്റർ ആയി ജോലി ചെയ്യുക ആയിരുന്നു. അതുകൊണ്ട് തന്നെയാണ് അപ്രാവശ്യം ന്യൂയോർക് വഴി കണക്ടിക്കട്ട് ലേക്ക് ആദ്യം പോകൻ ഞങ്ങൾ തീരുമാനിച്ചത്. രണ്ട് ആഴ്ച അവിടെ താമസിച്ചതിനിടയിൽ ബോസ്റ്റൺ, ഷിക്കാഗോ,വീണ്ടും ന്യൂയോർക്ക്, ഫിലാഡെൽഫിയ, പിന്നെ കലമാസൂ എന്നീ പ്രദേശങ്ങൾ കാണാൻ കഴിഞ്ഞത് നല്ല ഒരു സീസണിൽ ആയിരുന്നു. കൂടാതെ നെവെദയിലെ ഷവർ ഡാം കാണാനും പറ്റി.

ബോസ്റ്റൺ നെ പറ്റി പറയുകയാണങ്കിൽ ആദ്യം ഓർമ്മ വരിക മസച്ചുസെറ്റ് ഇൻസ്റ്റിറ്റ്യൂട്ട് ഓഫ് ടെക്നോളജി (എം ഐ ടി). കൊഫീ അന്നെൻ, നെത്തെന്യാഹു,രഘുറാം രാജൻ മുതലായ പ്രമുഖർ പഠിച്ചിറങ്ങിയ അതി മഹത്തായ വിദ്യാഭ്യാസ കേന്ദ്രം. ആ കലാലയതിൽ കടന്നപ്പോൾ തന്നെ എന്തെന്നില്ലാത്ത ഒരു തരം മാന്ത്രികമായ ഉൾവലികൾ മനസ്സിനെയും ശരീരത്തെയും പിടി കൂടി. അവിടെ പഠിച്ചവരിൽ എണ്ണമറ്റ നോബേൽ സമ്മാന ജേതാക്കളും ഉണ്ട്.ഫാൾ സീസൺ അവസാനം ആകുമ്പോഴേക്കും മരങ്ങളടെയും ചെടികളുടെയും ഇലയുടെ നിറങ്ങൾ പച്ചയിൽ നിന്നും മാറി ചുവപ്പും,മഞ്ഞയും പിന്നെ മറ്റെല്ലാ നിറങ്ങളും കൂടി കലർന്ന് ഒരു കൌതുക കാഴ്ച ആയി രൂപാന്തരം പ്രാപിച്ചിട്ട് ഉണ്ടാവും. ആകർഷകങ്ങൾ ആയ പ്രകൃതി ഭംഗിയും കൂടി ആകുംമ്പോൾ പറയേണ്ടതില്ലല്ലോ. വളരെ നല്ല വീതി വിസ്താര ത്തോടെ കൃത്യമായി ലാൻറ് സ്കേപിങ്ങും നടത്തി കയറ്റിറക്കങ്ങൾ സ്പഷ്ടമായി കാണം വിധം ഉള്ള റോട്ടകളുടെ

നിർമ്മാണ പാഠവം അതിശയിപ്പിക്കും വിധം ആണ്. ഈ പ്രദേശങ്ങളിലൂടെ ഉള്ള റോട് യാത്രകൾ ഇത്ര നയനാനന്തകരമാവാൻ കാരണവും ഇതൊക്കെ തന്നെ.

മൂത്ത മകൾ സമിതയാകട്ടെ ലാൻസിങ്ങിൽ തന്നെ അക്ക്രൻജ്ർ കംബനിയിൽ സോഫ്റ്റ് വെയർ കൺസൾട്ടന്റായി ജോലിയിൽ ഇടരുന്നുണ്ടായിരുന്നു. അവളുടെ രണ്ടമത്തെ പ്രസവം അടുത്ത മസം അവസാനത്തോടെ ആകുമെന്ന് ഡോക്ടർ പറഞ്ഞിരുന്നു. താജ്ജുവിന്റെ രക്ഷിതാക്കളായ മുഹമ്മദ് മാസ്റ്ററും ഭാര്യ റാബ്യ ടീച്ചറും അവിടെ എത്തിയിട്ട് ഒരു മാസത്തോളം ആയി. ഞങ്ങൾ ഒരുമിച്ച് പല സ്ഥലങ്ങളിലും പോയിട്ടുണ്ട്. മകളുടെ പ്രസവത്തിന് വളരെ മുൻപേ തന്നെ ഞങ്ങൾക്ക് അവിടെ എത്തണം എന്നുണ്ടായിരുന്നു.

Frankenmuth
CHEESE HAUS
GIFT BOXES
COFFEE BAR
Cheese
Gifts
Foods

WALDO LIBRARY

ERECTED 1958

25

അമേരിക്കൻ യാത്രകൾ ഏഴാമത്തേത്
30 ജൂലൈ 2009വാഷിങ്ഡ്ടൺ

ഞങ്ങളുടെ അടുത്ത അമേരിക്കൻ യാത്ര 2009 ജൂലൈ മാസം 30ന് ആയിരുന്നു. ആംസ്റ്റർഡാം വഴി ഉള്ള യാത്ര ആയിരുന്നു. അപ്പോഴേക്കും ലൈസ മോൾ ന്യൂയോർക് ഹെഡ് ഓഫിസിലേക്ക് ട്രാൻസ്റ്റെർ ആയി. താമസം കണക്കിക്കൂട്ടിൽ തന്നെ. ദിവസവും മെട്രോ വഴി യാത്ര. പല പ്രാവശ്യവും ആ മെട്രോ യാത്രയിൽ ഞങ്ങളം പങ്കു ചേർന്നിട്ടുണ്ട്. വീക് എൻ്റുകളിൽ ന്യൂയോർക്കിൽ താമസിക്കുകയും ചുറ്റി കറങ്ങുകയും പതിവായിരുന്നു.ഏതാനും ദിവസങ്ങൾക്ക ശേഷം ഞങ്ങൾ ലാൻസിങ്ങിലേക്ക് പോന്നു. സമി മോളുടെ അടുത്തേക്ക്. ഇനിയുള്ള ദിവസങ്ങൾ അവളുടെ കൂടെ താമസിച്ച തിരിച്ച പോരണം. അതാണ് പ്ലാൻ. അതിന്നിടയിൽ നല്ല ഒരു സ്ഥലത്തെക്ക് ട്ടൂർ പോകണം. അത്രമാത്രം. അങ്ങനെ ഞങ്ങൾ പോകാത്ത സ്ഥലം വാഷിംഗ്ടൺ ആണ് ആദ്യം ഓർമയിൽ വന്നത്. രണ്ടാമതൊന്ന് പിന്നെ ആലോചിക്കേണ്ടി വന്നില്ല. അടുത്ത ശനിയാഴ്ച റോഡുമാർഗ്ഗം പോകാൻ തീരുമാനിച്ചു. എന്ത് കൊണ്ടോ അമേരിക്കയിലെ റോഡ് വഴി ഉള്ള യാത്രകൾ എനിക്ക് വളരെ ഇഷ്ടം തന്നെ ആണ്.

ലാൻസിംഗ് നിന്നു എണ്ണൂറ് മയിൽ ഐ–76 (ഇന്റർ സ്റ്റേറ്റ് റോഡ് നമ്പർ 76) വഴി ഒമ്പത്–പത്ത മണിക്കൂർ യാത്ര ചെയ്ത് അവിടെ എത്താം.പ്രകൃതി ദത്തമായ ജീവിതം വാഷിംഗ്ടൺ സ്റ്റേറ്റിലെ ജീവിതത്തോളം വല്യതാണെന്ന് തോന്നുന്നു. ഒളിമ്പിക് ഉപദ്വീപിലെ ഹോ റെയിൻ ഫോറസ്റ്റിന്റെ പച്ചപ്പ് നിറഞ്ഞ പ്രകൃതിദൃശ്യങ്ങൾ അതീവ സുന്ദരം. കൂടാതെ ലെവൻവർത്ത്, ബെല്ലിംഗ്ഹാം, പോർട്ട് ഏഞ്ചൽസ് ഇടങ്ങിയ മനോഹര നഗരങ്ങൾ ഓരോന്നും വളരെ ആകർഷണങ്ങൾ നിറഞ്ഞവയാണ്. ഞങ്ങൾ നടന്നു നീങ്ങുന്നതിന്നിടയിൽ തെരുവിൽ അപ്രതീക്ഷിതമായ ഒരു സംഭവം നടന്നു. പെട്ടന്ന് ഒരു പോലീസ് വാഹനം ങ്ങളുടെ അടുത്ത് വന്നു നിന്നു. പൊലിസുകാർ അതിൽ നിന്നും ചാടി ഇറങ്ങി. ഞങ്ങളുടെ മുന്നിലൂടെ നടക്കുന്ന ഒരു സ്ത്രീ അവരെ നോക്കി എന്തൊക്കെയോ പറയുന്നുണ്ടായിരുന്നു. പോലീസ് അവരെ കയ്യാമം വച്ച വണ്ടിയിൽ കയറ്റാൻ ഏറെ പണിപ്പെടുന്നുണ്ട്. അവരറിയാതെ ഒരു ഫോട്ടോയും എടുത്ത് ഞങ്ങൾ നടന്നു. മുന്നോട്ട്.ആഗസ്റ്റ് അവസാനത്തോടെ കുറെ നല്ല സുന്ദര ഓർമ്മകളുമായി ഞങ്ങൾ തിരിച്ച പോന്നു.

26

അമേരിക്കൻ യാത്രകൾ എട്ടാമത്തേത്

24 സെപ്റ്റംബർ 2016
ന്യൂയോർക്ക്, ലാസ്‌വെഗാസ്, ഗ്രാൻഡ് കനിയൻ

വീണ്ടും ഒരിക്കൽ കൂടി ന്യൂയോർക്കിൽ എത്തുന്നത് രണ്ടായിരത്തി പതിനാറ് സെപ്റ്റംബർ മാസത്തിൽ ആണ്. ഇരുപത്തി നാലാം തിയ്യതി. ഓഗസ്റ്റ് ആദ്യം നാട്ടിൽ പോയി ഒരു മാസം കഴിഞ്ഞു തിരിച്ചവന്നു. എന്നിട്ടാണ് അമേരിക്കയിലേക്ക് പോയത്. ഏകദേശം എട്ടൊമ്പത് കൊല്ലത്തെ ഇടവേളക്ക്ശേഷം. അബൂദാബി ഓയിൽ കമ്പനിയിൽ ജോലിയിൽ പ്രവേശിച്ച മൂത്ത മകൾ ഇവിടെ സെറ്റിൽ ചെയ്തത് കൊണ്ട് ഇടരെയുള്ള അമേരിക്കൻ യാത്രകൾ ഞങ്ങൾ കുറച്ചിരുന്നു.അപ്പോൾ ആണ് ഈ യാത്ര വീണ്ടും വേണ്ടി വന്നത്. അടുത്ത കൊല്ലം നടത്താനിരിക്കുന്ന ഇളയ മകളുടെ വിവാഹ ആവശ്യാർത്ഥം നല്ല ഒരു വിവാഹ മണ്ഡപം ബുക്ക് ചെയ്യാൻ വേണ്ടിയുള്ള അന്വേഷണത്തിന്റെ ഭാഗമായി. നേരത്തെ ബുക്ക് ചെയ്തില്ലെങ്കിൽ നല്ല സ്ഥലങ്ങൾ കിട്ടുകയില്ല. അതുകൊണ്ടാണ് നേരത്തേ പോന്നത്.

സാധാരണ നേരത്തെ ഹോട്ടൽ റൂംസ് ബുക്ക് ചെയ്യറാണ് പതിവ്. എന്നാൽ ഓൺലൈൻ വഴി ആയിരുന്നു ഇപ്പോഴത്തെ താമസം ബുക്ക് ചെയ്തത്. ക്വീൻസ് എന്ന സ്ഥലത്തു ആണ് വീട് എടുത്തിരുന്നത്. കെന്നഡി എയർപോർട്ടിൽ നിന്ന് റെന്റൽ കാർ എടുത്തു. ലൈസയാണ് വണ്ടി ഡ്രൈവ് ചെയ്തത്.പതിനഞ്ചാം നൂറ്റാണ്ട് മുതൽ മരിച്ച് മറവു ചെയ്യപ്പെട്ടവരുടെ കഴിമാടങ്ങൾ നിറഞ്ഞ ഒരു സെമിത്തേരിയുടെ അരികില്ലടെ ഉള്ള റോഡ് വഴി പോയാൽ മാത്രമേ ഞങ്ങൾക്ക് താമസിക്കുന്ന വീട്ടിൽ എത്താൻ പറ്റൂ. ജി പി സ് മാപ്പില്ലടെ ഈ വഴി ആണ് കാണിക്കുക. എങ്ങിനെ മാറ്റി മറിച്ച് ആവശ്യ പെട്ടാലും അവസാന തിരിവ് ആ സെമിത്തേരിയുടെ മുൻപിൽ നിന്നാവും. ചില രാത്രികളിൽ ഞാൻ ഡ്രൈവ് ചെയ്യുംബോൾ വളരെ പഴക്കവും പൊക്കവും ഉള്ള ഒരു കല്ലറയിൽ നിന്ന് ചിലപ്പോൾ ബൾബുകൾ കത്തുന്നുണ്ടാവും. ഇത് കാണുമ്പോൾ തന്നെ എന്റെ മനസ്സ് വളരെ അസ്വസ്ഥം ആവാറുണ്ട്. ഭയം കൊണ്ടല്ല. കുറേ നൂറ്റാണ്ടുകൾ പഴക്കം ഉള്ള ആ കല്ലറകളിൽ എത്രയോ ലക്ഷം പേരുടെ അസ്ഥികളും നിർജീവ ശരീരങ്ങളും അട്ടികളായി അങ്ങനെ കുടികൊള്ളുന്നുണ്ടവും എന്നൊക്കെ ഉള്ള ചിന്തകളും ആ മണ്ണിന്നടിയിലെ ഡൈനാമിക് പരിവേഷങ്ങൾ എന്തൊക്കെയാവാം എന്നൊക്കെ ആലോചിച്ച് ഞാൻ നിശ്ശബ്ദൻ ആയിപ്പോവും.

ഉറങ്ങാൻ കിടന്നാൽ പോലും ഇതൊക്കെ ചിന്തയിൽ കയറി വരുന്നത് ഒരു പ്രശ്നം ആയി. ഒട്ടും വൈകാതെ തന്നെ ഞങ്ങൾ അവിടന്ന് താമസം ബ്രൂക് ലിൻ ഭാഗത്തേക്ക് മാറ്റി.നാം താമസിക്കുന്ന സ്ഥലവും പരിസരവും മനസ്സിന്ന് ഇണങ്ങിയത് ആയില്ലെങ്കിൽ ഉള്ള ഒരു പ്രയാസം എത്രയാണെന്ന് എനിക്ക് അപ്പോഴാണ് മനസ്സിലായത്.

അമേരിക്കൻ ഐക്യനാടുകളിലെ ഏറ്റവും ജനസംഖ്യയുള്ളതും ജനസാന്ദ്രതയുള്ളതും ആയ നഗരമാണ് ന്യൂയോർക്ക് സിറ്റി. അന്താരാഷ്ട്ര തലത്തിലുള്ള ഒരു പ്രധാന മെട്രോപൊളിറ്റൻ ഏരിയയുടെ കേന്ദ്രമാണ് അവിടം. വന്നിട്ട് ഒരാഴ്ച കഴിഞ്ഞെങ്കിലും പറ്റിയ സ്ഥലം ഇതു വരെ കണ്ടെത്താൻ ആയില്ല. മയിലാഞ്ചി ചടങ്ങിന്ന് ആശിർവാദ് പാലസ് ബുക്ക് ചെയ്യു.മൂന്നു നാല് ദിവസത്തെ തിരച്ചിലിന്ന് ഒടുവിൽ മകൾക്ക് വളരെ ഇഷ്ടപെട്ട ആ സ്ഥലവും അവൾ തന്നെ കണ്ടെത്തി എന്ന് പറയാം. മകളുടെ കൂട്ടുകാരികൾ അധികവും ആ പ്രദേശങ്ങളുടെ ചുറ്റുവട്ടത്ത് തന്നെ ഉണ്ട്. മാത്രമല്ല വരൻ ആണെങ്കിൽ അമേരിക്കൻ വംശജനും. അതു കൊണ്ടൊക്കെ തന്നെയാണ് ന്യൂയോർക്കിൽ വെച്ച് വിവാഹം നടത്താം എന്ന് തീരുമാനിച്ചത്.

അടുത്ത ദിവസം രാവിലെ വെഗാസ് എന്നുവച്ചാൽ സാക്ഷാൽ ലാസ് വെഗാസ് എയർ പോർട്ടിലേക്ക് പുറപ്പെട്ടു. എന്റെ കുഞ്ഞുമ്മാടെ മകൻ മുഹമ്മദ് റാഫി ഫിസിഷ്യൻ ആയി അവിടെ ജോലി ചെയ്യുന്നുണ്ട്. കുറച്ച നാളായി അവിടെ പോകണം എന്ന കരുതുന്നു. റാഫി എയർ പോർട്ടിൽ വെയ്റ്റ് ചെയ്യുന്നുണ്ടായിരുന്നു.ലാസ് വെഗാസ് നഗരം മൊജാവേ മരുഭൂമിയിലെ ഏറ്റവും വലിയ നഗരമാണ്. ഒരു അന്താരാഷ്ട്ര പ്രശസ്തമായ പ്രധാന റിസോർട്ട് നഗരമാണ്. പ്രധാനമായും ചൂതാട്ടം, ഷോപ്പിംഗ്, മികച്ച ഡൈനിംഗ്, വിനോദം, രാത്രി ജീവിതം എന്നിവയ്ക്ക് പേരുകേട്ടതാണ്. ലാസ് വെഗാസ് വാലി മൊത്തത്തിൽ നെവാഡയിലെ പ്രധാന സാമ്പത്തിക, വാണിജ്യ, സാംസ്കാരിക കേന്ദ്രവും ആകുന്നു. രണ്ടു മൂന്നു ദിവസം അവിടെ ചുറ്റി കറങ്ങി. കൂട്ടത്തിൽ ട്രംബിന്റെ ഹോട്ടലിലും ഒന്ന് കയറി. വളരെ നല്ല ഹോട്ടൽ ആണെന്ന് മത്രമല്ല ചൂതാട്ട കേന്ദ്രവും കൊള്ളാവുന്ന ഒന്നാണ്. കളിക്കാതെ കാണുന്നതിൽ കൗതുകം ഇല്ല. അതുകൊണ്ട് ഒരു മണിക്കൂറോളം കളിച്ച. പൈസ വന്നും പോയും കൊണ്ടുമിരുന്നു. അവസാനം ഭാര്യ നിർബന്ധിച്ച് പുറത്ത് കൊണ്ടു വന്നു. അതിനുള്ളിൽ ഫോട്ടോഗ്രാഫി അനുവതനീയം അല്ല.

രണ്ടു ദിവസങ്ങൾ കഴിഞ്ഞപ്പോൾ ഗ്രാൻഡ് കാനിയോൺ നാഷണൽ പാർക്ക്, കൈബാബ് നാഷണൽ ഫോറസ്റ്റ് എന്നിവ സന്ദർശിക്കാൻ റോഡ്

മാർഗം റാഫിയോടൊപ്പം ഞങ്ങൾ പുറപ്പെട്ടു. പീഠഭൂമികളും മലയിടുക്കുകളും മലയിടുക്കിന്റെ മുറിവുകളിലൂടെ ഒഴുകിയിറങ്ങുന്ന മുകളിൽ നിന്ന് നൊക്കിയാൽ ഒരു വര പോലെ തൊന്നുന്ന അരിസോണ റിവർ ഉൾക്കൊള്ളുന്ന ആ പ്രദേശം പ്രകൃതിയുടെ മറ്റൊരു അത്ഭുതം തന്നെയാണ്. നയാഗ്ര വെള്ള ചാട്ടം പോലെ.

അടുത്ത ദിവസം രാവിലെ ഞാനും ഭാര്യയും ഡിട്രോയിറ്റ് എയർ പോർട്ടിലേക്ക് പുറപ്പെട്ടു. ലൈസ നേരത്തേ ന്യൂയോർക്കിൽ വെച്ച് തന്നെ ഞങ്ങളെ വിട്ട് കൂട്ടു കാരികളോടൊപ്പം കൂട്ട് കൂടാൻ പോയിരുന്നു. ഡിട്രോയിറ്റ് വിമാനത്താവളത്തിൽ ഞങ്ങളെ കാത്ത് ഫൗസിയയുടെ കസിൻ സഹോദരി അല്വും ഭർത്താവ് നിസാറും നിൽപ്പുണ്ടായിരുന്നു. അവരോടൊപ്പം അമേരിക്കക്കും കാനഡക്കും ഇടയിലുള്ള പാലം കടന്ന് കനേഡിയൻ ഇമിഗ്രേഷൻ, സെക്യൂരിറ്റി ചെക്കിങ്ങ് എന്നിവ കഴിഞ്ഞ് നേരെ വിൻസറിലുള്ള വീട്ടിൽ എത്തി. തുടർന്നുള്ള ദിവസങ്ങളിൽ നയാഗ്ര വരെ വീണ്ടും പോയി. കൂട്ടത്തിൽ ബർലിംഗ്ടൺ ഭാഗത്ത താമസിക്കുന്ന എന്റെ അബു ദാബി സുഹൃത്ത് കൂടി ആയ സുരേഷ് നെല്ലിക്കോടിന്റെ വീട്ടിലും കയറി. മറ്റൊരു ദിവസം ഡോക്ടറും എഴുത്തു കാരിയും ആയ സലീമയുടെയും ഹമീദിന്റെയും വീട്ടിലും സന്ദർശനം നടത്തി. കാനഡയിൽ മുൻപ് കാണാൻ പറ്റാതിരുന്ന പല പുതിയ സ്ഥലങ്ങളും ഈ പ്രാവശ്യം പോയി കാണുക ഉണ്ടായി.മൂന്നാല് ദിവസങ്ങൾ കഴിഞ്ഞ് ന്യൂയോർക്കിൽ തിരിച്ച് എത്തുകയും തുടർന്ന് അബൂദാബി മടക്കയാത്ര ആരംഭിക്കുകയും ചെയ്തു.

27

അമേരിക്കൻ യാത്രകൾ ഒമ്പതാമത്തേത്

10 ജൂലൈ 2017
ന്യൂജേഴ്സി , പെൻസിൽവാനിയ പിന്നെ മകളുടെ കല്യാണം ന്യൂയോർക്കിൽ

ഞങ്ങൾ പിന്നേയും അമേരിക്കയിൽ പോയത് രണ്ടായിരത്തി പതിനേഴ് ജൂലൈ മാസം പത്താം തിയ്യതി ആയിരുന്നു. മൊത്തം കുടുംബ സമേതം.ന്യൂയോർക്ക് വഴി തന്നെ. പെൻസിൽവാനിയയയിൽ വലിയ പത്ത് മുറികളും മൂന്ന് അടുക്കളകളും മറ്റ വിസ്തൃത മായ സൗകര്യങ്ങളും ഉള്ള ഒരു വീട് വാടകക്ക് എടുത്തു എല്ലാവരും ഒരുമിച്ച് താമസിച്ചു. അടുത്ത ദിവസം ന്യൂ ജേഴ്സി മുനിസിപ്പൽ കൗൻസിലിൽ പോയി രജിസ്ട്രാറുടെ മുൻപിൽ വിവാഹം രജിസ്റ്റർ ചെയ്യേണ്ടതുണ്ട്. അത് കഴിഞ്ഞു മാത്രമേ ആഘോഷ പരിപാടികൾ നടത്താൻ പറ്റൂ. ഞങ്ങൾ രാവിലെ തന്നെ പുറപ്പെട്ടു. അത് കഴിഞ്ഞാൽ രണ്ടുമൂന്ന് ദിവസം മുടക്കം ആണ്.

ഞങ്ങൾ ചെല്ലുമ്പോൾ രജിസ്ട്രാർ കാത്തിരിക്കുക ആയിരുന്നു . എല്ലാം മംഗളമായി കഴിഞ്ഞു. സന്തോഷപൂർവം ഞങ്ങൾ തിരിച്ചു വീട്ടിൽ എത്തി.മറ്റുള്ള എല്ലാ കാര്യങ്ങളും നേരത്തെ തന്നെ ബുക്ക് ചെയ്യ വച്ചിരുന്നു.
ജൂലായ് പത്തൊൻപത്– മയിലാഞ്ചി. സ്ഥലം ആശിർവാത് പാലസ്, ന്യൂ യോർക്ക്.
ജൂലൈ ഇരുപത് – വിവാഹം. സ്ഥലം ഗ്രാൻഡ് കാസ്‌ക്കേയ്ഡ്‌സ് , ന്യൂ ജേഴ്സി.
ഫോട്ടോ ഗ്രാഫി – പിക്സിലേറ്റഡ് സ്റ്റുഡിയോ.
ഇവന്റ് മാനേജ്മന്റ് – നന്ദിത ഘോഷ് മിശ്ര & അമ്യതപാൽ സിംഗ് മിൻഹാസ്,
എല്ലാം ന്യൂ യോർക്ക് സംഘാടകർ. എല്ലാം സൂപ്പർ ടീംസ്.

അബു ദാബിയിൽ നിന്ന് ബന്ധുക്കളായി കുറച്ച പേരും അമേരിക്ക കാനഡയിൽ നിന്ന് കുറച്ച ബന്ധുക്കളും സുഹൃത്തുക്കളും. ലൈസയുടെ കൂടെ പഠിച്ചിരുന്നവും ജോലി ചെയ്തിരുന്നവരും. പിന്നെ വരന്റെ കുടുംബാംഗങ്ങളും എല്ലാമായി മൊത്തം നൂറു പേരോളം ഉണ്ടായിരുന്നു.

28

അമേരിക്കൻ യാത്രകൾ   പത്താമത്തേത്
സെപ്റ്റംബർ 2. 2021 കൊളറാഡോ സ്റ്റേറ്റ്ഭാഗം –1

ഞങ്ങളുടെ അമേരിക്കൻ യാത്രകളിൽ ഒരിക്കൽ പോലും കടന്ന വരാത്ത സ്ഥലങ്ങളിൽ ഒന്നാണ് കൊളറാഡോ. ആ പേര് തന്നെ വളരെ അപരിചിതം ആയിരുന്ന കോറി സ്വീനി എന്ന ചെറുപ്പക്കാരൻ അവിടെ ചെന്ന് എത്തുന്നത് വരെ. അമേരിക്കൻ മിലിറ്ററി ബേസിൽ ഫൈറ്റർ ജെറ്റ് മെക്കാനിക്കൽ മാനേജർ ആയിട്ടാണ് അദ്ദേഹം ജോലി ചെയ്യുന്നത്. കൂടെ ഭാര്യയും എന്റെ രണ്ടാമത്തെ മകളമായ ലൈസയും അദ്ദേഹത്തോടൊപ്പം അവിടേക്ക് താമസം മാറ്റി. അവർ അവിടെ ഒരു വീട് വാങ്ങി താമസം ഇടങ്ങുന്ന സന്തോഷം പങ്കിട്ടന്നതിന്റെ ഭാഗമായാണ് ഞാനും ഭാര്യ ഫൗസിയയും കൊറോണ കാലം ആണെന്ന മുന്നറിയിപ്പുകൾ പോലും വക വെക്കാതെ അങ്ങോട്ട് പോകാൻ തീരുമാനം എടുത്തത്.അതോടൊപ്പം ഇത് ഞങ്ങളുടെ പത്താമത്തെ അമേരിക്കൻ യാത്ര ആണെന്ന് കൂടി പറഞ്ഞു കൊള്ളട്ടെ.

ഒരുപാട് യാത്ര നിയന്ത്രണങ്ങളും പരിമിതികളും ഇന്ത്യ അടക്കമുള്ള പല വിദേശ രാജ്യങ്ങളും യാത്രക്കാരുടെ മേൽ ഏർപ്പെടുത്തിയത് പിൻവലിച്ച ഇടങ്ങിയ ഒരു സമയം കൂടി ആയിരുന്ന അത്. അബൂ ദാബിയിലെ പ്രസിദ്ധമായ ഒമീർ ട്രാവൽ ഏജൻസിയിൽ നിന്നാണ് ടിക്കറ്റ് എടുത്തത്. അവിടത്തെ സെയിൽസ് ഡയറക്ടറും എന്റെ അടുത്ത സുഹൃത്തും കൂടി ആയ പ്രിയ എൻ. എ. കരീം ആണ് ടിക്കറ്റ് മുതലായ കാര്യങ്ങൾ ഏർപ്പാട് ചെയ്തത്. അദ്ദേഹത്തോട്ടുള്ള സ്നേഹാദരവുകൾ ഇതിലൂടെ തന്നെ അറിയിക്കട്ടെ.മറ്റ ഓൺലൈൻ ആയി ചെയ്യേണ്ട കാര്യങ്ങൾ എന്റെ മകൾ സമിതയും ഭർത്താവ് താജ്ജവും പിന്നെ ഞാനും കൂടി ഏറ്റെടുത്ത വളരെ ഭംഗിയായി പൂർത്തീകരിച്ചു.അതുകൊണ്ട തന്നെ പ്രത്യേക ഫോർമാലിറ്റികളും ചോദ്യോത്തരങ്ങളും കൂടാതെ അബ്ദദാബിയുടെയും അമേരിക്കയുടെയും ഇമ്മിഗ്രേഷനുകളിൽ നിന്ന് വളരെ വേഗം പുറത്ത കടക്കാൻ കഴിഞ്ഞു.

സെപ്റ്റെംബർ 2, 2021. അബൂ ദാബിയിൽ നിന്ന് ഷിക്കാഗോവിലേക്ക് എത്തിഹാദ് ഫ്ലൈറ്റിൽ പതിമൂന്ന് മണിക്കൂർ നേരിട്ടുള്ള യാത്ര. അവിടെ ഷിക്കാഗോവിൽ ആറ് മണിക്കൂർ കാത്തിരുന്ന് കൊളറാഡോ സ്റ്റേറ്റിന്റെ ക്യാപിറ്റൽ ആയ ഡെൻവറിലേക്ക് മറ്റൊരു രണ്ട മണിക്കൂർ യാത്രയും അടക്കം മൊത്തം പത്തിരുപള മണിക്കൂറിൽ അധികം വേണ്ടിവരും മകൾ താമസിക്കുന

അറോറ എന്ന ടൗണിൽ എത്തിപ്പെടാൻ. രണ്ടു ദിവസം എടുത്തു ഞങ്ങളുടെ യാത്രാ ക്ഷീണം മാറാൻ. എന്നാലും നാലഞ്ചു ദിവസം കഴിഞ്ഞു മാത്രമേ പുറത്തൊക്കെ ഒന്ന് ചുറ്റി കറങ്ങി കാണവാൻ തോന്നിയുള്ളൂ. കൊറോണ കാലം ആയതു കൊണ്ട് ബന്ധുക്കളടെയും സുഹൃത്തുക്കളടെയും വീട്ടുകളിൽ പോവുക ഉണ്ടായില്ല. മുമ്പത്തെ പോലെ മറ്റ സ്റ്റേറ്റുകളിലും പോയില്ല.കൊളറാഡോവിൽ തന്നെ ചുറ്റി കറങ്ങുവാനും കാണവാനും ഞങ്ങളുടെ സമയം പോരായിരുന്നു. വിശദമായി വീണ്ടും എഴുതാം.

29

അമേരിക്കൻ യാത്രകൾ പത്താം തവണ

ഭാഗം – 2 ദില്ലൻ തടാകം   സെപ്റ്റംബർ 2. 2021

അമേരിക്കയുടെ പടിഞ്ഞാറൻ സംസ്ഥാനമായ കൊളറാഡോ ഏഴ് സംസ്ഥാനങ്ങളുമായിട്ടാണ് അതിർത്തി പങ്കിട്ടന്നത് – യൂട്ടാ, അരിസോണ, ന്യൂ മെക്സിക്കോ , നെബ്രാസ്ക, കൻസാസ്, ഒക്ലഹോമ, വ്യോമിംഗ് എന്നിവയാണവ. വരണ്ടതും ചിലപ്പോൾ ഈർപ്പമുള്ളതുമായ കാലാവസ്ഥകൾ ഇവിടെ അനുഭവപ്പെടാം. നദികൾക്കിടയിലെ മലയിടുക്കുകൾ, മഞ്ഞുമൂടിയ പാറകളുള്ള പർവതനിരകൾ എന്നിവയുടെ വൈവിധ്യമാർന്ന ഭൂപ്രകൃതിയും കാണാം.

സമുദ്രനിരപ്പിൽ നിന്ന് അയ്യായിരം അടിയിൽ അധികം ഉയരത്തിൽ സ്ഥിതി ചെയ്യുന്നതും കൊളറാഡോയുടെ തലസ്ഥാനവും ആയ ഡെൻവർ വളരെ ഭംഗിയുള്ളതും തിരക്കുള്ളതുമായ വലിയ ഒരു നഗരമാണ്. ഡെൻവറിന്റെ തന്നെ ഭാഗമായ തൊട്ടടുത്തുള്ള അറോറ എന്ന സ്ഥലത്താണ് എന്റെ മകളും ഭർത്താവും താമസിക്കുന്നത്. യുഎസ്എയിലെ ഏറ്റവും ഉയരത്തിലുള്ള ഈ സ്ഥലം പ്രകൃതിദത്തമായ പല അത്ഭുതങ്ങളുടെയും കലവറയാണ് എന്ന് പറയാം. അതിലൊന്നാണ് ദില്ലൻ റിസെർവോയർ അഥവാ ലേക്ക് ധില്ലൻ.ഇത് വലിയ ശുദ്ധജല സംഭരണി ആണ് . ഇത് ഡെൻവർ നഗരത്തിന് മാത്രമായിട്ടുള്ള ഒരു ജലസംഭരണിയാണ്. എന്നാൽ ഡെൻവറിന് പുറത്തുള്ള സമ്മിറ്റ് കൗണ്ടിയിൽ ആണ് ഇത് സ്ഥിതി ചെയ്യുന്നത് എന്നുള്ളതും എടുത്തു പറയേണ്ടതാണ്. നമ്മുടെ മുല്ലപ്പെരിയാർ ഡാം കേരളത്തിൽ ഉണ്ടെങ്കിലും ഉപയോഗം തമിഴ് നാടിന് ആണെന്ന് പറയുന്ന പോലെ.

ഞങ്ങൾ താമസിക്കുന്ന അറോറയിൽ നിന്ന് ഇരുന്നൂറ് മൈൽ ദൂരം എങ്കിലും ഇവിടെയെത്താൻ വേണ്ടി വരും. അതുകൊണ്ട രാവിലെ ഏഴു മണിയോടെ തന്നെ ഞങ്ങൾ യാത്ര ആരംഭിച്ചു. എങ്കിൽ മാത്രമേ പത്തു മണിക്ക് മുൻപായി അവിടെ എത്താൻ പറ്റ .നാലു ഭാഗവും മലകളാൽ ചുറ്റപ്പെട്ട കിടക്കുന്ന വലിയ തടാകം. എങ്ങിനെ ചുറ്റി കറങ്ങിയാലും മലയിടുക്കുകളിലൂടെ സഞ്ചരിച്ചു ഇടങ്ങിയിടത്തു തന്നെ തിരിച്ചെത്തും. ചുറ്റി കറങ്ങാൻ സ്പീഡ് ബോട്ടുകൾ വാടകക്ക് കിട്ടും. പക്ഷേ ഓടിക്കാൻ നമ്മൾ തന്നെ വേണം. പത്തു മിനിറ്റ് പ്രാക്ടീസ് ചെയ്താൽ പ്രശനം പരിഹരിക്കാം. വളരെ സന്തോഷ പ്രദമായ യാത്ര ആയിരുന്നു. രണ്ടു മണിക്കൂർ കടന്നു പോയത് അറിഞ്ഞതേ ഇല്ല.

30

അമേരിക്കൻ യാത്രകൾ പത്താം തവണ

02 സെപ്ലംബർ 2021

ഭാഗം -3 അറോറ പബ്ലിക് ലൈബ്രറി

അറോറ പബ്ലിക് ലൈബ്രറിയും ടൌൺ മ്യൂൻസിപ്പൽ കോമ്പ്ലക്സും അടുത്തടുത്ത കെട്ടിടങ്ങൾ ആണ്. ലൈസ താമസിക്കുന്നതിന് വളരെ അടുത്താണ് ഇവ രണ്ടും ഉള്ളത്. 1881ൽ ആണ് ലൈബ്രറി പ്രവർത്തനം ഇടങ്ങിയത് എന്ന് രേഖപ്പെടുത്തി വച്ചിട്ടുണ്ട്. പല കാലങ്ങളിലായി പലേടത്തും മാറി മാറി ഇപ്പോൾ ഉള്ള സ്ഥലത്തു വന്നിട്ട് കുറെ കാലമായിട്ടുണ്ട്. നല്ല സൗകര്യമുള്ള പുതിയ വിശാലമായ കെട്ടിടത്തിന് രണ്ടോ മൂന്നോ നിലകൾ ഉണ്ട്. മിക്കവാറും ആഴ്ചയിൽ ഒരു പ്രാവശ്യം എങ്കിലും ഞങ്ങൾ അവിടെ പോകാറുണ്ട്. ഏതെല്ലാം വിധത്തിൽ ഒരു പൗരന് അറിവും വിവേകവും പകർന്നു നല്കാൻ കഴിയുമോ അതിനെല്ലാം വേണ്ടുന്ന തരത്തിൽ മനുഷ്യ ശേഷിയും സാങ്കേതിക വികസനവും സമന്വയിപ്പിച്ച് പ്രശംസ പിടിച്ച പറ്റിയ ഒരു പ്രസ്ഥാനം ആണ് ഈ അറോറ പബ്ലിക് ലൈബ്രറി.

പുസ്തക വിതരണം മാത്രമല്ല, മറിച്ച് സമൂഹത്തിന്റെ ഒരുപാട് മറ്റ സാമൂഹ്യ സാംസ്കാരിക ഉന്നമനത്തിന് വേണ്ടംവിധം എന്തെല്ലാം ചെയ്യാൻ പറ്റമോ അതെല്ലാം നടപ്പാക്കുകയും പുതിയത് എന്തെല്ലാം വേണമെന്ന് അന്വേഷിച്ചു കൊണ്ടിരിക്കുകയും ചെയ്യുന്ന വളരെ നൂതനമായ പ്രക്രിയ അവർ നടപ്പാക്കി വരികയാണ്.

ടൌൺ പൊയറ്റ്ക്സ് – എല്ലാ പ്രായത്തിലുമുള്ള എഴുത്തുകാർക്കായി ഇറന്നിരിക്കുന്നു. ഒരിക്കലും കവിതയെഴുതാത്തവരും അയാൾക്ക് അല്ലെങ്കിൽ അവൾക്ക് കഴിയില്ലെന്ന് കരുതുന്നവരും ഉൾപ്പെടെ. സൂം ലിങ്ക് ലഭിക്കുന്നതിന് സൈൻ അപ്പ് ചെയ്യകയേ വേണ്ട ദിനോസറുകളുടെ ഒരു മാസം നീണ്ടുനിൽക്കുന്ന ആഘോഷവും കുട്ടികൾക്കുള്ള ദിനോസർ ലേണിംഗ് കിറ്റം ലഭ്യമാണ് എന്ന് ലൈബ്രറിയിൽ എഴുതി വച്ചിട്ടുണ്ട്

സജീവമായ കൊച്ചുകുട്ടികളുടെ കഥാസമയം – ചെറുകഥകൾ പങ്കിടുക,സ്വന്തം കഴിവുകൾ പുറത്തെടുക്കുക, സംഗീതവും മൂളിപ്പാട്ടുകളും പര്യവേക്ഷണം ചെയ്യുക. ചലനം, കഥകൾ, സംഗീതം എന്നിവ സംയോജിപ്പിക്കുന്നതിനാണ് ഈ ഊർജസ്വലമായ പ്രോഗ്രാം രൂപകൽപ്പന ചെയ്തിരിക്കുന്നത്. ഭാഗ്യവാന്മാരായ ആ കുരുന്നുകളോട് ബഹുമാനം തോന്നിപ്പോയി. എല്ലാ പ്രായക്കാർക്കുമുള്ള പുതിയ സിനിമകൾ, മാസികകൾ, പുസ്തകങ്ങൾ എന്നിവ തിരഞ്ഞെടുക്കാനായി Bookmobile കേന്ദ്രത്തിൽ പോയാൽ മതി. നമുക്ക് ഇഷ്ടമുള്ളവ എപ്പോഴും കിട്ടും എന്ന് ഉറപ്പില്ല. നമ്മുടെ

കുട്ടികൾക്ക് സൗജന്യ ഗൃഹപാഠ സഹായം ആവശ്യമാണെങ്കിൽ ദി മെറി ട്യൂട്ടറിൽ നിന്നുള്ള ട്യൂട്ടറിംഗ് ക്ളാസ്സുകൾ ലഭ്യമാണ്. ഒരു പബ്ലിക് ലൈബ്രറിയിൽ നിന്നാണ് ഈ സൗകര്യങ്ങൾ എന്നോർക്കണം. അറോറ പബ്ലിക് ലൈബ്രറിയെ നമിച്ചിരിക്കുന്നു!!

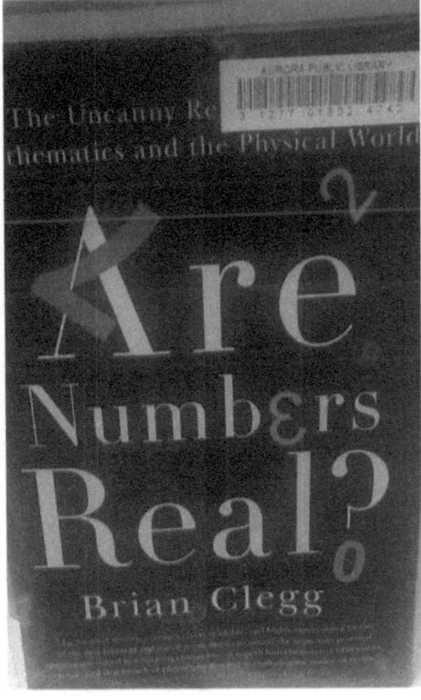
The Uncanny Re...
...hematics and the Physical World
Are
Numbers
Real?
Brian Clegg

The
CHOSEN
WARS
HOW JUDAISM BECAME
AN AMERICAN RELIGION
STEVEN R. WEISMAN

AURORA
PUBLIC
LIBRARY

God and the Afterlife
THE GROUNDBREAKING NEW EVIDENCE FOR GOD AND NEAR-DEATH EXPERIENCE
JEFFREY LONG, M.D.
PAUL PERRY
psychology
+
self-help

RAINY
BRAIN,
SUNNY
BRAIN
ELAINE FOX
CIRCULATION

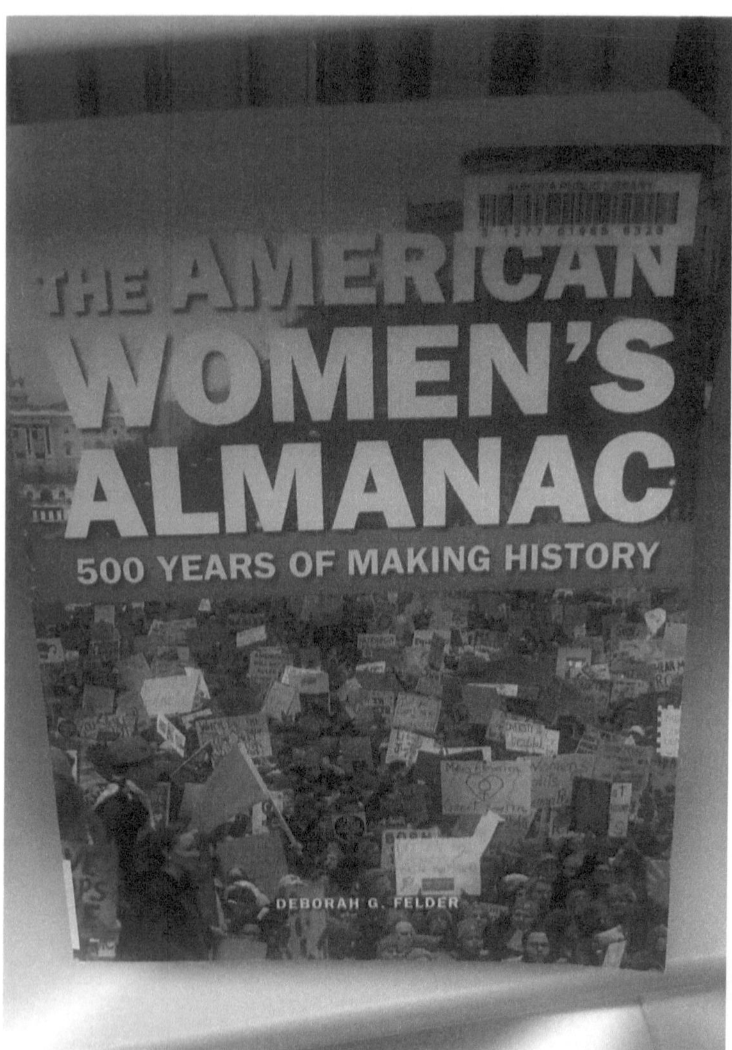

THE AMERICAN
WOMEN'S
ALMANAC
500 YEARS OF MAKING HISTORY
DEBORAH G. FELDER

AMAZONS,
ABOLITIONISTS,
AND ACTIVISTS
A GRAPHIC
HISTORY OF
WOMEN'S FIGHT
FOR THEIR
RIGHTS

STUDY ROOMS

YOUTH
SERVICES
STOP!
ADULT
COMPUTERS
DOWNSTAIRS

31

അമേരിക്കൻ യാത്രകൾ പത്താം തവണ
02 സെപ്ലംബർ 2021
ഭാഗം – 4 ഡെൻവർ സയൻസ് മ്യൂസിയം

ഡെൻവർ നാച്ചറൽ ഹിസ്റ്ററി ആൻഡ് കോവിഡിന്റെ ഭീതിയില്ലം സന്ദർശകരെ സ്വാഗതം ചെയ്യാൻ ഡെൻവർ ആർട്ട് മ്യൂസിയം തയ്യാറാണെന്ന് ബോധ്യപ്പെട്ട ശേഷം മാത്രം ആണ് ഞങ്ങൾ അവിടെ പോകാൻ തയ്യാറായത്. ഒരു നൂറ്റാണ്ടിലേറെയായി ഡെൻവർ നാച്ചറൽ ഹിസ്റ്ററി ആൻഡ് സയൻസ് മ്യൂസിയം നഗരത്തിന്റെ നടുക്ക് തന്നെയാണ് സ്ഥിതി ചെയ്യുന്നത്. അത്യൂപ്പൂർവമായി കാണാൻ പറ്റുന്ന ഏറ്റവും മികച്ച കരവിരുതോടെ നിർമിച്ച കെട്ടിട സമുച്ചയങ്ങൾക്ക് ഇടയിൽ ഇതിനുള്ള സ്ഥാനം ഒട്ടും കുറവല്ല തന്നെ.

ഈ മ്യൂസിയം ആണ് ചിക്കാഗോയ്ക്കം യുണൈറ്റഡ് സ്റ്റേറ്റ്സിന്റെ വെസ്റ്റ് കോസ്റ്റിനുമിടയില്ലുള്ള ഏറ്റവും വലിയ പ്രകൃതി ചരിത്ര മ്യൂസിയം.കൊളറാഡോയിലേക്ക് വന്ന നിരവധി കുടിയേറ്റക്കാരിൽ ഒരാളാണ് എഡ്വിൻ കാർടർ. അദ്ദേഹമാണ് പത്തൊമ്പതാം നൂറ്റാണ്ടിന്റെ ഉത്തരാർദ്ധത്തിൽ ഡെൻവർ മ്യൂസിയം ഉടങ്ങി വച്ചത്. 1899-ൽ, കാർട്ടർ മരിക്കുന്നതിന് മൂന്ന് മാസം മുമ്പ്, കൊളറാഡോയിലെ പ്രമുഖരായ ഒരു കൂട്ടം പൗരന്മാർ ഡെൻവറിൽ ഒരു നാച്ചറൽ ഹിസ്റ്ററി മ്യൂസിയം സ്ഥാപിക്കുക എന്ന ഉദ്ദേശ്യത്തോടെ അദ്ദേഹത്തിന്റെ ശേഖരം വാങ്ങി. ബാക്കിയുള്ള ചരിത്രം ഇന്ന് കാണുന്ന ഈ മഹാ സ്ഥാപനം തന്നെ.

സുന്ദരമായ പാറക്കെട്ടുകളാൽ ചുറ്റപ്പെട്ട ഒരു പ്രദേശത്തിന്റെ (കൊളറാഡോ) ശാസ്ത്ര വിദ്യാഭ്യാസത്തിനുള്ള ഒരു ഓപ്പൺ യൂണിവേഴ്സിറ്റി എന്ന് വേണമെങ്കിൽ ഇതിനെ വിശേഷിപ്പിക്കാം. ഭൂമി, പ്രപഞ്ചം എന്നിവയുടെ സ്വാഭാവികമായ ചരിത്രത്തെക്കുറിച്ച് പഠിക്കാൻ സന്ദർശകർക്ക് അവസരം ഒരുക്കുന്ന വിവിധ പ്രദർശനങ്ങളും പ്രവർത്തനങ്ങളും ഈ മ്യൂസിയത്തിൽ നടന്ന കൊണ്ടിരിക്കുന്നു. അതിനുദാഹരണമാണ് ഏഴര ലക്ഷം ചതുരശ്ര അടി വരുന്ന അതി ഭീമാകാരമായ ആ കെട്ടിടത്തിൽ, പ്രകൃതി ചരിത്രവും, നരവംശ ശാസ്ത്രവും, സാമഗ്രികളും, ആർക്കൈവുകളും,ലൈബ്രറികളും ഉൾപ്പെടെ ഒരു ദശലക്ഷത്തിലധികം വരുന്ന വസ്തു വകകൾ അവിടെ ഉണ്ടെന്ന് ആധികാരികമായി രേഖപ്പെടുത്തി വെച്ചിരിക്കുന്നു. താല്പര്യ മുള്ളവർക്ക് അവിടെ പ്രപഞ്ച പര്യവേക്ഷണം നടത്താം. പിന്നെ മിന്നുന്ന രത്നങ്ങളും ധാതുക്കളും സ്വാമ്പിളകൾ പോലെ വെച്ചിട്ടുണ്ട്. അവയും ആസ്വദിക്കാം. ഒരു പ്ലാനറ്റോറിയം ഷോ, കൂടാതെ താൽക്കാലിക എക്സിബിഷനുകൾ, ഐമാക്സ് പ്രദർശനങ്ങൾ എന്നിവയും കൺ കുളിർക്കെ കാണാം

രണ്ട് പുരാതന ഈജിപ്ഷ്യൻ മമ്മികളും മൂന്ന് ശവപ്പെട്ടികളും ഈ മ്യൂസിയത്തിൽ കാണാം. പുരാതന ഈജിപ്ലിലെ ഒരു അജ്ഞാത പ്രദേശത്ത് താമസിച്ചിരുന്ന രണ്ട് സ്ത്രീകളുടെതാണ് ഈ മമ്മികൾ എന്ന് പറയപ്പെടുന്നു. മമ്മിയുടെ മുകൾ ഭാഗത്തായി എഴുതി വച്ചിട്ടുമുണ്ട് - ആര്, എപ്പോൾ, എവിടെനിന്ന്, എങ്ങനെ കൊണ്ട് വന്നു എന്നെല്ലാം – വളരെ വിശദമായിത്തന്നെ.

ചുരുങ്ങിയത് ഒരു ദിവസമെങ്കിലും ഇവിടെ ചുറ്റി കറങ്ങാൻ ചിലവഴിക്കേണ്ടി വരും . ഏവർക്കും പ്രിയപ്പെട്ട ദിനോസർ പ്രദർശനം ഉൾപ്പെടെ നമ്മുടെ ശ്രദ്ധ പിടിച്ചുപറ്റാൻ

പറ്റിയ വൈവിധ്യമാർന്ന വന്യജീവി, ബഹിരാകാശ സംഭവങ്ങൾ എന്നിവ വളരെ ഉന്നത നിലവാരം ഉള്ളവയാണ്. പഠിക്കാനും സന്തോഷിക്കാനും ഏറെ വക നല്ലന്നവയ്യുമാണ്

300 million years ago
Denver, Colorado

64 million years ago
Denver, Colorado
The First Rainforest
Rock layer: Denver Format

55 million years ago
Denver, Colorado
Red Dirt World by Jan V
Rock layer: Dawson Arkose

65 million years ago
Denver, Colorado
After Armageddon by
Rock layer: Denver Formati

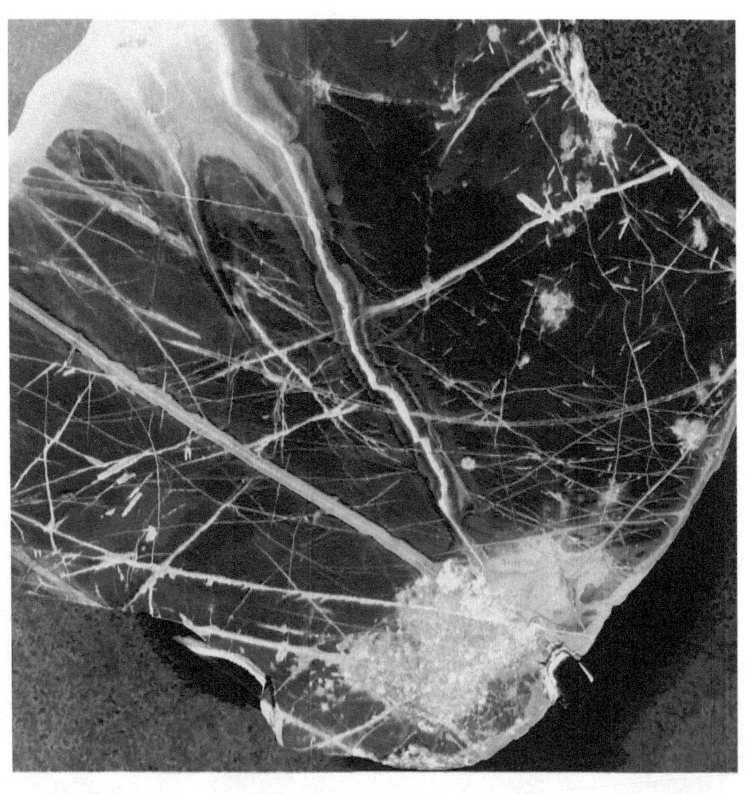

32

അമേരിക്കൻ യാത്രകൾ പത്താം തവണ

02 സെപ്റ്റംബർ 2021

ഭാഗം - 4പൈക്ക് പീക്

പൈക്ക് പീക് അമേരിക്കയിലെ ഏറ്റവും മികച്ച പർവതങ്ങളിൽ ഒന്നാണ്. പതിനാലായിരം അടിയിൽ അധികം ഉയരമുള്ള ഇത് കൊളറാഡോയിൽ ഉള്ള മറ്റനേകം പർവതങ്ങളിൽ നിന്നും വളരെ വിത്യസ്തമാണ്. ചില സമയങ്ങളിൽ പൈക്ക് പീക്കിന്റെ ഉയരങ്ങളിൽ അതായത് ഉയരത്തിന്റെ ഉച്ചകോടിയിൽ നമുക്ക് ശ്വസിക്കാൻ ബുദ്ധിമുട്ട് അനുഭവ പെടാം. അങ്ങിനെ ശ്വാസതടസ്സം ഉണ്ടെന്ന തോന്നിയാൽ നാം അത്ര ഉയരത്തിൽ പോകരുതെന്നാണ് പറയുന്നത്.

നാം കൊളറാഡോ സ്പ്രിംഗ്സ് ഉയരങ്ങളിൽ എത്തിക്കഴിഞ്ഞാൽ ചുറ്റും പർവതനിരകളുടെ അതീവ ഹൃദ്യമായ മനം മയക്കുന്ന കാഴ്ചകൾ കണ്ടാസ്വദിക്കാം. കരിമ്പാറകൾ കൊണ്ട് നിറഞ്ഞ പൈക്ക് പീക് നൂറ കോടിയിൽ അധികം വർഷങ്ങൾ പഴക്കം കണക്കാക്കുന്നു. കൊളറാഡോ പർവ്വത നിരകൾ കാണാൻ എല്ലാ പ്രായക്കാരും വരുന്നുണ്ട്. പ്രത്യേകിച്ച് പൈക്ക് പീക്കിൽ ഞങ്ങൾ കണ്ട ഒരു കൂട്ടം ടൂറിസ്റ്റുകൾ മൊത്തം വെറ്ററൻസ് ആയിരുന്നു

Original
Summit House
CONSTRUCTED
1873

1923
FOREST RANGER F. F. PO

33

മെഡിറ്ററേനിയൻ ക്രൂയിസ് യാത്ര
നോർവീജിയൻ ക്രൂയിസ് ലൈൻഏഴ ദിവസം

ഒന്നാം ദിവസം

മിയാമി ആസ്ഥാനമായ ക്രൂയിസ് ലൈനാണ് നോർവീജിയൻ. ഏറ്റവും വലിയ ക്രൂയിസ് കമ്പനികളിൽ ഒന്ന്. അവധിക്കാല വിനോദം ആസ്വദിക്കുവാൻ പറ്റിയ ഒന്നാണ് ഒരു ക്രൂയിസ് ട്രിപ്പ് പോവുക എന്നുള്ളത്. ഫ്രീസ്റ്റൈൽ ക്രൂയിസിംഗിന് പേരുടുത്ത ഒരു കമ്പനിയാണ് നോർവീജിയൻ ക്രൂയിസ് ലൈൻ അഥവാ NCL. അതുകൊണ്ട് തന്നെയാണ് ഞങ്ങളും NCL തെരഞ്ഞെടുക്കുവാൻ തീരുമാനിച്ചത്. ഞങ്ങളുടെ മക്കളായ സമിതയും ഭർത്താവ് താജുവും ലൈസയും ഞങ്ങൾക്ക് വേണ്ടി ഏഴ ദിവസത്തെ മെഡിറ്ററേനിയൻ ക്രൂയിസ് ട്രിപ്പ് ആണ് ബുക്ക് ചെയ്തത്.

യൂറോപ്പിലെ ഏറ്റവും വലിയ മെഡിറ്ററേനിയൻ ക്രൂയിസ് ഇറമുഖമാണ് ബാഴ്ലോണ. അവിടെ ആകെ ഒമ്പത് ടെർമിനലുകൾ ഉണ്ട്. ഇവയിൽ ഏഴും ക്രൂയിസ് ടെർമിനലുകളാണ്. എല്ലാ മിക്ക ക്രൂയിസ് കപ്പലുകളും ഇവിടെ കാണാം. പുറപ്പെടുന്ന സമയത്തിന് മൂന്ന് മണിക്കുറിന് മുമ്പ് ഞങ്ങൾ ടെർമിനലിൽ എത്തി. അവിടെ എത്തിച്ചേരുന്നതിന് മുമ്പായി ഞങ്ങളുടെ ഓൺലൈൻ ചെക്ക്-ഇൻ പൂർത്തിയാക്കിയിരുന്നു. അതുകൊണ്ട പെട്ടന്ന് അകത്തു കയറി.

സൂര്യൻ അസ്തമിച്ചു തുടങ്ങി. ആൾക്കാർക്ക് ആവേശവും കൂടി തുടങ്ങി. യാത്രക്കാർ എല്ലാവരും ക്രൂയിസിന് അകത്തു ആയി. ഏകദേശം മൂവ്വായിരത്തിനും നാലായിരത്തിനും ഇടക്കുള്ള അത്ര ആൾക്കാർ യാത്രക്കാർ ആയി മാത്രം ഉണ്ട്. ജോലിക്കാർ വേറെ ആയിരത്തി അഞ്ഞൂറോളം കാണും. അതൊരു ഞായറാഴ്ച ആയിരുന്നു. ക്രൂയിസ് യാത്ര ആരംഭിച്ചു. എല്ലാവരും അവരവ്വുടെ മുറികളിൽ സുഖമായി എത്തി ചേർന്നു

McDonald's
BREAKFAST
AbuDhabi Week
EID MUBARAK

NCL
NORWEGIAN EPIC

EPK CASINO

34

മെഡിറ്ററേനിയൻ ക്രൂയിസ് യാത്ര രണ്ടാം ദിവസം

നോർവീജിയൻ എപിക് രാത്രിയിൽ നല്ല വെളിച്ചം ഉള്ള ഒരു ഉത്സവ പറമ്പ് പോലെ ആയി. ഞങ്ങളുടെ മുറി ഒരു ബാൽക്കണി സ്യൂട്ട് ആയിരുന്നു. കൃത്യം ആറ് മണി കഴിഞ്ഞപ്പോൾ ക്രൂയിസ് മെല്ലെ യാത്ര ആരംഭിച്ചു. ഇനി അടുത്ത ദിവസം രാവിലെ അടുത്ത പോർട്ടിൽ ആംഗറിങ്ങ് നടത്തും. ക്രൂയിസ് ഷിപ്പുകൾ അങ്ങനെ ആണ്. രാത്രി സഞ്ചാരവും – പകൽ വിശ്രമവും. ഞങ്ങളുടെ സ്യൂട്ട് നല്ല വൃത്തിയുള്ള ഒന്നായിരുന്നു. ബാൽക്കണി വളരെ അത്യാകർഷകം തന്നെ. ഇരുന്നും കിടന്നും ഒക്കെ കടൽ കാണാം .

ആദ്യ ദിവസത്തെ ഡിന്നറിന്ന് റെഡി ആയി. മൊത്തം ഒന്ന് കറങ്ങി നിരീക്ഷിച്ചു. ഇത് വരെ കണ്ടതും കാണാത്തതും ആയ അനേകം വിഭവങ്ങൾ ഉണ്ട്. പ്രധാന ഡൈനിംഗ് റൂമുകൾ കണ്ടെത്തുക, അവിടെ ഇരുന്ന് ഓർഡർ ചെയ്യുക. അല്ലെങ്കിൽ ചുറ്റി നടന്ന് ഇഷ്ടപ്പെട്ടത് തിരഞ്ഞെടുക്കുക. പലവിധ പാനീയങ്ങളും കുടിക്കവാനായി എല്ലായ്പ്പോഴും കിട്ടും. ഇന്ത്യൻ ഭക്ഷണം ഫ്രൈഡ് റൈസ്, വട സാംബാർ മാത്രം. ഇതെല്ലാം എപ്പോഴും അങ്ങനെ മാറിക്കൊണ്ടിരിക്കും. നാളെ മറ്റൊന്നാവാം. പരിചയം ഇല്ലാത്തത് കൊണ്ടാവാം രാത്രി ഭക്ഷണം എനിക്ക് അത്ര തൃപ്തി ആയില്ല. പിന്നെ എല്ലാത്തരം പഴ വർഗ്ഗങ്ങളും അവിടെ കണ്ടു. പറ്റുന്നതൊക്കെ കഴിച്ചു. സൂപ്പർ ആണ് ക്രൂയിസിൽ കാണുന്ന അതാത് രാജ്യത്ത് അപ്പപ്പോൾ കിട്ടുന്ന ഫ്രഷ് ആയിട്ടുള്ള പഴങ്ങൾ. പിന്നെ നല്ല ഐസ് ക്രീം. അങ്ങിനെ ഓരോന്നും ഓർമ്മ വരുന്നത് എഴുതി എന്ന് മാത്രം. കാണാൻ വളരെയധികം ഡിസ്പ്ലേ ബാറുകളും ലോഞ്ചുകളും ഉള്ളതിനാൽ നമുക്ക് പ്രിയപ്പെട്ടവ കണ്ടെത്തുന്നതിന് ഒന്ന് രണ്ട് ദിവസ മെടുത്തേക്കാം. പ്രത്യേകമായി എടുത്തു പറയാവുന്ന കുറവുകൾ ഒന്നും തന്നെ കണ്ടില്ല. ഷിപ്പിനുള്ളിൽ ഒരു ജനക്കൂട്ടം. അതും വ്യത്യസ്ത ഭാഷകൾ സംസാരിക്കുന്ന വിവിധ വേഷങ്ങൾ ധരിക്കുന്ന അപരിചിതരായ പല രാഷ്ട്രങ്ങളിൽ നിന്നുള്ള ജനങ്ങൾ. അവർ അങ്ങനെ കൂട്ടമായി ആടുന്നു, പാടുന്നു, തിന്നുന്നു, കുടിക്കുന്നു, കളിക്കുന്നു, കളിക്കുന്നു, ചിരിക്കുന്നു, സൺ ബാത്ത് ചെയ്യുന്നു.ഒരു ദിവസം അതിനുള്ളിൽ മൈലുകളോളം നടക്കാം, ഓടാം, മറ്റ വ്യായാമങ്ങൾ ചെയ്യാം.

ബ്ലിസ് അൾട്രാ ലോഞ്ചിൽ പുലർച്ചെ വരെ നൃത്തം ചെയ്യുന്നവരെ കാണുക പതിവായിരുന്നു. ഇവർക്ക് ഇങ്ങനെ ഇർച്ചയായി തുള്ളിച്ചാടിയാൽ ക്ഷീണം ഒന്നും ഉണ്ടാവാത്തത് എന്ത് കൊണ്ടാണെന്ന് ഇപ്പോഴും ഓർത്ത പോവുകയാണ്. നാല ഭാഗത്തു നിന്നുമുള്ള സ്റ്റീരിയോ സംഗീതത്തിന്റെ ഊർജ്ജം അനുഭവിക്കുന്നത് കൊണ്ടാവാം. അതും അല്ലെങ്കിൽ അവാച്യമായ ബാൻഡ് മേളം ആസ്വദിക്കുന്നത് കൊണ്ടാവാം. നമ്മുടെ രാജ്യത്തെ സെൻസർ ബോർഡ് അംഗങ്ങൾക്ക് കണ്ണ് തള്ളിപ്പോകുന്ന സീനുകളും കുറവല്ല. മതി വരുവോളം കണ്ട് ആസ്വദിക്കുക. പണത്തിന് മേലെ പരുന്തും പറക്കുകയില്ല എന്നത് പോലുള്ള ചൊല്ലുകൾ അന്വർത്ഥം ആവുന്ന സ്ഥലങ്ങൾ.

35

മെഡിറ്ററേനിയൻ ക്രൂയിസ് യാത്ര മൂന്നാം ദിവസം

ലോകത്തിന്റെ പല പോർട്ട്കളിലും ക്രൂയിസ്ജെട്ടികൾ പ്രത്യേകമായിട്ടാണ്സംവിധാനിച്ചിട്ടുള്ളത്. ട്ടുറിസത്തിൽ നിന്നുള്ള വരുമാനം തന്നെ അത്രക്ക് ആകർഷണീയം ആണ്. നേപ്പിൾസിന്റെ ക്ലറ്റൻ ഇറമുഖത്തിന്റെ ഭാഗമായ സ്ലാസിയോൺ മാരിട്ടിമയിലെ മോളോ ആൻജിയോനോയുടെ ജെട്ടിയിൽ ക്രൂയിസ് കപ്പലുകൾ എത്തി, വടക്ക് ഭാഗത്തുള്ള വാട്ടർഫ്രണ്ടിന് ചുറ്റമുള്ള തിരക്കേറിയ സമയങ്ങളിൽ അധിക ജെട്ടികളുണ്ട്. നേപ്പിൾസ് ഇറമുഖത്തെ പോർട്ടോ നാപോളി എന്നും ക്രൂയിസ് ടെർമിനലിനെ സ്ലാസിയോൺ മാരിടിമ എന്നും വിളിക്കുന്നു. മോളോ ബെവെറെല്ലോയുടെ ഇറമുഖ പ്രദേശത്ത്, കടത്തുവള്ളങ്ങളും ഹൈഡ്രോഫോയിലുകളും നേപ്പിൾസിനും കാപ്രിക്കും, ഇസിയ, സോറന്റോ, മറ്റ് നഗരങ്ങൾ എന്നിവയ്ക്കിടയിലൂടെ സഞ്ചരിക്കുന്നു.

ഇറ്റലിയിലെ അതിശയകരമായ അമാൽഫി തീരത്ത് സ്ഥിതിചെയ്യുന്ന ക്രൂസ് ട്ട നേപ്പിൾസ് ചരിത്രത്തിൽ സമ്പന്നമായ ഒരു നഗരമാണ്. നേപ്പിൾസിന്റെ ഗ്രാൻഡ് പിയാസകൾ, കത്തീഡ്രലുകൾ, പഴയ കേന്ദ്രത്തിലെ കോട്ടകൾ എന്നിവയ്ക്ക് ചുറ്റമുള്ള ഒരു പര്യടനം നടത്തുന്നവരും കുറവല്ല .ലോകത്തിലെ ഏറ്റവും പഴക്കം ചെന്നയും സ്ഥിരമായി ജനവാസമുള്ളയുമായ നഗരങ്ങളിലൊന്നാണ് നാപ്പോളി. ഇത് റോമൻ കാലഘട്ടത്തിലേതാണ്. സമ്പന്നമായ ചരിത്രവും മഹത്തായ വാസ്തുവിദ്യയും നിറഞ്ഞ ഒരു നഗരവും അവിടെ അതീവ സുന്ദരമായ ഒരു ട്ടുറിസ്റ്റ് പോർട്ടും.

36

മെഡിറ്ററേനിയൻ ക്രൂയിസ് യാത്ര നാലാം ദിവസം

ക്രൂയിസിലെ പ്രഭാതങ്ങൾ അതീവ ഹൃദ്യവും തിളക്ക മുള്ളതുമാണ്. നമ്മുടെ മുഖത്തു പതിക്കുന്ന ഇളം സൂര്യ കിരണങ്ങൾ എത്ര മൃദുവും സൗമ്യവുമാണ്. ഓരോ പ്രഭാതവും ഓരോ പുതിയ അനുഭവമായി മാറുന്നു. സമയം കടന്നു പോകുന്നത് തീരെ അനുഭവപ്പെടുന്നില്ല. ഒരു ചെറിയ ലോകത്ത് വളരെ വിശാലമായ സംഭവ പരമ്പരകൾ. കലാ പ്രകടനങ്ങൾ. ഭക്ഷ്യ മേളകൾ. ഡാൻസും പാട്ടും വിവിധയിനം വേഷങ്ങളുമായി മതിമറന്നാടുന്ന ജനങ്ങളുടെ ഒരു പ്രത്യേക ലോകം. ഭക്ഷണ പദാർത്ഥങ്ങളിൽ ബർഗർ, സ്റ്റീക്, പിസ്സ, മാംസാഹാരം എന്നിവ ഒഴിവാക്കിയാൽ നന്നായിരിക്കും. സാൽമൺ ഫിഷ് നല്ലതാണ്. അതുപോലെ ചൂടുള്ള നല്ല റൊട്ടികളും പിന്നെ പഴങ്ങളും ഇഷ്ടാനുസരണം കിട്ടും. ഫ്രൂട്ട് ജ്യൂസുകളും നല്ല തരം ഐസ് ക്രീമുകളും സുലഭമാണ്.ഫിറ്റ്നസ് സെന്റർ വളരെ വല്യതാണ്, നമ്മുടെ ആവശ്യങ്ങൾക്ക് തികച്ചും അനുയോജ്യമാണ്.

റോമിന് വടക്ക് പടിഞ്ഞാറ് പത്തു നാൽപ്പത് മൈൽ അകലെയുള്ള ഒരു ആധുനിക ഇറമുഖമാണ് സിവിറ്റാവെച്ചിയ, "പോർട്ട് ഓഫ് റോം" എന്നും അറിയപ്പെടുന്നു. ഒരു തീരദേശ പട്ടണമാണ് സിവിറ്റാവെച്ചിയ. രണ്ടാം നൂറ്റാണ്ടിൽ നിർമ്മിച്ച ഈ ഇറമുഖം റോമൻ ഡോക്ക് പോലെ അതിന്റെ ചില സവിശേഷതകൾ ഇപ്പോഴും നിലനിർത്തുന്നു. പതിനാറാം നൂറ്റാണ്ടിലെ മൈക്കലാഞ്ചലോ കോട്ടയും ഇറമുഖ പ്രദേശത്ത് ഉൾപ്പെടുന്നു. സമീപത്ത്, ദേശീയ ആർക്കിയോളജിക്കൽ മ്യൂസിയം വെങ്കലവും സെറാമിക് കരകൗശല വസ്തുക്കളും പ്രദർശിപ്പിക്കുന്നുണ്ട്. സിവിറ്റാവെച്ചിയ നഗരത്തിൽ ഒരു ട്രെയിൻ സ്റ്റേഷൻ ഉണ്ട്.

37

മെഡിറ്ററേനിയൻ ക്രൂയിസ് യാത്ര അഞ്ചാം ദിവസം

ഫ്രാൻസിലെ നൈസ് എന്ന സ്ഥലത്തുള്ള ക്രൂയിസ് ഇറമുഖമാണ് വില്ലെഫ്രാഞ്ച സർ മെർ അല്ലെങ്കിൽ പോർട്ട് ഡി ലാ സാന്റെ. ഫ്രഞ്ച് റിവിയേരയിലെ ഏറ്റവും തിരക്കേറിയ സ്ഥലമാണ് ഇത്. പ്രത്യേകിച്ച് യാത്രുക്കാരുടെ, നല്ല അടിപൊളി സ്പാ സൗകര്യങ്ങൾ ക്രൂയിസിൽ കാണാം. ഞങ്ങളുടെ അവാർഡ് നേടിയ മന്ദാര സ്പായിൽ വേഗം വരൂ. ക്ഷണമാണ്. ഒട്ടും മടിക്കേണ്ടതില്ല. ഒരു ചൂടുള്ള കല്ല് മസാജ് അല്ലെങ്കിൽ അവർ വാഗ്ദാനം ചെയ്യ പ്രത്യേക ചികിത്സകളിൽ ഒന്ന്. ചിലവേറിയ സൽക്കാരം ആണ്. ചിലത് നീരാവിക്കുളത്തിൽ ഒഴുകുകയോ അല്ലമല്ലെങ്കിൽ ഫേഷ്യല്യകൾ, മാനിക്യൂർ, പെഡിക്യൂർ എന്നിവയും ചെയ്യാവുന്നതാണ് . എപിക് "മി ടൈം" സ്പായിലെ മികച്ചതായി അനുഭവപ്പെടുന്ന സേവനങ്ങൾ. ഡോളർ ചിലവാക്കാൻ പറ്റിയ സ്ഥലം.

ഇതിഹാസങ്ങൾ ചൂട് പകരുന്നു – ബ്രോഡ്‌വേ ഹിറ്റ്, പ്രിസ്സില്ല, ക്വീൻ ഓഫ് ദി ഡെസേർട്ട്, ദി മ്യൂസിക്, അതീവ സുന്ദരവും ഹൃദ്യവും വിസ്മയാവഹവുമായ ഒരു അനുഭവം അനുഭൂതിയും ആണ്. രുചികരമായ ഭക്ഷണവിഭവങ്ങൾ ഉൾക്കൊള്ളുന്ന സർക്കിൾ ഡ്രീംസ് ഡിന്നർ വളരെ കോസ്റ്റ്‌ലി ആണ്. നല്ല വലിയ റോക്ക് എൻ റോൾ ഡ്യൂവലിംഗ് പിയാനോ ഇവിടെ കാണാം. വിലയും വലിപ്പവും കൂടുതൽ കാണാം.

അക്വാ പാർക്ക് സന്ദർശിച്ച് എപ്പിക് പ്ലഞ്ചിൽ വളരേ താഴേക്ക് ഒഴുകി വീഴുമ്പോൾ ആഹ്ലാദം അനുഭവിക്കുന്നവർ നിരവധിയാണ്. കടലിലെ ഏക ബൗൾ സ്ലൈഡ് ഇതാണെന്നാണ് അവരുടെ വിചാരം. എന്നാലും ഇതെല്ലാം ഒരു പ്രത്യേക ലോകവും അനുഭവവും ആണ്.

NCL

38

മെഡിറ്ററേനിയൻ ക്രൂയിസ് യാത്ര ആറാം ദിവസം

ഫ്രാൻസിലെ കാൻസ് എന്ന സ്ഥലം അന്തർദ്ദേശീയ ചലച്ചിത്രമേളയ്ക്ക് പ്രശസ്തമാണ് . എന്നാൽ വെള്ളിത്തിരയിൽ കാണന്നതിനേക്കാൾ കൂടുതൽ കാൻസിൽ നേരിട്ട് കാണാം. ഏറ്റവും വലിയ ക്രൂയിസ് ഡെസ്റ്റിനേഷനുമാണ് കാൻസ്. ഫ്രാൻസിന്റെ ലെ വിയക്സ് പോർട്ടിനുള്ളിൽ തന്നെ ആണ് ക്രൂയിസ് പോർട്ടും ഉള്ളത്. നല്ല പൂഴി മണൽ പരപ്പുള്ള മെഡിറ്ററേനിയൻ ബീച്ചുകൾ യൂറോപ്പിലെല്ലായിടത്തും തിളങ്ങുന്ന സൂര്യ പ്രകാശത്തോടെ കാണാം. കടലിലെ നീല ജലം ക്രൂയിസ് യാത്രകളിൽ കാൻസിന്റെ ഭംഗി വർദ്ധിപ്പിക്കുന്നു. ഫ്രഞ്ച് റിവിയേരയുടെ   റാണി എന്ന നിലയിൽ കാൻസ് അറിയപ്പെട്ടുന്നതിൽ അതിശയിക്കാനില്ല.

ഇറമുഖത്തിന്റെ ഉള്ളിൽ നടക്കാവുന്ന ദൂരത്തിനുള്ളിലെ മിക്ക ക്കാഴ്ചകളും ക്രൂയിസിൽ നിന്ന് തന്നെ   കാണാം. ലോറിൻസ് ദ്വീപുകളിലേക്കുള്ള പകൽ യാത്രകൾക്കുള്ള ബോട്ടുകൾ ഇറമുഖത്തുനിന്ന് ക്രൂയിസ് ടെർമിനലിലൂടെ പുറപ്പെടുന്നതും കാണാം

കാൻസിന്റെ സിനിമാറ്റിക് പൈതൃകം: അതായത് വെള്ളിയാഴ്ചകളിൽ ഉച്ചതിരിഞ്ഞ് ഇംഗ്ലീഷ് സംസാരിക്കുന്ന   ഒരു ഗൈഡ് ആ ചുവന്ന പരവതാനിക്ക് അപ്പറത്തുള്ള കുറെ വിവരങ്ങൾ പങ്ക വക്കുന്നു. 1955 മുതൽ വിജയിച്ച ചലച്ചിത്ര സംവിധായകനുള്ള സമ്മാനമായ പാം ഡി ഓർ, കാൻസിന്റെ പ്രതീകമായ ഈന്തപ്പനയെ അടിസ്ഥാനമാക്കി ഉള്ളതാണ്.

മൊണാക്കോയിലെ രാജകുമാരനായ റെയ്നിയറെ ഗ്രേസ് കെല്ലി ആദ്യമായി കണ്ടുമുട്ടിയ കാൾട്ടൺ ഹോട്ടൽ കാണാം. ലിസ് ടെയ്ലറെ ആതിഥേയത്വം വഹിച്ച ക്രെഡിറ്റം കാൾട്ടൺ ഹോട്ടലിനു തന്നെ. പിന്നെ കാൾട്ടൺ ബീച്ച് റെസ്റ്റോറന്റിലേക്കുള്ള പ്രവേശനം, ബീച്ചിൽ ഉടനീളമുള്ള കാൻസ് ബേയിലെ കാഴ്ചകൾ എന്നിവയും കാണാം. ഏറ്റവും ഭംഗിയുള്ളയും ആകർഷകവും ആയ പിയാനോകളും അതിന്റെ മാസ്മരികതയും ഞങ്ങൾ യാത്ര ചെയ്ത ക്രൂയിസിൽ   അനുഭവ പ്പെട്ടുകയുണ്ടായി. എന്റെ പ്രിയതമക്ക് അത് ഒരു അത്യുപൂർവ്വമായ അവസരവും കൂടി ഒരുക്കുക ആയിരുന്നു.

39

മെഡിറ്ററേനിയൻ ക്രൂയിസ് യാത്ര ഏഴാം ദിവസം

ഞങ്ങളുടെ ക്രൂയിസ് യാത്രയിലെ ഏഴാമത്തെയും അവസാനത്തെയും ദിവസം. സ്പെയിനിലെ പോർട്ട് പൽമ ഡി മല്ലോർക് ആണ് സ്ഥലം. പടിഞ്ഞാറൻ മെഡിറ്ററേനിയൻ കടലിൽ മജോർക്ക ദ്വീപിന്റെ തെക്കകിഴക്കൻ തീരത്താണ് പോർട്ട് പൽമ ഡി മല്ലോർക്ക സ്ഥിതി ചെയ്യുന്നത്. നിലവിൽ ക്രൂയിസ് കപ്പലുകളുടെ തിരക്ക് കാരണം പുറപ്പെടൽ ഇറമുഖങ്ങൾ ക്രൂയിസ് ഇറമുഖത്തിന് കിഴക്കായി സ്ഥിതിചെയ്യുന്നു. പോർട്ടിന്റെ ക്രൂയിസ് ഷിപ്പ് ഷെഡ്യൂൾ മെഡിറ്ററേനിയൻ ഇറമുഖങ്ങളിലേക്കും സ്പെയിനിലെ കാനറി ദ്വീപുകളിലേക്കും വെവ്വേറെ ആണ്. അടുത്ത ദിവസം രാവിലെ ബാഴ്സലോണ പോർട്ടിൽ തിരിച്ചെത്തും. അതോടെ സുന്ദരമായ ഒരു ക്രൂയിസ് യാത്രയുടെ നല്ല ഓർമ്മകളുമായി തിരിച്ച പോകാം.

ഇപ്പോൾ ക്രൂയിസ് വ്യവസായം പൂർണ്ണമായും നിലച്ച മട്ടാണ്. വർഷങ്ങളായി ബിസിനസ്സ് കുതിച്ചുയരുക ആയിരുന്നു. കൂടുതൽ യാത്രക്കാർ, പുതിയയും വല്യഇമായ ലൈനറുകൾ. അപ്പോഴാണ് കോവിട്ടം കൊറോണയും ഉടലെടുത്തത്. അതിനുശേഷം, ലോകമെമ്പാട്ടുമുള്ള ചെറുതും വല്യഇമായ പത്തഞ്ഞൂറോളം ക്രൂയിസ് ലൈനറുകളിൽ ഭൂരിഭാഗവും നങ്കൂരത്തിലാണ്. ക്രൂയിസ് ലൈനറുകളുടെ പരിപാലനം ചെലവേറിയതും കമ്പനികളുടെ വരുമാനം മാസങ്ങളായി പൂജ്യവും ആയിരുന്നതിനാൽ പഴയ മോഡലുകൾ വിറ്റഴിക്കുകയും ചെലവ് ചുരുക്കുകയും ചെയ്തു. ക്രൂയിസ് വ്യവസായത്തിന് കോടിക്കണക്കിന് ഡോളർ നഷ്ടമുണ്ടായി. ട്രാവൽ മേഖലക്ക് ഇങ്ങനെ ഒരു ദുരന്ത കാലത്തെ പറ്റി മാത്രമേ പറയുവാൻ ഒള്ളൂ. എന്ത് ചെയ്യാം. യൂറോപ്പിൽ മാത്രം, ഈ വ്യവസായത്തെ നേരിട്ടോ അല്ലാതെയോ ആശ്രയിക്കുന്ന രണ്ട ലക്ഷ ത്തിലധികം ജോലികൾ രണ്ടായിരത്തി ഇരുപത് മാർച്ച് മുതൽ ഇല്ലാതായി. പതിനായിരക്കണക്കിന് ജീവനക്കാർ ഇപ്പോഴും ജോലിയില്ലാതെ കഴിയുന്നു.സ്ഥിരമായി ക്രൂയിസ് യാത്രകൾ നടത്തുന്നവർ സങ്കടത്തിലും ദുഃഖത്തിലും ആണ്. അടുത്ത് തന്നെ എല്ലാം പഴയ പ്രൗഢിയോടെ തിരിച്ച വരും എന്ന പ്രതീക്ഷയാണ് ഈ മേഖലയെ പറ്റി അറിയുന്ന എല്ലാവർക്കും ഉള്ളത്.

40

യൂറോപ്യൻ യാത്രകൾ ലണ്ടൻ പാരിസ്

ലോകം മുഴുവൻ മില്ലെനിയം എന്ന് പറയുന്ന രണ്ടായിരാമാണ്ടിന് രണ്ട് കൊല്ലം മുൻപ്. അതായത് ആയിരത്തി തൊള്ളായിരത്തി തൊണ്ണൂറ്റി എട്ടിലെ ഏപ്രിൽ മാസത്തിൽ, ലണ്ടൻ പാരിസ്, എന്നീ സ്ഥലങ്ങളിൽ ഒന്ന് ചുറ്റി കറങ്ങി വരാം എന്ന് ഞാനും സുഹൃത്തുക്കളായയെൻ .എ .കരീമും,കെ .കെ . അഷ്റഫും പ്ലാൻ ചെയ്തു . ഇതിൽ കരിം ആണെങ്കിൽ ഒമീർ ട്രാവൽ ഏജൻസി ബ്രിട്ടീഷ് എയർവേയ്സ് എന്നിവയുടെ സെയിൽസ് ഡയറക്ടർ ആണ്. അത് കൊണ്ട് ടിക്കറ്റിന് പ്രശനം ഇല്ല. അഷ്റഫ് ആണെങ്കിൽ ബാങ്കിൽ മാനേജർ ആണ്. അപ്പോൾ ഫൈനാൻസ് മറ്റാരെങ്കിലും നോക്കിയാൽ ഒട്ടും ശരിയാവില്ല. ഞാൻ ഹോട്ടൽ ബുക്കിംഗ്, എംബസ്സി, വിസ മുതലായ കാര്യങ്ങൾ ഏറ്റെടുത്തു. അങ്ങനെ ഞങ്ങൾ മൂന്നു പേരും ബ്രിട്ടീഷ് എയർവേയ്സ് വിമാനത്തിൽ ലണ്ടനിലെ ഹീത്രൂ വിമാന താവളത്തിൽ കൃത്യ സമയത്തിന് തന്നെ എത്തി.

ഹിൽട്ടൺ ഹോട്ടലിലെ വിശ്രമത്തിന് ശേഷം ഉച്ചയോടെ ആദ്യം പോയത് ലണ്ടൻ ടവർ കാണവാൻ ആണ്. ന്യൂറ്റാണ്ടുകളോളം കിരീട ആഭരണങ്ങളുടെ സംരക്ഷണം നടന്നിരുന്ന സ്ഥലം.പിന്നെ തൊട്ടടുത്ത് തന്നെ ഉള്ള വളരെ പുരാതനമായ ടവർ ബ്രിഡ്ജ്ും ലണ്ടൻ ബ്രിഡ്ജ്ും കാണവാൻ പറ്റി. ലണ്ടൻ നഗരത്തിന്റെ ഇറസ്സായ പട്ടണ പ്രാന്തങ്ങളിൽ വളരെ ഏറെ പ്രാവുകളെയും മറ്റ പല വിധ പക്ഷികളെയും കണ്ടു. ആവേശ പൂർവം അവക്ക് തീറ്റ കൊടുക്കുന്ന കുട്ടികളും വലിയവരും പ്രായമായവരും എന്തൊരു സ്നേഹമാണ് ആ പക്ഷി കൂട്ടങ്ങൾക്ക് നൽകി കൊണ്ടിരിക്കുന്നത് എന്ന് കണ്ടപ്പോ എന്തെന്നില്ലാത്ത ഒരു ആനന്ദം ഉള്ളിൽ അനുഭവപ്പെട്ടു.

വളരെ വിസ്തരിച്ചുള്ള ചുറ്റലുകൾ ഒന്നും തന്നെ ഞങ്ങളുടെ പരിപാടികളിൽ ഇല്ലായിരുന്നു. എന്നാലും കുറഞ്ഞ സമയം കൊണ്ട് കൂടുതൽ കാഴ്ചകൾ കാണുക. അതിന്, മലയാളിയുടെ എട്ട് പൗണ്ട് വിലയുള്ള മസാല ദോശ കഴിച്ചാൽ ഒന്നും ആവുകയില്ല. ഓരോ വടയും കുടി ആയപ്പോൾ എനർജി ആവശ്യത്തിന് കിട്ടി. നഗരത്തിനുള്ളിലെ കൊച്ച മലയാളി ഹോട്ടൽ ഏദ്യം ആണ്. പേര് ഓർമ്മ ഇല്ല.

മെഴുക് പ്രതിമകളുടെ ഒരു മ്യൂസിയ മാണ് മാഡം ഇസാഡ്സ്. ലണ്ടൻ ആണ് ആസ്ഥാനം. മറ്റ പല പ്രധാന നഗരങ്ങളിലും ചെറിയ മ്യൂസിയങ്ങളുണ്ട്. 1835 ൽ മെഴുക് ശില്പിയായ മാരി ഇസാഡ് ആണ് ഇത് സ്ഥാപിച്ചത്. ഇതിനെ "മാഡം ഇസാഡ്സ്" എന്നാണ് വിളിച്ചിരുന്നത്. ചരിത്രം എല്ലാം അവിടെ വിവരിച്ചിട്ടുണ്ട്. ലോക പ്രശസ്തരായ പ്രതിഭകളുടെ അതേ വലുപ്പത്തിൽ ഉള്ള

മെഴുക് പകർപ്പുകൾക്കും തീം ഗാലറികളിലെ ചരിത്ര ഐക്കണകൾക്കും ആയുമുള്ള ഒരു മ്യൂസിയ ശൃംഖല.

മാഡം ഇസാഡ്സിൽ മെഴുക് പ്രതിമ സ്ഥാപിച്ച ആദ്യത്തെ ഇന്ത്യക്കാരിൽ ഒരാളാണ് മുൻ പ്രധാനമന്ത്രി ഇന്ദിരാഗാന്ധിയുടേത്. മഹാത്മാഗാന്ധിയുടെ പ്രതിമയ്ക്കൊപ്പം ഫോട്ടോ എടുത്തു. അതാ അവിടെ അമിതാഭ് ബച്ചൻ നിൽക്കുന്നു. ഇസാഡ്സ് ലണ്ടനിൽ പ്രതിമ സ്ഥാപിച്ച ആദ്യത്തെ ബോളിവുഡ് നടനാണ് ബിഗ് ബി. മരിലിൻ മൺറോ,ഡയാന രാജ കുമാരി ഇടങ്ങി ബോക്സർ മുഹമ്മദാലി അടക്കം അനേകം പേരെ നിങ്ങൾക്ക് അവിടെ കാണാം.

ബക്കിങ്ങാം പാലസിന്ന് മുന്നിലൂടെ ഒരു ഓട്ട പ്രദക്ഷിണം നടത്തി. പിന്നെ ലണ്ടൻ ക്ലോക് ടവറിൽ ഉള്ള പഴയ ബിഗ് ബെൻ ക്ലോക്. പഴയത് ആണെങ്കിലും ആകർഷണീയം ആണ്. ബ്രിട്ടീഷ്മ്യൂസിയത്തിൽ കയറാൻ പറ്റിയില്ലെങ്കിലും അവിടമൊക്കെ ഒന്ന് ചുറ്റി കറങ്ങി കാണവാൻ പറ്റി. സെയിന്റ് പോൾ കാത്തീഡ്രലും അകത്തു കയറാതെ പുറത്തു നിന്നാണ് കണ്ടത്. അങ്ങനെ ചുരുങ്ങിയ സമയം കൊണ്ട് കാണാൻ പറ്റിയത് ഒക്കെ കണ്ടു. ഞങ്ങൾക്ക് ഇതെല്ലാം നല്ല ഒരു അനുഭവം കൂടി ആയിരുന്നു. തേംസ് നദിക്ക് മുന്നിലൂടെയും കുറുകെയും ദിവസേന ഉള്ള യാത്രകൾ അതീവ ഹൃദ്യം ആയിരുന്നെന്ന് പറയേണ്ടതില്ലല്ലോ.

ലണ്ടനിൽ നിന്ന് ബ്രിട്ടീഷ് എയർവേസ് വിമാനത്തിൽ ഫ്രാൻസിലെ നീസ് എന്ന വിമാനത്താവളത്തിൽ എത്തുകയും അവിടന്ന് റോഡ് മാർഗം പാരീസിൽ എത്തുകയും ചെയ്തു.ടാക്സിയിൽ ഹോട്ടലിൽ എത്തി. വൈകുന്നരം ആയതിനാൽ മുറിയിൽ പോയി കുളിച്ചു. നല്ല ഫ്രെഞ്ച് ബുഫേ ഡിന്നർ കഴിച്ചു. മൂന്നു പേരും പുറത്തു നടന്നു പാരീസ് നഗരം കണ്ടു. പഴയ നൂറ്റാണ്ടുകളിലെ കെട്ടിടങ്ങൾ സ്ട്രീറ്റ് ലൈറ്റ് വെളിച്ചത്തിൽ തെളിഞ്ഞു കാണാം. പഴയ റോഡുകൾക്ക് നല്ല വൃത്തിയും വെടിപ്പും ഉണ്ട്. ഉറക്കം കുറച്ച വൈകിയെങ്കിലും വിക്ടർ ഹ്യൂഗോ അവന്യൂവിൽ നിന്നും ഹോട്ടൽ മുറിയിൽ തിരിച്ച് വന്ന് അടുത്ത ദിവസത്തെ യാത്രക്ക് വേണ്ട കാര്യങ്ങൾ സംസാരിച്ചു. ക്ഷീണം കൊണ്ട് കഴിഞ്ഞ രാത്രിയിൽ ഉറങ്ങിയത് അറിഞ്ഞതേ ഇല്ല. അന്തരീക്ഷത്തിന് തണുപ്പ് കൂടി ഇടങ്ങി. യൂറോപ്പിൽ ഇത് തണുപ്പ് കാലം. നേരം വെളുക്കുന്നത് പോലും വൈകിയാണ്. ഞാൻ ആദ്യമായിട്ടാണ് ഒരു തണുത്ത കാലാവസ്ഥയെയും അന്തരീക്ഷത്തെയും അനുഭവിച്ചറിയുന്നത് .അതുകൊണ്ട് തന്നെ എന്തെന്നില്ലാത്ത ഒരു ഉൾപ്പുളകം അനുഭവപ്പെട്ടു.

രാവിലെ, ടാക്സിയിൽ അഞ്ച് കിലോമീറ്റർ മാത്രം അകലെ ഉള്ള ഈഫൽ ടവർ കാണാൻ പുറപ്പെട്ടു. പാരീസിലെ ചാംബ്സ് ഡി മാർസ് അവന്യൂ അഞ്ചിൽആണ് ലോക അത്ഭുതങ്ങളിൽ ഒന്നായ ഈഫൽ ടവർ നില കൊള്ളുന്നത്. ഞങ്ങൾ ആ ടവറിന്ന് ചുറ്റും അകത്തും പുറത്തും വിസ്തരിച്ച

കാണുകയുണ്ടായി. മുകളിലും കയറി പോകാൻ പറ്റുന്നതു കയറി.സംഗീതത്തിന്റെ ഒരു മാസ്മരിക ലോകം അവിടെ ഇറങ്ങിട്ടിരിക്കുകയാണെന്ന് പറയാം. ജീവിതത്തിൽ അന്ന് വരെ കാണാത്ത അത്രയും വാദ്യോപകരണങ്ങൾ ഞാൻ അവിടെ കണ്ടു. അവയെല്ലാം വളരെ ഇമ്പമായും തന്മയത്വമായും കലാവിരുതോടെയും ഉപയോഗിക്കുന്ന നിരവധി കലാകാരന്മാരെയും കാണാൻ കഴിഞ്ഞു. ഒരു സ്വർഗീയ അനുഭൂതി പോലെ അതെല്ലാം ആസ്വദിക്കുകയും താളത്തിനൊത്ത് ആട്ടുകയും പാട്ടുകയും പരസ്പരം കെട്ടി പുണർന്ന് ചുംബിക്കുകയും ചെയ്യുന്ന ദമ്പതികളുടെയും കാമുകി കാമുകന്മാരുടെയും കൂട്ടങ്ങൾ എല്ലാം സ്നേഹത്തിന്റെയും പ്രേമത്തിന്റെയും പ്രതീകമായി മാറുന്ന കാഴ്ച അവാച്യമായ ഒരു അനുഭവം ആയി മാറി.

ഈഫ്താവ് ഈഫൽ ഗോപുരത്തിൽ എഴുപത്തി രണ്ടോളം ഫ്രഞ്ച് ശാസ്ത്രജ്ഞർ, എഞ്ചിനീയർമാർ, ഗണിത ശാസ്ത്രജ്ഞർ എന്നിവരുടെ പേരുകൾ കൊത്തിവച്ചിട്ടുണ്ട്. അവർ എല്ലാം ഫ്രാൻസിന്റെ യശസ്സ് ലോകമെമ്പാടും വിളംബരം ചെയ്ത പ്രഗൽഭർ ആണ്.അവിടെ എഴുതി വച്ച കണക്ക് പ്രകാരം ഏകദേശം 130 വർഷമായി, ഈഫൽ ടവർ പാരീസ് നഗരത്തിന്റെ ശക്തമായ പ്രതീകമായിട്ട്. കൂടാതെ ഫ്രാൻസിന്റെ പിൻകാല പ്രശസ്തിക്കും വളരെ പ്രയോജനം ചെയ്തിട്ടുണ്ട്. 1889 ലെ ലോക മേളയ്ക്കായി ഇത് നിർമ്മിച്ചപ്പോൾ, ലോകമെമ്പാടും അതിന്റെ ആകർഷണീയതയും രൂപകൽപ്പനയും ഇത്ര മതിപ്പുലവാക്കും എന്ന് ആരും അത്ര കരുതിയിട്ടുണ്ടാവില്ല.

ഈഫൽ ടവർ കണ്ടു. ഇനി പോകേണ്ടത് അവിടെ നിന്നും നാല്പത് കിലോമീറ്റർ കിഴക്കായി നില കൊള്ളുന്ന ഫ്രാൻസിലെ ചെസ്സിയിലെ ഒരു വിനോദ റിസോർട്ടായ യൂറോ ഡിസ്നിയിൽ ആണ്. ഇപ്പോൾ അറിയപ്പെടുന്നത് ഡിസ്നി ലാൻഡ് പാരീസ് എന്നാണ്. ലോസ് ആഞ്ചലസ് ഡിസ്നി ലാൻഡ് പോലെ തന്നെ അതി മനോഹരം. ഞങ്ങൾ ചെല്ലുമ്പോൾ രാത്രി ആയിരുന്നു. ലോറൻസ് ഓഫ് അറേബ്യ സിനിമ നാലു പുറവും ഉള്ള സ്ക്രീനിൽ വട്ടം കറങ്ങി കാണാം. ഇരുപത്തി രണ്ടു കൊല്ലം മുൻപ് ആണെന്ന് ഓർക്കണം ഇന്ന് ആണെങ്കിൽ 360 ഡിഗ്രീ സ്ക്രീൻ എന്ന് പറയുമായിരുന്നു. എല്ലാ വിഭാഗം ആൾക്കാർക്ക് പറ്റിയ വിനോദങ്ങൾ അവിടെ ഉണ്ടായിരുന്നു. മിക്കവാറും എല്ലാം തന്നെ ഞങ്ങൾക്ക് ആസ്വദിക്കുവാനും പറ്റി.

യാത്രയുടെ അടുത്ത ഭാഗം ആരംഭിക്കുന്നത് പാരീസിലെ ട്യൂബ് യൂറോസ്റ്റാർ സ്റ്റേഷനിൽ നിന്നാണ്. പാരീസിൽ നിന്ന് ലണ്ടനിലേക്ക് നേരിട്ടുള്ള ട്യൂബ് ട്രെയിൻ സർവീസ് ആണ് അതിവേഗ യൂറോസ്റ്റാർ. യൂറോസ്റ്റാർ വളരെ വേഗത്തിലാണ്. ഭൂമിക്ക് അടിയിലൂടെ ഉള്ള ആ യാത്രയ്ക്ക് ഏകദേശം മൂന്ന് മണിക്കൂറോളം എടുക്കും. പാരീസ് മുതൽ ലണ്ടൻ വരെ അഞ്ഞൂറ് കിലോമീറ്ററോളം അല്ലെങ്കിൽ മുന്നൂറോളം മൈൽ. ഭൂമിക്ക് അടിയിലൂടെയും

കടലിന്ന് അടിയിലൂടെയും ഉള്ള ആ യാത്രയിൽ കാണുവാൻ കാര്യമായി ഒന്നും ഇല്ല. സ്ഥിരം യാത്ര ചെയ്യുന്നവർ ബുക്ക് വായിച്ച് ഇരിക്കുന്നത് കാണാം. അതുമല്ലെങ്കിൽ കൈ കൊണ്ട് ചിത്ര പണികൾ ഇന്നി ഇരിക്കുന്നവരെയും ഞാൻ കാണുക ഉണ്ടായി. ട്രെയിനുകളെല്ലാം പാരീസിലെ ഗാരെ ഡു നോർഡ് സ്റ്റേഷനിൽ നിന്ന് പുറപ്പെട്ടുന്നു. ലണ്ടൻ സെന്റ് പാൻക്രാസ് ഇന്റർനാഷണൽ സ്റ്റേഷനിൽ എത്തുകയും ചെയ്യുന്നു.ട്രെയിനിൽ നിന്നും പുറത്തു കടന്ന ഞങ്ങൾ നേരെ ഹീത്രു വിമാന താവളത്തിൽ എത്തുകയും തിരിച്ച് അബു ദാബിയിലേക്ക് പോരുകയും ചെയ്തു.

J - 635

41

യൂറോപ്യൻ യാത്രകൾ ജർമ്മനി

ജർമനിയിലെ ഡസൽഡോർഫിൽ ആണ് ഞാൻ ആദ്യം പോകുന്നത്. 2005ൽ. ബ്രിട്ടീഷ് ഐർവേസ് വിമാനത്തിൽ ലണ്ടൻ വഴി. കണക്ഷൻ ഫ്ലൈറ്റ് അടുത്ത ദിവസമേ ഉണ്ടായിരുന്നുള്ളു. അത്കൊണ്ട് സിറ്റി ട്ടൂറിംഗ് ബസ്സിൽ കയറി ലണ്ടൻ നഗരങ്ങളിൽ ഒന്ന് കൂടി ചുറ്റി കറങ്ങി രാപ്പാർക്കാൻ കഴിഞ്ഞു. അടുത്ത ദിവസം ഉച്ചയോടെ ജർമനിയിൽ എത്തി. സെപ്റ്റംബർ പതിനാലാം തിയ്യതി. താമസം നോവോട്ടലിൽ മുറി നേരത്തെ ബുക്ക് ചെയ്തിരുന്നു.

എസ്സെൻ വേൾഡ് എന്ന വേൾഡ് ട്രേഡ് ഫെയറിൽ പങ്കെടുക്കുവാൻ വന്നതായിരുന്നു. വൈകുന്നേരം ആയപ്പോൾ പുറത്തു പോയി. ട്രാമുകളിൽ കയറി പലയിടത്തും സഞ്ചരിച്ചു. അപ്പോഴാണ് ഒരു വലിയ ഉയരമുള്ള കെട്ടിടത്തിന്റെ മുകളിൽ ഞാൻ പണ്ട് ജോലി ചെയ്തിരുന്ന ഐ സി ൽ എന്ന കമ്പനിയുടെ ഒരു ബോർഡ് പ്രകാശം പരത്തിക്കൊണ്ട് അങ്ങനെ തിളങ്ങി നിൽക്കുന്നത് കണ്ടത് . നാളെ എന്തായാലും അത് അന്വേഷിച്ചിട്ട് തന്നെ കാര്യം. കാരണം ആ കമ്പനി അടച്ചിട്ട് വർഷങ്ങൾ കഴിഞ്ഞിരിക്കുന്നു. ഉറങ്ങാൻ കിടന്നപ്പോഴും ഇത് തന്നെ ആയിരുന്നു ചിന്ത.

രാവിലെ ചായ കുടിക്കാൻ റെസ്റ്റാറന്റിൽ എത്തി. ജർമൻ ബ്രേക്ക്ഫാസ്റ്റ് എല്ലാം ഒന്ന്കണ്ണോടിച്ചു. എല്ലാം കൊള്ളാം. കൂട്ടത്തിൽ ഒരു ഐറ്റം. ഒരു അട്ടപ്പിൽ ചെറിയ ഉരുളി നിറയെ നല്ല പുഴി മണ്ണ്. അതിന്ന് മുകളിൽ വലിയ കോഴി മുട്ടകൾ നിരത്തി വച്ചിരിക്കുന്നു. തൊട്ട നോക്കി. നല്ല ചൂട്. ഒരെണ്ണം എടുത്തു. ആദ്യം ആയിട്ടാണ് ഇത് പോലെ മണ്ണിൽ പുഴുങ്ങിയ മുട്ട കഴിക്കുന്നത്. വളരെ നന്നായിരുന്നു.അവിടെ താമസിച്ച എല്ലാദിവസവും ഇത് ഓരോന്ന് കഴിച്ചു.

ഡെസ്സൽഡോർഫ് മെട്രോ സ്റ്റേഷൻ അടുത്ത് നിന്ന് നടന്നാൽ എത്തുന്ന ദൂരമേയൊള്ളൂ. ഇന്നലെ രാത്രി കണ്ട കൂറ്റൻ കെട്ടിട സമുച്ചയത്തിൽ എത്തി. സെക്യൂരിറ്റിയോട് മുകളിലുള്ള ബോർഡിനെ പറ്റി ചോദിച്ചു. ഒരു കാര്യം മനസ്സിലായി. ജർമനിയിലെ അധികം ആൾക്കാരും ഇംഗ്ലീഷ് സംസാരിക്കാൻ ഇഷ്ടപ്പെടുന്നില്ല. ഓഫീസിൽ പോയി ചോദിക്കുവാൻ സെക്യൂരിറ്റി ഉപദേശം നൽകി. അയാൾ ജോലിക്ക് വരുമ്പോഴും ആ ബോർഡ് അവിടെ തന്നെ ഉണ്ടായിരുന്നു വത്രേ. ലിഫ്റ്റിൽ മുകളിൽ ഓഫീസിൽ ചെന്നപ്പോൾ റിസപ്ഷൻ പെൺകുട്ടിയും മറ്റൊരാളുടെ അടുത്തേക്ക് വിട്ടു. അയാൾ എന്നോട് കാര്യങ്ങൾ ചോദിച്ച് മനസ്സിലാക്കി. ആർക്കോ ഫോൺ ചെയ്തു. ആ ബിൽഡിങ്ങ് പണിതപ്പോൾ അങ്ങനെ ഒരു എഗ്രിമെന്റ് ഉണ്ടായിരുന്നു വത്രേ. അത്ര മാത്രമേ അവർക്കും അറിയൂ. അങ്ങനെ പൂട്ടി പോയ കമ്പനിയുടെ തിളങ്ങുന്ന പരസ്യവും കാണാൻ പറ്റി. ഇപ്പോഴും ആ വലിയ ലോഗോ അവിടെ തന്നെ ഉണ്ടാവാം.

ഫാഷൻ വ്യവസായത്തിനും കലാ രംഗത്തിനും പേരുകേട്ട പടിഞ്ഞാറൻ ജർമ്മനിയിലെ ഒരു വലിയ നഗരമാണ് ഡസ്സൽഡോർഫ്. റൈൻ നദി അതിനെ വിഭജിച്ചിരിക്കുന്നു, കിഴക്കൻ കരയിൽ ആൾട്ട്സ്റ്റാഡ് പഴയ നഗരം. പടിഞ്ഞാറ് ആധുനിക വാണിജ്യ പ്രദേശങ്ങൾ. കോനിഗ്സല്ലി, ഷാഡോസ്സ്ലാസ്സെ ഇടങ്ങിയ തെരുവുകൾ നിറയെ ആധുനിക യുവ മനസ്സുകളെ വ്യാമോഹിപ്പിക്കുന്ന ഷോപ്പിങ്ങ് കവാടങ്ങൾ. എസ്സെൻ പ്രദർശന നഗരിയിൽ രണ്ട് ദിവസം പോയി.അതി വിപുലമായ ഒരു വാണിജ്യ വിപണന ലോകം നമുക്ക് മുന്നിൽ ഇറന്ന് ഇട്ടിരിക്കുകയാണ് അവിടെ. ഇതുപോലെ മറ്റൊന്ന് ഞാൻ കണ്ടത് ചിക്കാഗോവിൽ പോയപ്പോൾ ആണ്. ചിക്കാഗോ ട്രേഡ് ഫെയർ എന്നാണ് അത് അറിയപ്പെടുന്നത്. പല വലിയ കമ്പനികളുമായി ബിസിനസ്സിൽ കൈ കോർക്കാൻ പറ്റിയ അവസരങ്ങൾ ഇങ്ങിനെയുള്ള വാണിജ്യ പ്രദർശനങ്ങളിൽ ഉണ്ട്.

രണ്ടു മൂന്ന് ദിവസം കഴിഞ്ഞ് തിരിച്ച് എത്തിയ ഞാൻ പെട്ടന്ന് നാട്ടിൽ പോകേണ്ടി വന്നു. ഒരു മാസം കഴിഞ്ഞാണ് വീണ്ടും അബു ദാബിയിൽ വന്നത്. ഡിസംബറോട്ടുകൂടി അമേരിക്കയിലേക്ക് പോകാൻ ഉള്ള തയ്യാറെടുപ്പുകളിൽ മുഴുകി.രണ്ടാം പ്രാവശ്യം ജർമനിയിൽ വരുന്നത് 2014ൽ ആണ്. അബു ദാബിയിൽ നിന്നും ഇത്തിഹാദ് വിമാനത്തിൽ ഫ്രങ്ക്ഫർട്ട് എന്ന ജർമനിയുടെ അതി വിശാലമായ വ്യോമ താവളത്തിൽ എത്തി. ഞങ്ങളുടെ യ്യൂറോപ്യൻ പര്യടനത്തിന്റെ ഇടക്കം അവിടന്ന് ആകാം എന്ന് കരുതി.

രണ്ടായിരത്തി ഒമ്പതിൽ പഠിത്തം കഴിഞ്ഞു ഇളയ മകളും രണ്ടായിരത്തി പത്തിൽ അഡ്നോക്കിൽ ജോലി കിട്ടി മൂത്ത മകളും കുടുംബവും അമേരിക്കയിൽ നിന്നും തിരിച്ചെത്തുകയും അബു ദാബിയിലെ ജോലികളിൽ പ്രവേശിക്കുകയും ചെയ്തു. പിന്നെ അവരോടൊപ്പം ഉള്ള ദൈനംദിന ജീവിതം സന്തോഷപ്രതം ആക്കുവാൻ കഴിഞ്ഞു എന്ന് പറയാം. അപ്പോഴാണ് ഒരു യ്യൂറോപ്യൻ ടൂർ നടത്തുവാൻ തോന്നിയത്. അങ്ങനെയാണ് ഫ്രങ്ക്ഫർട്ടിൽ നിന്ന് ആ യാത്ര ഇടങ്ങാം എന്ന് പ്ലാൻ ചെയ്തത്. മലയാള ഭാഷ വ്യാകരണ നിഘണ്ടുവിന്റെ ഉപജ്ഞാതാവായ ഹെർമൻ ഗുണ്ടർട്ടിന്റെ സ്ഥലം അവിടെ അവിടെ അടുത്ത് എവിടെയെങ്കിലും ആണെങ്കിൽ പോകണം എന്നും പ്ലാൻ ഇട്ടിരുന്നു. അന്വേഷിച്ചപ്പോൾ ഇരുന്നൂറ് കിലോമീറ്ററോളം അകലെ ആണെന്ന് അറിയാൻ കഴിഞ്ഞു. അത്കൊണ്ട് അവിടെ പോയില്ല.

യ്യൂറോപ്യൻ സെൻട്രൽ ബാങ്കിന്റെ ആസ്ഥാനമായ ഒരു പ്രധാന സാമ്പത്തിക കേന്ദ്രമായി അറിയപ്പെടുന്ന മധ്യ ജർമ്മൻ നഗരമാണ് ഫ്രാങ്ക്ഫർട്ട്. രണ്ടാം ലോക മഹാ യുദ്ധത്തിന്ന് ശേഷം പുനർ നിർമ്മിക്കപ്പെട്ട ഒരു വൻ വ്യവസായ ശക്തി. മെട്രോകളിലും ട്രാമുകളിലുമായി രണ്ടു ദിവസം സഞ്ചരിച്ചു. താമസം ഫ്രാങ്ക്ഫർട്ടിൽ ഉള്ള നോവോട്ടലിൽ തന്നെ. പക്ഷെ മണ്ണിൽ പുഴുങ്ങിയ മുട്ട പ്രാതലിന്റെ കൂടെ കിട്ടിയില്ല. എങ്കിലും നല്ല ഒരു യാത്ര

അനുഭവിക്കാൻ പറ്റിയതിൽ വളരെ സന്തോഷം തോന്നി. ഞങ്ങളുടെ യാത്രകളിൽ ആകർഷണം തോന്നിയത് കൊണ്ടാവാം ഫൗസിയയുടെ കൂട്ടുകാരിയും ഒരുമിച്ച് ജോലി ചെയ്യുന്നവരുമായ തമിഴ്നാട് സ്വദേശി യാസ്മിൻ ഞങ്ങളോടൊപ്പം ഈ യാത്രകളിൽ പങ്കെടുത്തു.

KPMG
Lufthansa

42

യൂറോപ്യൻ യാത്രകൾ
സ്പെയിൻ–ബാഴ്സലോണ

ഫ്രാങ്ക്ഫെർട്ടിൽ നിന്നും ഞങ്ങൾക്ക് ലുഫ്താൻസ ഫ്ലൈറ്റ് കിട്ടി. നേരെ ബാഴ്സലോണയിലേക്ക് ആണ്പോയത്. സ്പെയിനിന്റെ കാറ്റലോണിയ മേഖലയുടെ കോസ്മോപൊളിറ്റൻ തലസ്ഥാനമായ ബാഴ്സലോണ കലയ്ക്കും വാസ്തുവിദ്യയ്ക്കും പേരുകേട്ട സ്ഥലം ആണ്. സന്ദർശിക്കാൻ സ്പെയിനിലെ ഏറ്റവും എളുപ്പമുള്ള നഗരമാണ് ബാഴ്സലോണ. ചിലർ ഇത് ലോകത്തിലെ തങ്ങളുടെ പ്രിയപ്പെട്ട നഗരം ആണെന്നും പറയാറുണ്ട്.

ബാഴ്ക്ക് അതിന്റേതായ പതാകയും തെരുവ് ചിഹ്നങ്ങളിൽ കാണുന്ന കറ്റാലൻ എന്ന ഭാഷയും ഉണ്ട്. അവിടത്തെ ഏറ്റവും പ്രശസ്തമായ ആകർഷണങ്ങളിൽ പലതും ഒരേ വ്യക്തി രൂപകൽപ്പന ചെയ്ത കെട്ടിടങ്ങളാണ്. അന്റോണി ഗ ഡെയ്യുടെ കഴിവിൽ രൂപം കൊണ്ട സാഗ്രഡ ഫാമിലിയ പള്ളിയും മറ്റ് ആധുനിക മറ്റ ലാൻഡ്മാർക്കുകളും നഗരത്തെ ഭംഗി ഉള്ളതാക്കുന്ന നിർമ്മിതികളാണ്. മുഹബയിൽ ഉള്ള സിറ്റി ഹിസ്റ്ററി മ്യൂസിയത്തിൽ നിരവധി റോമൻ പുരാവസ്തുക്കൾ ഉൾപ്പെടുന്നു. ബാഴ്ലോണ സന്ദർശന വേളയിൽ കൂട്ടതൽ പ്രകൃതിദത്ത ലാൻഡ്മാർക്കുകളിൽ ഒന്നാണ് മോണ്ട്സെറാത്ത്. ശരാശരി താപനിലയുള്ള ബാഴ്സലോണയിലെ മനോഹരമായ സമയമാണ് മെയ്മാസം. ഞങ്ങൾ എത്തിയത് സെപ്റ്റംബറിൽ ആണ്. അതുകൊണ്ട് തന്നെ മോശമല്ലാത്ത തണുപ്പ് ഉണ്ടായിരുന്നു. എല്ലാ കാഴ്ചകൾക്കും ശേഷം ഞങ്ങൾ വിശ്രമിക്കാനും നഗരത്തിന്റെ ഉത്സവ കാഴ്ചകൾ കാണാൻ നാട്ടുകാർ കൂട്ടം കൂട്ടന്ന ലാ റാംബ്ലയിൽ എത്തി. പിന്നെ ഇറമുഖത്തിന് അടുത്തുള്ള മണൽ ബീച്ചുകളിൽ പോയി. നടക്കുന്നതിനിടയിൽ ചില ടൗൺ സ്ക്വയറുകൾ കണ്ടു. അവിടെ തെരുവ് സംഗീതജ്ഞർ സ്പാനിഷ് ഗിറ്റാറുകളിൽ മെലഡികൾ മുഴക്കുന്നു. തെരുവിലെ ഓരോ തിരിവിലും ആനന്ദകരമായ കാഴ്ചകൾ കാണാം.

യൂറോപ്പിലെ ഏറ്റവും പാരമ്പര്യേതര പള്ളികളിൽ ഒന്നാണ് ബസിലിക്ക. ഗോതിക് ക്വാർട്ടർ നഗരത്തിന്റെ ആത്മീയവും മതേതരവുമായ കേന്ദ്രമാണ്. പുരാതന റോമൻ കെട്ടിടങ്ങളുടെ അവശിഷ്ടങ്ങൾ ഇപ്പോഴും ഇവിടെ കാണപ്പെടുന്നു. ഗോതിക് വാസ്തുവിദ്യയുടെ ഒരു മാസ്റ്റർപീസ്, മധ്യകാല കത്തീഡ്രൽ ടൗൺ സെന്ററിലെ ഏറ്റവും ഉയരമുള്ള മോണ്ട ടാബോറിൽ ആണ്.സുന്ദരികളുടെയും സുന്ദരന്മാരുടെയും കുസൃതി നിറഞ്ഞ ചാറ്റിംഗിന്റെയും ചിരിയുടെയും നേർത്ത സ്വരങ്ങൾ സ്പാനിഷ് ക്ലാസിക്കൽ ഗിറ്റാറിന്റെ

ശബ്ദത്താൽ അലിഞ്ഞു ഇല്ലാതാകുന്ന ആകർഷകവും മനോഹരവുമായ ശാന്തമായ സ്ക്വയറുകൾ അവിടവിടെ കാണാം. സന്ദർശനത്തിനായി സ്മാരകങ്ങൾ എല്ലാ ദിവസവും പൊതുജനങ്ങൾക്കായി തുറന്നിരിക്കുന്ന, ഓഡിയോ ഗൈഡുകൾ ലഭ്യമാണ്. ബാഴ്സലോണയുടെ പഴയ ടൗണിനെ രണ്ട് ഭാഗങ്ങളായി വിഭജിക്കുന്നത് വിശാലമായ ലാ റാംബ്ലയിലാണ്. വീതി വിസ്താരം ഉള്ള കാൽ നടപ്പാതകൾ ഉൾക്കൊള്ളുന്ന ഈ സ്ഥലം തെരുവ് ഷോപ്പുകൾ, റെസ്റ്റോറന്റുകൾ, കഫേകൾ എന്നിവയാൽ നിറഞ്ഞിരിക്കുന്നു.

ഒരു ഓട്ട പ്രദക്ഷിണം നടത്തി എന്നേ പറയുവാൻ പറ്റൂ. എഴുതി വച്ചതുകൊണ്ട് സ്ഥലവും പേരുകളും ഇവിടെ കുറിക്കാൻ കഴിഞ്ഞു. ഈ പരിചയം ഇല്ലാത്ത പേരുകൾ ഓർക്കാൻ ബുദ്ധി മുട്ട് ആണ്. രാത്രി വളരെ വൈകി ഹോട്ടലിൽ എത്തി. ഉറങ്ങിപോയത് അറിഞ്ഞതേ ഇല്ല.

43

യൂറോപ്യൻ യാത്രകൾ
സ്പെയിൻ,ബതലോണ

അടുത്ത ദിവസം ബാഴ്സലോണയിൽ നിന്നും പത്ത് കിലോമീറ്ററോളം അകലെ ഉള്ള ബദലോണ എന്ന സ്ഥലവും മറ്റ ചില കാഴ്ച്ചകളും കാണാൻ ടൂറിസം ബസ്സിൽ പുറപ്പെട്ടു. ബസ്സിന്റെ മുകളിൽ ഇരുന്ന് കാറ്റ് കൊണ്ട് കാഴ്ചകൾ കാണാൻ നല്ല രസമാണ്.

ഭരണഘടനാപരമായി രാജവാഴ്ച്ച ഉള്ള ഒരു രാജ്യം ആണ് സ്പെയിൻ. പാരമ്പര്യമായി വരുന്ന രാജാവും കോടതികളും അടങ്ങിയ ഒരു ഭരണ രീതി.ജനങ്ങൾക്ക് വളരെ ഉയർന്ന സ്വാതന്ത്ര്യമാണ് സ്പെയിൻ നൽകുന്നത്. സ്വവർഗരതിയെ ആദ്യം അംഗീകരിച്ച രാജ്യങ്ങളിൽ സ്പെയിൻ ഒന്നാം സ്ഥാനത്ത് ആണെന്ന് പറയാം.സ്ത്രീകൾക്കെതിരായ അതിക്രമങ്ങൾ ഒരു വലിയ പ്രശ്നം ആയിട്ടുള്ള സ്ഥലവും കൂടി ആണ് അവിടം. സുന്ദരികൾ കൂടിയാൽ ഉള്ള ഒരു രാജ്യത്തിന്റെ അവസ്ഥ ഒന്ന് ആലോചിച്ചു നോക്കൂ. സ്പാനിഷ് ജനങ്ങൾ മറ്റ രാജ്യങ്ങളിലേക്ക് കൂടുതൽ കുടിയേറ്റങ്ങൾ നടത്തുവാൻ താല്പര്യം ഉള്ളവർ അല്ല. തങ്ങൾക്ക് മാത്രം സ്വന്തമായുള്ള ഒരു ആയുസ്സിനെ മുഴുവൻ ഒരായിരം പ്രണയ വർണ്ണങ്ങൾ കൊണ്ട് പൊതിയുവാൻ പോലും സമയം പോരാത്ത അവർക്ക് എങ്ങിനെ കുടിയേറ്റങ്ങളും മറ്റ ജീവിതോപാധന സാഹസങ്ങളും ഉൾക്കൊള്ളാൻ പറ്റു!

സ്പാനിഷ് ജീവിതത്തിൽ ലിംഗസമത്വ നിയമത്തിന് അംഗീകാരം ഉണ്ട്. അതുകൊണ്ട് സ്ത്രീകൾ എല്ലാ രംഗത്തും ജോലി ചെയ്യുന്നു, മിക്കവാറും പുരുഷന്മാരുടെ അത്ര തന്നെ.കാഴ്ചകൾ കാണാൻ ഒരു പാട് ഉണ്ട്. പേരുകൾ ഒക്കെ വളരെ വല്യതും സ്പാനിഷ് ഭാഷയിലും ആണ്. സ്പെയിനിന്റെ പടിഞ്ഞാറ് പോർച്ചുഗലും വടക്ക് കിഴക്കായുള്ള മലകൾക്ക് അപ്പുറം ഫ്രാൻസും ആണ്. തെക്ക് മൊറോക്കോയും. വളരെ ഉയർന്ന പീഠഭൂമികളും നല്ല ഭംഗിയുള്ള പർവത നിരകളും ഉള്ള ഒരു സ്ഥലം ആണ് സ്പെയിൻ. ക്രൂയിസ് വ്യവസായം ടൂറിസം മേഖലയുടെ വലിയൊരു വരുമാന മാർഗ്ഗം ആണ്. അത് അവിടെ തഴച്ച വളരുകയും വിജയിക്കുകയും ചെയ്തു. അനേകായിരം തൊഴിൽ അവസരങ്ങൾ ആണ് ഈ രംഗത്ത് ഉള്ളത്. ഇപ്പോഴത്തെ അവസ്ഥയിൽ അതെല്ലാം വളരെ വലിയ വെല്ലുവിളികൾ നേരിട്ടുന്നുണ്ടാവാം. ലോകം മുഴുൻ കോവിഡ് മൂലം പ്രതിസന്ധിയിൽ ആയ നിലക്ക് സ്പെയിനിലും സ്ഥിതി മറ്റൊന്നാവാൻ സാധ്യത തീരെയില്ല. വായിക്കുന്ന വാർത്തകളും കാണുന്ന കാഴ്ചകളും അത് തന്നെയാണ് വ്യക്ത മാക്കുന്നത്.

44

യൂറോപ്യൻ യാത്രകൾ
ഇറ്റലി ,പിസ്സ

യൂറോപ്യൻ രാജ്യങ്ങളിൽ വെച്ച് ഏറ്റവും നീളമുള്ള മെഡിറ്ററേനിയൻ കടൽ തീരം ഉള്ളത് ഇറ്റലിക്കാണ്. പാശ്ചാത്യ സംസ്കാരത്തിലും ഭക്ഷണ രീതികളിലും, ഫാഷൻ കലകളിലും വ്യക്തവും ശക്തവും ആയ സ്വന്തം കഴിവും മികവും അടയാള പെടുത്താൻ അവരെപ്പോലെ മറ്റാർക്കും ഇതേ വരെ കഴിഞ്ഞിട്ടില്ല. ഇറ്റലിയുടെ തലസ്ഥാനമായ റോം കൂടാതെ മറ്റ് പ്രധാന നഗരങ്ങളായ പിസായും ഫ്ലോറൻസും ഉൾപ്പെടുന്നു. ഫാഷൻ തലസ്ഥാനമായ മിലാനും.

ഞങ്ങൾ ആദ്യം പോയത് പിസയിലേക്കാണ്. ലക്ഷ്യം മനുഷ്യ നിർമ്മിത. ലോകാത്ഭുതങ്ങളിൽ ഒന്നായ ചെരിഞ്ഞ ഗോപുരം കാണുക എന്നത് തന്നെ. ശരിക്കും അവിടെയുള്ള കത്തീഡ്രലിലെ ബെൽ ടവറാണ് പിസയിലെ ചെരിഞ്ഞ ഗോപുരം ആയി ലോകമെമ്പാടും അറിയപ്പെടുന്നത്. ഇറ്റലിയിലെ പേരുകേട്ട ടസ്കൻ യൂണിവേഴ്സിറ്റിയും ഇവിടെ അടുത്ത് ആണ്.എപ്പോഴും തിരക്കുള്ള പിസാ ഗോപുരത്തിന് ചുറ്റും ചെറിയ കടകളും റെസ്റ്റോറൻറുകളും ധാരാളം കാണാം. ടൂറിസ്റ്റുകളുമായി ബസ്സുകൾ ഇടരെ വരുന്നുണ്ട്. കാര്യമായി എന്തെങ്കിലും ഷോപ്പിംഗ് നടത്തുന്ന ഒരാളെ പോലും ഞാൻ അവിടെ കണ്ടില്ല. അതി ഭീമാകാരമായ ഒരു മണി, ഗോപുരത്തിന്റെ മുകളിൽ ഉള്ളത് അകത്തു നിന്നും പുറത്തു നിന്നും നമുക്ക് കാണാം. ഗോപുരത്തിൽ എല്ലാ ഭാഗത്തുമായി പല വലിപ്പത്തിലും ഉലക്കത്തിലും ഉള്ള മണികൾ വേറെയും കാണാം. കെട്ടിടത്തിന്റെ പല നിലകളിലായി അയ്യായിരവും അതിലധികവും കിലോഗ്രാം ഉലക്കം ഉള്ള മണികൾ സ്ഥാപിച്ചിട്ടുണ്ട്. ഇതെല്ലാം വിവരിച്ച തന്നത് കൂടെ ഉള്ള ടൂർ ഗയ്ഡ് സുന്ദരിയും വാഗ്മിയും ആയ ലയോണ ആണ്.

എട്ട് നിലകൾ ഉള്ള ഗോപുരത്തിന്റെ മുകളിൽ കയറാൻ ഞാൻ ഒരു ശ്രമം നടത്തുക ഉണ്ടായി. രണ്ട് നിലകൾ ഇടുങ്ങിയ പടികളിലൂടെ കയറി മുകളിൽ ചെന്നപ്പോൾ വിറച്ച നിൽക്കുന്ന ഒരു വൃദ്ധനെ കണ്ടു. കൈ പൊക്കി ഹെൽപ് ഹെൽപ് എന്ന് അപേക്ഷിക്കുകയാണ്. കൂടെ വന്നവർ പുറകിലാക്കി മുകളിലേക്ക് കയറി പോയിരിക്കാം. ഞാനും അയാളെ പോലെയുള്ള ആൾ ആണല്ലോ എന്നൊന്നും അയാൾ കരുതിയില്ല. കൈ നീട്ടിയപ്പോൾ എന്നെ മുറുകെ കെട്ടി പിടിച്ചു. രണ്ടു പേരും ഒരുമിച്ച് വീഴാതിരുന്നത് മഹാ ഭാഗ്യം. വളരെ ശ്രദ്ധിച്ച് ഒരാൾക്ക് നടക്കാൻ മാത്രം രൂപകൽപ്പന ചെയ്ത കോണിപടികളിലൂടെ ഞാൻ അദ്ദേഹത്തെയും കൊണ്ട് താഴേക്ക് പോന്നു. പിന്നെ മുകളിൽ പോകാൻ തോന്നിയില്ല. പരസ്പരം ഭാഷകൾ കൈകാര്യം

ചെയ്യാൻ അറിയാത്ത ഞങ്ങൾ രണ്ടുപേരും മുഖത്തോട്ട മുഖം നോക്കി കാത്ത നിൽപ്പായി. അയാളടെ കൂടെ വന്നവർക്ക് വേണ്ടി. ചിരിയും ഒരു ഭാഷയാണെന്ന് അന്ന് മനസ്സിലായി.

നിർമ്മാണ ഘട്ടത്തിൽ തന്നെ കെട്ടിടം ചെരിഞ്ഞു തുടങ്ങി. എന്തുചെയ്യണമെന്ന് ഉറപ്പില്ലാത്തതിനാൽ നിർമ്മാതാക്കൾ ഒരു നൂറ്റാണ്ടോളം കെട്ടിടം പണി നിർത്തിവച്ച.നൂറ്റാണ്ടുകളായി 5 ഡിഗ്രി ചരിവുള്ള ഒരു ലോകാത്ഭതം. വളരെ അജ്ഞാതവും അത്ഭുത കരവും ആയ ഒരു മാന്ത്രിക ഗ്രുത്വാകർഷണ ശക്തി ആ കെട്ടിടത്തെ അങ്ങനെ താങ്ങി നിർത്തുന്നതിന്ന് പിന്നിൽ തീർച്ചയായും ഉണ്ട്. അത്ര കൊണ്ട് മാത്രമാണ് അതൊരു അത്ഭുതം ആയത് എന്ന് തന്നെ പറയാം. ഘടനാപരമായി ഭൂമിയിലെ ഏറ്റവും പ്രസിദ്ധമായയും എന്നാൽ ഒട്ടും തന്നെ സുരക്ഷിതം അല്ലാത്തയും ആയ ഒരു കെട്ടിടം സന്ദർശകർക്കായി ഇറന്നിട്ടിരിക്കുന്നു. ഗൗരവമായ മറ്റൊരു ഒരു കാര്യം: യാതൊരു നിയന്ത്രണവും ഇല്ലാതെ, നിരന്തരമായ സൂക്ഷ്മ നിരീക്ഷണങ്ങൾ പോലും ചെയ്യാതെ, കെട്ടിടത്തിന്ന് അകത്തേക്ക് എല്ലാ ദിവസവും ധാരാളം സന്ദർശകരെ ഉള്ളിലേക്ക് കയറ്റി വിടുന്നു. ഇറ്റാലിയൻ മാർബിളും പാറയും ഉപയോഗിച്ചുള്ള ശക്തവും ഉറപ്പുള്ളയുമായ നിർമ്മാണം ആണ് എന്നും പറയുന്നുണ്ട്. എന്നാൽ കെട്ടിടത്തിന്റെ ഫൗണ്ടേഷൻ ഇപ്പോഴും വെള്ളത്തിൽ തന്നെ ആണ് എന്നാണ് പൊതു സംസാരം. ആ പ്രദേശത്തെ മണ്ണ് പൊടി പോലെ ഉള്ളയും ഉറപ്പില്ലാതെ കഴഞ്ഞ് ഇരിക്കുന്നയും ആണെന്ന് പറയപ്പെടുന്നു. അവിടെ ചുറ്റ വട്ടത്തുള്ള പല കെട്ടിടങ്ങൾക്കും ചില ചെറിയ ചെരിവുകൾ ഉണ്ടത്രേ. പ്രഗത്ഭരായ അനേകം എൻജിനീയർമാരും കെട്ടിട നിർമ്മാതാക്കളും നൂറ്റാണ്ടുകളായി പല പല മാറ്റങ്ങൾ വരുത്താൻ ശ്രമിച്ചിട്ടുള്ള ഏക കെട്ടിടവും ഇത് തന്നെ. എങ്കിലും എനിക്ക് ഇപ്പോഴും അത്ഭുതത്തെക്കാൾ ഏറെ എന്റെ ഉള്ളിൽ ഉൾക്കിടിലവും ഒരു ഭയവും ആണ് തോന്നുന്നത്. എന്റെ മാത്രം ഒരു ഭയം! അവിടന്ന് തിരിച്ച പോരുമ്പോഴും, ഇപ്പോഴും, ഞാൻ ആലോചിച്ച് കൊണ്ടിരിക്കുന്നത്, ആ കെട്ടിടത്തിന്റെ ഇരുവശവുമായി ഉള്ള രണ്ട് ഇടങ്ങിയ കോണികളിലൂടെ മുകളിലേക്കും താഴേക്കും ഉറുമ്പുകളെപ്പോലെ വരി വരിയായി ഇഴഞ്ഞു നീങ്ങുന്ന മനുഷ്യ രൂപങ്ങളെ പറ്റിയാണ്.

ORA

3

45

യൂറോപ്യൻ യാത്രകൾ
ഇറ്റലി നേപിൾസ്

ആരോടെങ്കിലും പറഞ്ഞാൽ പോലും വിശ്വസിക്കാത്ത അനുഭവങ്ങൾ ആണ് ചില യാത്രകളിൽ നമുക്ക് അനുഭവപ്പെടുക. എനിക്ക് കൗതുകം ആകാറുള്ളത് അത്തരം ചെറുതും എന്നാൽ ഓർക്കുമ്പോൾ ചിരിക്കാൻ വക നൽകുന്നതുമായ നിസ്സാര കാര്യങ്ങൾ ആണ്. ഞങ്ങൾ അടുത്തതായി പോയത് തെക്കൻ ഇറ്റലിയിലെ നേപ്പിൾസ് എന്ന നഗരം കാണാൻ ആണ്. നേപ്പിൾസ് ഉൾക്കടലിനോട് ചേർന്നാണ് സുന്ദരമായ ആ സ്ഥലം ഉള്ളത് . മുകളിൽ നിന്നു നോക്കിയാൽ മാത്രമേ നല്ല കാഴ്ചകൾ കാണാൻ കഴിയൂ.

യുനെസ്കോ പദ്ധതിയുടെ കീഴിൽ നാമകരണം ചെയ്യപ്പെട്ട ആദ്യത്തെ ചരിത്ര നഗരം ആണ് നേപ്പിൾസ്.ഒരു വട്ടമെങ്കിലും അവിടത്തെ ഇടുങ്ങിയ കോബ്ബെസ്റ്റോൺ തെരുവില്ലൂടെ പോകാതെ നമ്മുടെ യാത്ര പൂർത്തിയാവില്ല. വാഹനങ്ങളുടെ വരവും പോക്കും ഇടങ്ങി കാൽനട യാത്രക്കാർ, പാർക്ക് ചെയ്ത വാഹനങ്ങൾ, റെസ്റ്റോറൻറുകളും അവയുടെ ഇരിപ്പിടങ്ങളും ഇടങ്ങി ആ ചെറിയ തെരുവുകളിൽ താമസിക്കുന്നവർ വരെ വളരെ തിരക്കുള്ളവരായി കാണപ്പെടുന്നു. എന്നാൽ പ്രധാന വാഹനം സ്കൂട്ടറാണ്. കൂട്ടം കൂട്ടമായുള്ള സ്കൂട്ടറുകൾ കാണാൻ വളരെ കൗതുകം തോന്നി. സുന്ദരികളായ സ്ത്രീകൾ മുതൽ കുട്ടികൾ വരെ സ്കൂട്ടറിൽ പതുക്കെ പോകുന്നത് കാണാം. കൂട്ടത്തിൽ ഒരു നായ സ്കൂട്ടറിന്റെ ഹാന്റിലിൽ പിടിച്ച് ഉടമസ്തന്റെ കൂടെ പോകുന്നതും കണ്ടു. ഇതൊന്നും ചോദ്യം ചെയ്യാൻ അവിടെയൊന്നും ഒരു പോലീസിനെയും കണ്ടില്ല.കൂടുതലും നടന്നു കാണുന്നതാണ് സൗകര്യ പ്രഥമായിട്ടുള്ളത്. നടക്കേണ്ട ദൂരത്തിനുള്ളിൽ കാഴ്ചകളുടെ ഒരു നിധി ശേഖരം തന്നെ നമുക്ക് ചുറ്റും ഉണ്ട്.

നൂറ്റാണ്ടുകളുടെ ചരിത്രം ഉറങ്ങുന്ന മണ്ണ്: കാണുക. ചരിത്രപരമായ പള്ളികളും പാലസുകളും. ആസ്വദിക്കുക. പല വിധ മെഡിറ്ററേനിയൻ പാചകരീതികളും രുചി ഭേദങ്ങളും. സന്ദർശിക്കുക. വർഷം മുഴുവനും ഉള്ള ക്രിസ്മസ് മാർക്കറ്റുകൾ. അവ നമ്മെ വ്യാമോഹിപ്പിക്കും. തീർച്ച. വിവിധതരം മത്സ്യങ്ങൾ നമ്മെ മോഹിപ്പിക്കും. തിരിച്ചറിയാൻ പറ്റാത്ത കുറെ മത്സ്യങ്ങളെ കണ്ടുകയുണ്ടായി. വൈൻ അടക്കമുള്ള സാധനങ്ങൾ സാമ്പിൾ ചെയ്യുന്നതിനും വാങ്ങുന്നതിനും പ്രത്യേകം സംവിധാനങ്ങളും ഉണ്ട്.

ലോകത്ത് ആദ്യമായി പിസ്സ എന്ന യൂറോപ്യൻ ഹരമായ ഭക്ഷണം ഉണ്ടാക്കിയതും വില്പന ഇടങ്ങിയതും നേപ്പിൾസിൽ ആണ് എന്ന് പറയപ്പെടുന്നു. ഒരു തെരുവില്ലൂടെ നടക്കുമ്പോൾ പുരാതന ഗ്രീക്ക് മതിലിന്റെ

അവശിഷ്ടങ്ങൾ നമുക്ക് കാണാം. ഗ്രീക്ക് ശില്പങ്ങളുടെയും ഈജിപ്ഷ്യൻ കലകളുടെയും മികച്ച ശേഖരങ്ങൾ നേപ്പിൾസിൽ ഉണ്ട്.അതിന്ന് നാഷണൽ ആർക്കിയോളോജിക്കൽ മ്യൂസിയം ഉദാഹരണമായി പറയാം. രാത്രിയിൽ മിക്കവാറും കടകൾക്കും ചെറിയ ഹോട്ടലുകൾക്കും മുൻപിൽ ഫ്രീ ലിഫ്റ്റിനായി ആണും പെണ്ണും കാത്തു നിൽക്കുന്നതും ഒരു മടിയും ഇല്ലാതെ അവരെ സ്കൂട്ടറിൽ കയറ്റി കൊണ്ട് പോകുന്നവരെയും കാണാം.

ഫുട്ബോൾ പ്രതിഭ മറഡോണയുടെ പേരിൽ ഒരു സ്റ്റേഡിയം നേപ്പിൾസിൽ ഉണ്ട്. അദ്ദേഹം നപോളി ക്ലബിന്ന് വേണ്ടി കളിക്കുകയും ജയിക്കുകയും ചെയ്തിട്ടുണ്ട്.അതിമനോഹരമായ റോയൽ പാലസ്, പതിമൂന്നാം നൂറ്റാണ്ടിലെ കോട്ടയായ കാസ്റ്റൽ ന്യൂവോ എന്നിവയും മറ്റ് പ്രധാന ആകർഷണങ്ങൾ ആണ്.

യൂറോപ്പിലെ പ്രധാന അഗ്നിപർവ്വതമാണ് വെസൂവിയസ്. ആ ഭൂഖണ്ഡത്തിലെ ഏറ്റവും വലിയ അഗ്നിപർവ്വത സ്ഫോടനങ്ങളിൽ ചിലത് പലപ്പോഴായി ഉണ്ടാവുകയും ചെയ്തിട്ടുണ്ട്. ഇറ്റലിയുടെ പടിഞ്ഞാറൻ തീരത്ത് സ്ഥിതിചെയ്യുന്ന ഇത് നേപ്പിൾസ് ഉൾക്കടലിനെയും നഗരത്തെയും ബന്ധിപ്പിക്കുന്ന പുരാതന സോമ ഗർത്തത്തിൽ സ്ഥിതി ചെയ്യുന്നു. ചുറ്റുമുള്ള നഗരങ്ങൾക്ക്, പ്രത്യേകിച്ച് നേപ്പിൾസിലെ തിരക്കേറിയ മഹാനഗരത്തിന് ഇത് വളരെ വലിയ ഭീഷണി ഉയർത്തുന്നുണ്ട്. നൂറ്റാണ്ടുകൾക്ക് മുൻപ് വെസൂവിയസ് പർവതത്തിന്റെ പൊട്ടിത്തെറിയിൽ പോംപൈ നഗരത്തിൽ മരിച്ചവരുടെ പ്ലാസ്റ്റർ കാസ്റ്റുകളുടെ ഫോട്ടോകൾ എടുത്തത് കാണുക.
ഇനിയും കാണുവാനും എഴുതുവാനും ഏറെ ഉണ്ട്. ഇത് പോല്ലുള്ള ചെറിയ യാത്രകൾ കൊണ്ട് അതൊന്നും പോരാതെ വരും.

46

യൂറോപ്യൻ യാത്രകൾ
ഇറ്റലി, ടർക്വിനിയ , വ്വിറ്റവിസിയ

ഇറ്റലിയിലെ ഏറ്റവും പ്രശസ്തമായ മ്യൂസിയങ്ങളിൽ ഒന്നാണ് പാലാസ്സോ വിറ്റെല്ലെച്ചിക്ക് ഉള്ളിൽ ഉള്ള നാഷണൽ എട്രൂസ്കാൻ മ്യൂസിയം ഓഫ് ടാർക്വിനിയ. തണുപ്പ് കാരണം ടൂർ ബസ്സിൽ നിന്ന് ഇറങ്ങാൻ മടിയായിരുന്നു. സമർത്ഥയായ ഗൈഡിന്റെ വിവരണവും നിർബന്ധവും ഒന്നുകൊണ്ട് മാത്രമാണ് വണ്ടിയിൽ നിന്ന് ഇറങ്ങിയത് തന്നെ.

നവോത്ഥാന കാലഘട്ടത്തിൽ നിന്നുള്ള ആധികാരിക വാസ്തുവിദ്യാ മാസ്റ്റർപീസ്. പതിനാലാം നൂറ്റാണ്ടിൽ കർദിനാൾ ജിയോവന്നി നിർമ്മിച്ചത്. ടാർക്വിനിയ പ്രദേശത്ത് നടത്തിയ ചില ഖനനങ്ങളിൽ, പത്തൊൻപതാം നൂറ്റാണ്ടിൽ നിന്നുള്ള പല കണ്ടെത്തലുകളും കണക്കിലെടുത്ത് അവിടെ ഉണ്ടായിരുന്ന ഒരു കെട്ടിടം മ്യൂസിയമാക്കി മാറ്റുക ആയിരുന്ന യുനെസ്കോയുടെ ലോക പൈതൃക പുരാവസ്തു സ്ഥലങ്ങൾ ഉള്ള ഈ മനോഹരമായ നഗരം കലയുടെ യഥാർത്ഥ കേന്ദ്ര ബിന്ദുവാണ് എന്ന് തന്നെ പറയാം. മാത്രമല്ല, അതിന്റെ സ്ഥാനവും പ്രാധാന്യവും വ്യക്തമാക്കുന്ന മറ്റൊരു ഘടകം ഉണ്ട്. അവിടന്ന് മറ്റ പല സാംസ്കാരിക കലാ കേന്ദ്രങ്ങളിലേക്കും നഗരങ്ങളിലേക്കും ഉള്ള ദൂരക്കുറവ് തന്നെ. കാണാൻ വരുന്ന സഞ്ചാരികളുടെ പ്രിയപ്പെട്ട സ്ഥലം. സിവിറ്റാവേച്ചിയ ഇറമുഖത്ത് നിന്ന് പത്തു മിനിട്ടോളം ദൂരം കാണം അവിടെ എത്താൻ.

ബിസി എട്ട് മുതൽ ഏഴാം നൂറ്റാണ്ടിന്റെ അവസാനത്തിൽ വരെയുള്ള കണ്ടെത്തലുകൾ, ഗ്രീസിൽ നിന്നുള്ള പ്രധാന പാത്രങ്ങൾ പ്രത്യേകിച്ചും എട്രൂസ്കാൻ സെറാമിക്സ് എന്നിവയുടെ ഫോട്ടോകൾ കാണുക. ബിസി ആറാം നൂറ്റാണ്ടിൽ ഗ്രീസിൽ കണ്ടിരുന്ന സെറാമിക്സ് പാത്രങ്ങൾ കറുപ്പ്, ചുവപ്പ് രൂപങ്ങളിൽ നിർമ്മിച്ചവ ആണ്. സാമ്രാജ്യകാലഘട്ടത്തിന്റെ അവസാനത്തോടെ റോമൻ കോളനി ഓഫ് ഗ്രാവിസ്കയിലെ ഖനനത്തിനിടെ കണ്ടെത്തിയവയും ഗ്രാനുലേഷൻ പ്രക്രിയ ഉപയോഗിച്ച് നിർമ്മിച്ച ചില സ്വർണ്ണ ആഭരണങ്ങളുടെ ഫോട്ടോകളും കാണാം.

ഇരുന്നൂറിലധികം ശവകുടീരങ്ങൾ കൂടാതെ നിലവിലുള്ള എട്രൂസ്കാൻ കലയുടെ അതി വിശാലമായ ചരിത്ര ശേഖരങ്ങളുടെയും റോമൻ സാമ്രാജ്യത്വ കാലഘട്ടത്തിന് മുമ്പുള്ള പുരാതന ചിത്രങ്ങളുടെയും മുഴുവൻ കണ്ടെത്തലുകളും ഇവിടെ കാണാം.രണ്ടാം നൂറ്റാണ്ടിൽ നിർമ്മിച്ച സിവിറ്റാവേച്ചിയ ഇറമുഖം അതിന്റെ ചില സവിശേഷതകൾ ഇപ്പോഴും നിലനിർത്തുന്നു. പതിനാറാം നൂറ്റാണ്ടിലെ മൈക്കലാഞ്ചലോ കോട്ടയും ഇറമുഖ പ്രദേശത്ത് ഉൾപ്പെടുന്നു.

തൊട്ടടുത്തുള്ള ദേശീയ ആർക്കിയോളജിക്കൽ മ്യൂസിയം വെങ്കലവും സെറാമിക് കരകൗശല വസ്തുക്കളും പ്രദർശിപ്പിക്കുന്നു. കാണുവാൻ പറ്റിയതിന്റെ ഒരു ചെറിയ അംശം മാത്രമേ ഇവിടെ വിശദീകരിക്കാൻ കഴിഞ്ഞിട്ടുള്ളൂ. ഇതോടെ ഇറ്റലിയിൽ നിന്നും സന്തോഷ പൂർവ്വം യാത്ര പറഞ്ഞു.

327

47

യൂറോപ്യൻ യാത്രകൾ
വീണ്ടും ഫ്രാൻസിൽ കാൻസ്, നീസ്

ഫ്രാൻസിന്റെ റിസോർട്ട് നഗരമാണ് കാൻസ്. അന്താരാഷ്ട്ര ചലച്ചിത്രമേളയ്ക്ക് പേരുകേട്ടതാണ്. കടൽത്തീരത്ത് നന്നായി വളഞ്ഞുകിടക്കുന്ന അതിന്റെ ഭംഗിയും, നല്ല വെളുത്ത മുത്ത് മണി പോല്യുള്ള തരി മണൽ നിറഞ്ഞ ബീച്ചുകളും, ആഡംബര നൗകകളും ബോട്ടുകളും, കൊട്ടാര തുല്യമായ ഹോട്ടലുകളും കൊണ്ട് അതീവ സുന്ദരി ആയങ്ങനെ നിറഞ്ഞ് നില കൊള്ളുന്നു.

റോഡുകളും അതീവ സുന്ദര കാഴ്ചകളിൽ ഒന്നാണ്.ആഡംബര ഹോട്ടലുകളും ബുട്ടീഖ്കളും ഫ്ലവർ മാർക്കറ്റുകളും എല്ലാം റോഡിനോട് ചേർന്ന് നില കൊള്ളുന്നു. സാമാന്യം നല്ല തിരക്കുമുണ്ട്.കാൻസിന്റെ പ്രശസ്തിക്ക് മറ്റൊരു കാരണമായ ഒരു ആധുനിക കെട്ടിടം – പാലസ് ഡെസ് ഫെസ്റ്റിവൽസ് – കൂടിയുണ്ട്. കാൻസ് ഫിലിം ഫെസ്റ്റിവൽ ഫ്രാൻസിലെ കാൻസിൽ നടക്കുന്ന ഒരു വാർഷിക ചലച്ചിത്രമേളയാണ്. ഇത് ലോകമെമ്പാട്ടുമുള്ള ഡോക്യുമെന്ററികൾ ഉൾപ്പെടെ എല്ലാ വിഭാഗങ്ങളുടെയും പുതിയ സിനിമകളുടെ പ്രിവ്യൂ കാണിക്കുന്നു.

സെലിബ്രിറ്റികളുമായി കാണുവാനും ഇടപഴകുവാനും കഴിയുന്ന ലോകത്തിലെ ചുരുക്കം ചില സ്ഥലങ്ങളിൽ ഒന്നാണ് കാൻസ്. കാരണം അവർ നഗരം ചുറ്റി സഞ്ചരിക്കുന്നത് ഇവിടെ സ്ഥിരം കാണുന്ന കാഴ്ചയാണ് എന്ന് ട്രാവൽ ഗൈഡ് പറയുകയുണ്ടായി. ഞങ്ങൾ പോയ സമയം ആരെയും കാണുക ഉണ്ടായില്ല. കാരണം തണുപ്പ് കാലം ഇടങ്ങിയത് കൊണ്ടാവാം.

കാൻസിലെ കണ്ടിരിക്കേണ്ട നിരവധി വ്യത്യസ്ത ബീച്ചുകൾ ഉണ്ട്. അതിനാൽ ഏതൊക്കെ ബീച്ചുകളാണ് കാണേണ്ടതെന്നും പോകേണ്ടതെന്നും നാം മനസ്സിലാക്കണം. അവിശ്വസനീയമായ ചില കാഴ്ചകൾക്ക് പ്ലേജ് ഡു ലാ ബൊക്കയിലും പോകാം. സെലിബ്രിറ്റികൾ വിശ്രമിക്കാനും ഡ്രെസ്സ് അഴിച്ചുമാറ്റാനും പോകുന്ന പ്രധാന ബീച്ചാണിത്. അത്കൊണ്ട് അവിടെ ചെലവും കൂടും. പച്ച വെള്ളത്തിന് പോലും പൊള്ളുന്ന വില കൊടുക്കണം.

ഫ്രാൻസിലെ പ്രോവെൻസ് മേഖലയിൽ സ്ഥിതി ചെയ്യുന്ന നൈസ്, മെഡിറ്ററേനിയൻ കടൽ തീരത്ത മറ്റൊരു സുന്ദര നഗരമാണ്. ഫ്രാൻസിലെ ഏറ്റവും വലിയ മെട്രോപൊളിറ്റൻ പ്രദേശങ്ങളിലൊന്നാണ് നൈസ്.റോമൻ സാമ്രാജ്യത്തിന് മുമ്പുള്ള ഒരു തുറമുഖ നഗരം എന്ന നിലയിൽ, നൈസ് നൂറ്റാണ്ടുകളായി വളർന്ന കൊണ്ടേയിരിക്കുന്നു. അവിടെ അത്ര കൂടുതലായി ചുറ്റി കറങ്ങാൻ സമയം കിട്ടിയില്ല.

La Flor de La Rambla
Tel 93 302 50 22

Piment
6 €

MÉRIDIEN

48

യൂറോപ്യൻ യാത്രകൾ
ഇറ്റലി,ഫ്ലോറൻസ് ,ടസ്ക്നി

കലാപ്രേമികളുടെ കലാകേന്ദ്രം എന്ന് അറിയപ്പെടുന്ന ഫ്ലോറൻസിലേക്ക് ആണ് അടുത്ത ദിവസം ഞങ്ങൾ പോയത്. നവോത്ഥാന കലയുടെ ഈറ്റില്ലം എന്നേ പറയാമെങ്കിൽ പറയാം. ആരാധകർക്ക് മടുപ്പ് ഉണ്ടാവാൻ ഒട്ടും തന്നെ ഇടയില്ല. ഇറ്റലിയുടെ ടസ്ക്നി പ്രദേശങ്ങളുടെ തലസ്ഥാനം കൂടി ആണ് ഫ്ലോറൻസ്. യാത്രക്കിടെ കുറേ വീട്ടകൾ ഉള്ള പോസുലി എന്ന സ്ഥലം എത്തിയപ്പോൾ ട്രാവൽ ഗൈഡ് വിരൽ ചൂണ്ടി കാണിച്ചു : ആ കാണുന്നത് സോഫിയ ലോറൻ ജനിച്ച വീട് ആണ്.

വാസ്തുവിദ്യയുടെ നിരവധി മാസ്റ്റർപീസുകൾ ആണ് ചരിത്രാതീത കാലം മുതൽ അവിടെ നിന്നും പിറവി എടുത്തത്. അവയിലെ ഏറ്റവും പ്രധാനം മൈക്കലാഞ്ചലോയുടെ "ഡേവിഡ്" ശില്പം ആണ് . നഗരത്തിൽ നിരവധി മ്യൂസിയങ്ങളും ആർട്ട് ഗാലറികളും ഉണ്ട്. ഉഫിസി ഗാലറി, പാലാസോ പിറ്റി എന്നിവ. ബോട്ടിസെല്ലിയുടെ "ശുക്രന്റെ ജനനം", ഡാവിഞ്ചിയുടെ "പ്രഖ്യാപനം" എന്നിവ ഉഫിസി ഗാലറിയിൽ കാണാം.

യാത്രക്കാർക്ക് വളരെ സുരക്ഷിതമായ സ്ഥലമാണ് ഫ്ലോറൻസ്. പകല്ലും രാത്രിയും ഏത് സമയത്തും ഈ നവോത്ഥാന തലസ്ഥാനത്തിന്റെ തെരുവുകളിൽ നമുക്ക് നടക്കാവുന്നതാണ്. എന്നാലും, പോക്കറ്റടി തട്ടിപ്പറി എന്നിവയുണ്ട് എന്ന് ചില സ്ഥലങ്ങളിൽ എഴുതി വച്ചത് കണ്ടതായി ഓർക്കുന്നു. റെയിൽവെ പ്ലാറ്റ്ഫോമില്ലിത് നമ്മെ സഹായിക്കാൻ ശ്രമിക്കുന്ന അപരിചിതരായ ആളുകളെ അറിഞ്ഞിരിക്കുകയും ശ്രദ്ധിക്കുകയും വേണം. അവിടെ മാത്രമല്ല ലോകത്തിന്റെ പല ഭാഗത്തും കൂട്ടമായും ഒറ്റയായും സ്ത്രീകളും പുരുഷന്മാരും നമ്മെ സഹായിക്കാനായി മുന്നോട്ട വരും. പക്ഷേ സേവനത്തിന്റെ പാരിതോഷികമായി പണവും ചോദിക്കും. എന്ത് തന്നെ കൊടുത്താലും പോരാ എന്നും പറയും. ചില ജനപ്രിയ വിനോദസഞ്ചാര കേന്ദ്രങ്ങളിൽ നാം ചിലപ്പോൾ ഭിക്ഷക്കാരെയും കണ്ടെന്ന വരും.

ഇറ്റലിയിലെ മനോഹരമായ ടസ്ക്നി പ്രദേശം കല, സംസ്കാരം, നല്ല രുചിയുള്ള ഭക്ഷണം എന്നിവയുടെ ഒരു സംഗമ സ്ഥലം എന്ന് വേണമെങ്കിൽ പറയാം. വളരെ സുന്ദരങ്ങളായ ഗ്രാമപ്രദേശങ്ങളും ചെറിയ നഗരങ്ങളും കൂടി ചേർന്ന ടസ്ക്നി, ഒലിവ് തോട്ടങ്ങളാലും മുന്തിരിത്തോട്ടങ്ങളാലും ഇടകലർന്ന് കിടക്കുന്ന കാഴ്ച ഓർമ്മയിൽ എന്നും നില നിൽക്കും.

Year of discovery: 1961.
)ated: around 510 B.C.

! is made up of a single chamber with dromos with steps and ceiling with do
)ecoration: the gable of the back wall depicts a panther painted in blue and
t the sides of the support for the central beam.
In the centre of the wall is the representation of funerary games in honor of t
/ho is depicted on the right sitting on a stool and acting as spectator and juc
young acrobat, someone doing a balancing act with a candlestick on he
ouble flute player. On the right wall is a musician with two couples of femai
In the left wall are: a naked young man, a running man, an old bearded mi
eld up by a boy, two fowls and a defecating man, behind whom is the ins
eracanasa, which has been variously interpreted.
he theme of games of acrobats and jugglers may have influenced the paint
f the Monkey at Chiusi, some decades later.

del CALVARIO
LE TOMBE DIPINTE DI TARQUINIA

ORARIO
GELATERIA

t Europa
L'oleificio
LUZI
orlando

NECROPOLI DEI MONTEROZZI

49

യു എ ഇ അമ്പതാം വാർഷികം ആഘോഷിച്ച ഞാൻ അമ്പത് കൊല്ലം അബു ദാബിയിൽ

അമ്പതാം യുഎഇ ദേശീയ ദിനാഘോഷങ്ങൾ ഈ രാജ്യത്തിന്റെ സുവർണ ജുബിലിയെ ഓർമ്മ പെടുത്തുന്നു. കഴിഞ്ഞ അമ്പത് കൊല്ലത്തിൽ അധികമായി യു എ ഇ എന്ന അതി മഹത്തായ രാജ്യം അനേകായിരം അന്യ രാജ്യക്കാർക്ക് സുഖമായും സൈ്വരമായും ജീവിക്കാനുള്ള അവസരങ്ങൾ നൽകി വരുന്നു. ലോകമെമ്പാടുമുള്ള പല രാജ്യക്കാരും ഇവിടെ വളരെ സന്തോഷത്തോടെ ജീവിക്കുന്നതായി നമുക്ക് കാണാം. അത് കൊണ്ട തന്നെ ഈ രാജ്യത്തിൻറെ ഭരണ സാരഥികളെ എത്ര പ്രകീർത്തിച്ചാലും മതിയാവില്ല.

എന്റെ ഇത്രയും കാലത്തെ ഇവിടത്തെ ജീവിതം ഒരുപാട് വ്യക്തികളും കുടുംബങ്ങളുമായി ബന്ധപ്പെട്ട് കിടക്കുന്നു. അവരെ എല്ലാം വിശദമായി പരിചയ പെടുത്താൻ സാങ്കേതികമായ പരിമിതികൾ ഉണ്ട്. എന്റെ കയ്യിൽ ഫോട്ടോ ഇല്ലാത്തവരുടെ എണ്ണവും കൂടുതൽ ആണ്. മനപ്പൂർവം ആരെയും ഒഴിവാക്കിയിട്ടില്ല.

മനോഹരമായ അറബിക്കടലിന്റെ ആകർഷകമായ അബു ദാബി തീരത്ത് സ്ഥിതിചെയ്യുന്ന എമിറേറ്റ്സ് പാലസ് എന്ന പഞ്ചനക്ഷത്ര ഹോട്ടൽ ഒരു ഒന്നര കിലോമീറ്ററോളം സ്വന്തമായി ഡ്രഡ്ജ് ചെയ്ത് ഉണ്ടാക്കിയ ബീച്ചിലാണ് സ്ഥിതി ചെയ്യുന്നത്. അറേബ്യയുടെ ആതിഥ്യമര്യാദയുടെ ചരിത്രം പ്രകടമാക്കുന്ന വെള്ളി, സ്വർണം, ഗ്ലാസ് മൊസൈക്ക് എന്നിവ കൊണ്ടുള്ള അലങ്കാരങ്ങൾ അവർണനീയം തന്നെ. കാണുന്നവർക്ക് അവിസ്മരണീയവും. ആർക്കെങ്കിലും അവിടെ വീണ്ടും വീണ്ടും പോകാൻ തോന്നിയാൽ കുറ്റം പറയാൻ പറ്റുകയില്ല. ആ പാലസിനുള്ളിലെ ശില്പ ചാതുര്യം അത്രക്ക് മികച്ചതാണ്.മേൽ പറഞ്ഞ കൊട്ടാര ഹോട്ടലിന് മുൻപിൽ തന്നെ അഞ്ച് അതീവ ശില്പ വൈദഗ്ധ്യ മുള്ള കെട്ടിടങ്ങളുടെ സമുച്ചയം ഉണ്ട്. അതാണ് ഇത്തിഹാദ് ടവേഴ്. കോൺറാഡ് ഹോട്ടൽ ഉള്ളത് ആ അഞ്ച് കെട്ടിടങ്ങളിൽ ഒന്നിൽ ആണ്.

മേൽ പറഞ്ഞ രണ്ട സുന്ദരി ഹോട്ടലുകൾക്ക് ഇടയിലെ സുന്ദരൻ ആണ് റോട്ടാനയുടെ ഖാലിദിയ പാലസ് റെയ്ഹാൻ ഹോട്ടൽ. അളം കടൽ തീരത്ത തന്നെ ആണ്. മാത്രമല്ല ദീർഘകാലത്തെ പാരമ്പര്യവും പ്രശസ്തിയും ഉണ്ട്. അബു ദാബി നാഷണൽ ഓയിൽ കമ്പനിയുടെ ആസ്ഥാന മന്ദിരം ഏറ്റവും ഉയർന്ന കെട്ടിടമായി ഇവക്കെല്ലാം ഒപ്പം നില കൊള്ളുന്നുണ്ട്. അൽ ഖുബൈറ ഗാർഡനും അബൂദാബി ഇന്റർനാഷണൽ മറൈൻ സ്പോർട്സ് ക്ലബ്ബും മറീന മാളും എല്ലാം ഒരു സുന്ദരമായ ബൈപാസ് റോഡ് കൊണ്ട് മെയിൻ ലാൻഡുമായി ബന്ധിപ്പിച്ചിരിക്കുന്നു.

Photo courtesy: magazine, social media.

Photo courtesy: magazine, social media.

Photo courtesy: magazine, social media.

Photo courtesy: magazine, social media.

Photo courtesy: magazine, social media.

Abu Dhabi Theater
مسرح أبوظبي

Photo courtesy: magazine, social media.

50

ഞാൻ അബ്ദാബിയിൽ അമ്പത് കൊല്ലം
മറീന ബ്രേക്ക് വാട്ടർ പക്ഷികൾ

അബ്ബ ദാബിയിൽ ഇപ്പോൾ തണുത്ത ശക്തിയായ കാറ്റ് വീശുന്നുണ്ട്. തണുപ്പിൽ നിന്നും കാലാവസ്ഥ മെല്ലെ ചൂടിലേക്ക് മാറിക്കൊണ്ടിരിക്കുന്നു. ശീതകാലം അവസാനിക്കാറായ ലക്ഷണം ഇങ്ങനെയൊക്കെ ആണ്.

എവിടെ നിന്നൊക്കെയോ ഇവിടെ പറന്നെത്തിയ ദേശാടന പക്ഷികളും പതുക്കെ പറന്നകലാൻ ഇണങ്ങുകയാണ്. നല്ല വെളുത്ത കാണാൻ ഭംഗിയുള്ള സ്നേഹവും ഇണക്കവും ഉള്ള പക്ഷികൾ.

ഇടക്കൊക്കെ രാവിലെയും ചിലപ്പോൾ വൈകുന്നേരങ്ങളിലും ഇവയെ കാണുന്നതിലും പോപ്പ് കോൺ വാരി വിതറി കൊടുക്കുന്നതിലും എനിക്ക് എന്തെന്നില്ലാത്ത സന്തോഷം അനുഭവപ്പെട്ടിരുന്നു. അവറ്റകൾക്ക് മറ്റുള്ളവർ തീറ്റ കൊടുക്കുന്നത് കാണുന്നതും ഒരു രസം തന്നെയാണ്

അബ്ബ ദാബി നിവാസികളിൽ പലരും അവരുടെ സമീപപ്രദേശങ്ങളിൽ പറക്കുന്ന ദേശാടന പക്ഷികൾക്ക് എന്തെങ്കിലും തീറ്റ കൊടുത്തവർ ആയിരിക്കും.

ഞാൻ കുടുംബവുമായി പോകാറുള്ളത് കോർണിഷിലുള്ള മറീന ബ്രേക്ക് വാട്ടർ പ്രദേശത്താണ്. അവിടെയാണ് കൂട്ടം കൂട്ടമായി ആർത്തു പറന്നുല്ലസിക്കുന്ന ഈ പക്ഷികളെ കാണാൻ പറ്റുക .

51

ഞാൻ അബു ദാബിയിൽ അമ്പത് കൊല്ലം
കോർണിഷ് കടൽത്തീരം

യുഎഇയുടെ തലസ്ഥാന നഗരിയായ അബു ദാബിയിൽ മനുഷ്യ നിർമ്മിതമായ വളരെ മനോഹരമായ ഒന്നാണ് കോർണിഷ് ബീച്ച്. മിന ഫിഷ് മാർക്കറ്റ് മുതൽ മറീന മാൾ വരെ ഏകദേശം അഞ്ചാറ് മൈൽ ദൂരം കാണും.ഞാൻ വന്ന കാലം മുതൽ ഈ പ്രദേശം ചുറ്റി പറ്റിയാണ് താമസിച്ചിട്ടുള്ളത്. അമ്പത് കൊല്ലത്തോളം ആവുന്നു. ഒരു ദിവസമെങ്കിലും കോർണിഷിൽ ചുറ്റി കറങ്ങാതെ ഒരു സുഖവും കിട്ടുകയില്ല.

യാത്ര ചെയ്യാൻ വളരെ സുരക്ഷിതമായ ഒരു സ്ഥലമാണ് അബുദാബി. കുറ്റകൃത്യങ്ങൾ ഒന്നുമില്ലെന്ന് ഇതിനർത്ഥമില്ല. എന്നാലും വളരെ നല്ല സ്ഥലം എന്ന് പറയാം.ആൾക്കാർക്ക് ആസ്വദിക്കാൻ പറ്റിയ അബു ദാബിയിലെ പ്രധാന സ്ഥലം ആണ് കോർണിഷ് ബീച്ച്. ഈ മനോഹരമായ കടൽത്തീരവും ഇളം പച്ച നിറമുള്ള നീല കടലും വെളുത്ത വൃത്തിയുള്ള പൂഴി മണലും എല്ലാം ഒന്നിനൊന്ന് മെച്ചം. മാത്രമല്ല, മനോഹരമായ തോട്ടങ്ങൾ ഉള്ള നടപ്പാതകൾ, നല്ല ലാൻഡ് സ്കേപ്പിങ് ഉള്ള പാർക്കകൾ, അവിടവിടെ ഇരിക്കാൻ ബഞ്ചുകളും ഷേഡുകളും.

കടൽത്തീര ബീച്ചിനെ മൂന്ന് വിഭാഗങ്ങളായി തിരിച്ചിരിക്കുന്നു: അൽ സാഹിൽ– ഫ്രീ എൻട്രി. ഒറ്റക്കും കൂട്ടമായും വലിയ ഗ്രൂപ്പുകളായും പ്രവേശിക്കാം. രണ്ടാമത്തേയും മൂന്നാമത്തേയും സ്ത്രീകൾക്കും കുടുംബങ്ങൾക്കും കുട്ടികൾക്കും മാത്രം. പിന്നീട്ടുള്ള രണ്ട് ബീച്ചുകൾ കാഴ്ചയിൽ നിന്ന് വേലി ഉപയോഗിച്ച് സംരക്ഷിക്കുന്നു. കുളിമുറികൾ , ഡ്രസ്സ് മാറ്റുന്ന മുറികൾ, കാബാനകൾ എന്നിവ ലഭ്യമാണ്. കൂടാതെ സൺ ലോഞ്ചറുകളും കുടകളും വാടകയ്ക്കെടുക്കാം. പൊതു ജനങ്ങളുടെ സുരക്ഷക്കായി ലൈഫ് ഗാർഡ്, സെക്യൂരിറ്റി എന്നിവരെയും നിയമിച്ചിട്ടുണ്ട് .

വോളിബോൾ കോർട്ടുകൾ, ഫുട്ബോൾഗ്രൗണ്ടുകൾ മറ്റ കളിക്കളങ്ങൾ എന്നിവയുൾപ്പെടെ സൈക്കിൾ, കാൽനട പാതകളും ഇവിടെ ഉണ്ട്. ഒരു സ്പീഡ് ബോട്ട് വാടകയ്ക്ക് എടുത്താൽ അബുദാബി മൊത്തം കാഴ്ചകൾക്ക് പുറമെ, ഉൾക്കടലിൽ ഒന്ന് ചുറ്റി കാണാനും അവസരം കിട്ടും. ബീച്ചും കടലുമായി ബന്ധപ്പെട്ട മറ്റ പല വിനോദങ്ങളും കാണാവുന്നതും ആസ്വദിക്കാവുന്നതും ആണ്. പാരാഗ്ലൈഡിങ് എടുത്ത് പറയേണ്ട ഒരു വിനോദം കൂടി ആണ്.

ടർക്കോയ്സ് കടൽ ചേർന്ന് കിടക്കുന്ന ല്ലല്ല ദീപും, ഈന്തപ്പനകളും പൂന്തോട്ടങ്ങളും നിറഞ്ഞ യുഎഇ തലസ്ഥാനത്തിന്റെ ഈ ഹൃദയഭാഗം ഒരു മാണിക്യ കല്ല് പോലെ എപ്പോഴും തിളങ്ങി കൊണ്ടിരിക്കുന്നു.ഇതെല്ലാം ഇത്ര സൂക്ഷ്മതയോടെ ഭംഗിയായും ആകർഷകമായും സംരക്ഷിക്കുന്ന ഇവിടത്തെ ഭരണ കർത്താക്കളെ എത്ര പ്രകീർത്തിച്ചാലും മതിയാവില്ല.

പ്രതികൂല സാഹചര്യങ്ങളിൽ പിടിച്ചു നില്ക്കാൻ
പാടുപെടുന്ന പ്രവാസിയുടെ പ്രതീകം തന്നെയാണ്
ഈ മരവും അതിന്റെ വേരുകളും

അവസാനിച്ചു